I0748424

इतिहासातील नवे प्रवाह

संपादक

प्रा. जास्वंदी वांबूरकर

डायमंड पब्लिकेशन्स

इतिहासातील नवे प्रवाह
संपादक : प्रा. जास्वंदी वांबूरकर

Itihasateel Nave Pravah
Editor: Prof. Jaswandi Wamburkar

प्रथम आवृत्ती : ऑगस्ट २०१४

ISBN 978-81-8483-595-3

अक्षरजुळणी
थ्रीडी ग्राफिक्स, पुणे
मुग्धा दांडेकर, ९८२२७०७९७१

मुखपृष्ठ
शाम भालेकर

मुद्रक
रेप्रो नॉलेजकास्ट लिमीटेड, ठाणे

प्रकाशक
डायमंड पब्लिकेशन्स
२६४/३ शनिवार पेठ, ३०२ अनुग्रह अपार्टमेंट,
ओंकारेश्वर मंदिराजवळ, पुणे-४११ ०३०
☎ ०२०-२४४५२३८७, २४४६६६४२
info@diamondbookspune.com
www.diamondbookspune.com

प्रमुख वितरक
डायमंड बुक डेपो
६६१ नारायण पेठ, अप्पा बळवंत चौक
पुणे-४११ ०३० ☎ ०२०-२४४८०६७७

ऋणनिर्देश

श्रीमती नाथीबाई दामोदर ठाकरसी विद्यापीठातील इतिहास विभागात २००६ साली मी एक चर्चासत्र आयोजित केले होते. त्याचा विषय होता 'इतिहास आणि विचारप्रणाली'. त्या चर्चासत्रात वाचलेल्या शोधनिबंधाचे पुस्तक काढावे, असे मनात होते. मात्र फक्त दोन संशोधकांनी निबंध लिहून दिले; ते म्हणजे डॉ. श्रद्धा कुंभोजकर आणि डॉ. अनू सक्सेना यांनी. वारंवार आठवण करूनही अभ्यासकांकडून निबंध येत नाहीत, हे पाहून मी पुस्तक काढण्याचा विचार सोडून दिला आणि दुसऱ्या प्रकल्पात व्यग्र झाले. तेव्हा हे पुस्तक म्हणजे त्या चर्चासत्रात वाचलेल्या निबंधांचा संग्रह नाही. तरीसुद्धा ते चर्चासत्र या पुस्तकाचा आरंभबिंदू होता. त्याबद्दल श्री. ना. दा. ठाकरसी महिला विद्यापीठाचे मी आभार मानते. या चर्चासत्राचे आयोजन करताना इतिहास विभागातील माझी त्यावेळची सहकारी नीलांबरी जगताप हिचे मोठे सहकार्य लाभले. त्याबद्दल तिचीही मी आभारी आहे.

माझ्या या प्रकल्पाबद्दल माझे गुरु डॉ. राजा दीक्षित नेहमी आस्थेने चौकशी करत. 'या विषयावर मराठीत चांगले पुस्तक नाही आणि त्याची अतिशय नितांत गरज आहे. म्हणून हा प्रकल्प नव्या अभ्यासकांच्या मदतीने तू पूर्ण करावा,' अशी इच्छा त्यांनी प्रकट केली. माझ्याही मनात पुस्तक करण्याची इच्छा होतीच. तेव्हा चार वर्षांनी या प्रकल्पावर मी पुन्हा नव्या उत्साहाने काम करू लागले. केवळ विचारसरणी नव्हे, तर इतिहासातील नव्या प्रवाहांवर प्रकाश टाकणाऱ्या विषयांचाही अंतर्भाव या पुस्तकात करण्याचे मी ठरवले. नव्या अभ्यासकांना नवे विषय दिले. लेख लिहून घेताना पुन्हा उशीर व्हायला लागला. या अनुभवातून एक नवीन म्हण मनात तरळू लागली. 'लिहिणे सोपे, लिहून घेणे अवघड!' असो. या अनुभवातूनही मी बरेच काही शिकले.

अखेरीस पुस्तक पूर्णत्वास आले. तेव्हा मला प्रोत्साहित करणारे माझे गुरु

डॉ. राजा दीक्षित यांच्याप्रति मी ऋण व्यक्त करते. प्रोत्साहनाबरोबरच त्यांनी या पुस्तकासाठी दोन चांगले लेखही दिले. या पुस्तकासाठी ज्या अभ्यासकांनी आपले दर्जेदार लेख दिले, त्या सर्वांची मी अत्यंत आभारी आहे. या पुस्तकासाठी आलेले चार लेख इंग्रजीत होते. त्यांपैकी दोन लेख चित्रा लेले या माझ्या मैत्रिणीने, तर एक लेख डॉ. अभिधा धुमटकर यांनी अनुवादित करून दिला. त्या दोघींचीही मी आभारी आहे. या पुस्तकाची मुद्रणप्रत सौ. पुष्पा बुले यांनी करून दिली. त्याबद्दल त्यांचे आभार.

या पुस्तकाचे काम चालू असताना इतिहास विभागप्रमुख डॉ. वर्षा शिरगावकर आणि माझ्या सहकारी डॉ. प्रभा रविशंकर व डॉ. मेहेरज्योती सांगळे यांचे सहकार्य लाभले. त्याबद्दल त्यांचे मी आभार मानते.

दर्जेदार शैक्षणिक पुस्तके काढणाऱ्या श्री. दत्तात्रेय पाष्टे यांनी हे पुस्तक प्रकाशित करावे, अशी मनापासून इच्छा होती. त्यांनी याबाबतीत तत्काळ होकार कळवल्याने मला आनंद झाला. 'डायमंड' प्रकाशनाचे इतर सहकारी व मुखपृष्ठ बनवणारे श्री. शाम भालेकर या सर्वांची मी आभारी आहे.

घरातील मंडळींच्या सहकार्याशिवाय व पाठिंब्याशिवाय काम करणे कठीण असते. म्हणून मला आवर्जून सांगावेसे वाटते की, माझा पति अश्विन, सासू-सासरे, आई, भाऊ अमित, वहिनी वर्षा आणि माझा समंजस मुलगा कनिष्क यांच्या नेहमी मिळणाऱ्या सहकार्यामुळे व निर्व्याज प्रेमामुळे काम करण्याचा हुरूप मला मिळाला. त्यांच्याशी असलेले नाते ऋणातीत आहे. माझ्या सर्व लेखनाविषयी माझा माझ्या आईशी (रंजना वांबूरकर) नेहमी संवाद असतो. संपादित का असेना, माझे हे पहिलेच पुस्तक असल्याने माझे दिवंगत वडील (प्रकाश वांबूरकर) व देशपांडे सर (कै. डॉ. अरविंद देशपांडे) यांचे स्मरण अटळ आहे. काम उत्कृष्टच असले पाहिजे, याबाबत माझे वडील नेहमी आग्रही असत. देशपांडे सरांनी इतिहासाकडे बघण्याची एक नवी दृष्टी दिली. आज ते दोघेही नाहीत, याची अतिशय हळहळ वाटते. हे पुस्तक त्या दोघांच्या स्मृतीला अर्पण!

६ ऑगस्ट २०१४

प्रा. जास्वंदी वांबूरकर

प्रस्तावना

प्रा. जास्वंदी वांबूरकर

एकविसाव्या शतकाच्या प्रारंभी विद्यापीठ अनुदान आयोगाने (University Grants Commission) भारतातील सर्व विद्याशाखांचे आदर्श अभ्यासक्रम (model curriculum) प्रसृत केले. या धर्तीवर भारतातील / महाराष्ट्रातील विद्यापीठांमधील इतिहास व इतर विद्याशाखांच्या पदवी व पदव्युत्तर अभ्यासक्रमांत आमूलाग्र बदल घडून आले. इतिहासलेखनशास्त्र, इतिहासाचे तत्त्वज्ञान, इतिहास या विषयासाठीची संशोधनपद्धती असे नवनवे विषय मागील दहा वर्षांपासून पदवी वा पदव्युत्तर अभ्यासक्रमांत समाविष्ट केले गेले आहेत. मात्र त्यांचे अध्ययन व अध्यापन करण्यासाठी आवश्यक असलेले संदर्भग्रंथ वा पाठ्यपुस्तके मराठीत फारशी उपलब्ध नाहीत.

इतिहास म्हणजे गतकालीन राजकारण, इतिहास म्हणजे थोरामोठ्यांची चरित्रे, इतिहास म्हणजे वर्गसंघर्ष, इतिहास म्हणजे अन्वयार्थ अशा इतिहासविषयक विविध धारणा, कालक्रमात इतिहास ही संकल्पना किती बदलली, याची साक्ष देतात. आता इतिहास हा राजाची गोष्ट, लढाया, स्वातंत्र्य-आंदोलनाचे वृत्तांत इथपर्यंतच सीमित राहिलेला नाही, तर मानवी समाजाची सर्वांगीण कहाणी बनला आहे. आता माणूस हा इतिहासलेखनाच्या केंद्रस्थानी आहे. त्यामुळे मानवी जीवनाशी निगडित सर्वच विषयांची चर्चा इतिहासाच्या कक्षेत होऊ लागली आहे. स्थानिक ते वैश्विक (local to global) असा सर्वस्पर्शी इतिहास आता आविष्कृत होत आहे. इतिहासविषयक नव्या प्रवाहांनी / पंथांनी इतिहास समृद्ध बनला आहे; तसेच त्याच्या संशोधनपद्धतीतही आमूलाग्र बदल घडवून आणले आहेत. नव्या प्रवाहांनी आणलेला बदल इतका विलक्षण आहे की, इतिहास या विद्याशाखेचा चेहरामोहराच त्याने बदलून टाकला आहे. अशा महत्त्वपूर्ण प्रवाहांचा परिचय करून देणारी पुस्तके मराठीत फारशी उपलब्ध नाहीत. प्रस्तुत पुस्तकाद्वारे ही उणीव दूर करण्याचा मानस आहे.

इतिहास या विषयात संशोधन करू इच्छिणाऱ्या तरुण संशोधकांना या पुस्तकाद्वारे इतिहास या विषयातील नव्या प्रवाहांचा परिचय झाल्यास आपल्या संशोधनाची दिशा ठरविणे सुकर होईल. या ग्रंथातील सर्वच लेख आंतरविद्याशाखीय आहेत; कारण इतिहासाचे स्वरूपच मुळातून आंतरविद्याशाखीय होत गेले आहे. त्यामुळे या ग्रंथातील लेखांचा सामाजिकशास्त्रे व साहित्य यांच्या अभ्यासकांनाही उपयोग होईल. सारांश, पदवी व पदव्युत्तर विद्यार्थीगण, संशोधक व प्राध्यापकवर्ग यांना एक चांगला संदर्भग्रंथ या पुस्तकाच्या रूपाने उपलब्ध होईल, असा विश्वास वाटतो. अन्य जिज्ञासू वाचकांनासुध्दा त्याचा लाभ घेता येईल.

इतिहास हा मानवी अस्तित्वाइतकाच पुरातन आहे. केवळ मानवी समाजाचाच इतिहास लिहिला जातो. प्राणी-पक्षी व देव-दानव यांचा नव्हे. माणूस इतिहास का लिहितो? इतिहासलेखनाने काय साधले जाते? इतिहास ही जरी भूतकालाविषयीची मानवी कहाणी असली तरी ती वर्तमानातील गरजेतून साकारलेली असते. जसे प्रत्येक व्यक्तीचे नाव, गाव, कुटुंब, प्रदेश, राष्ट्र यांतून तिची ओळख निर्माण होते, तशी मानवी समाजाची व्यापक ओळख इतिहासातून होते. इतिहास व्यक्तीला/समूहाला अस्मिता प्रदान करतो व आत्मभानही देतो. इतिहासलेखन ही मानवी समाजाची मानसिक व बौद्धिक गरज आहे. मानव इतिहास घडवतो आणि इतिहासलेखनातून आपल्या अस्तित्वाचे, मानवी जीविताचे श्रेयस तो शोधत असतो. भूतकाळाचा संदर्भ सोडून जगणे आपल्याला शक्य होईल का? ऑर्थर मार्विक या तत्त्वज्ञाने म्हटले आहे, इतिहासाविना मानवी समाजाची अवस्था स्मृतिभ्रंश झालेल्या माणसासारखी होईल.

इतिहास हा शब्दप्रयोग दोन अर्थांनी केला जातो. एक म्हणजे घडून गेलेला भूतकाल आणि दुसरे या भूतकालाविषयीचे लेखन. या दोन गोष्टींना सांधत असते इतिहासलेखनशास्त्र. इतिहास हे एक शास्त्र आहे. इतिहास कसा लिहिला जातो? या विद्याशाखेची म्हणून एक संशोधनपध्दती आहे. इतिहासलेखनाची परंपरा जगभरात प्राचीन काळापासून होती; मात्र मानव्यविद्येतील एक विद्याशाखा म्हणून इतिहासाची उत्क्रांती पाश्चिमात्य देशांत प्रबोधनकालापासून (Renaissance) घडून आली. इतिहास म्हणजे भूतकालाविषयीचे ज्ञान. हे शास्त्रीय पद्धतीने कसे निर्माण करायचे? इतिहासाचे लेखन ऐतिहासिक साधनांशिवाय करणे अशक्य आहे. साधनांना इतिहासलेखनाचा कच्चा माल किंवा पाया म्हटले जाते. ज्या काळाचा शोध घ्यायचा, त्या काळात निर्माण झालेली साधने ही इतिहासलेखनाची प्राथमिक साधने असतात. ज्या घटितांचा अभ्यास करायचा, त्यांचा प्रत्यक्ष पुरावा या साधनांपासून मिळतो. नंतरच्या काळात निर्माण झालेले ग्रंथ इतिहासलेखनाची दुय्यम साधने मानली जातात. प्राथमिक साधनांची अस्सलता व विश्वासार्हता प्रस्थापित केल्यावरच साधने म्हणून त्यांचा वापर केला जातो. साधनांमधून

जी तथ्ये दिसतात, त्याबरहुकूम इतिहास जसा घडला तसा मांडणे, हे इतिहासकाराचे कर्तव्य आहे, असे लिओपोल्ड फॉन रांके (१७९५-१८८६) याने मांडले. वस्तुनिष्ठपणे (Objectively) इतिहासलेखन करणे हे इतिहासलेखनाचे ध्येय असले पाहिजे, हा विचार ज्ञानोदयकालापासून (Enlightenment) प्रभावी ठरू लागला. रांके ज्या काळात ही इतिहासविषयक मांडणी करत होता, त्या काळात जर्मनीत/युरोपात राष्ट्र-राज्य (Nation-state) ही कल्पना युरोपीय राजकारणावर प्रभाव गाजवत होती. हेगेल, रांकेसकट सर्वच विचारवंतांची अशी श्रद्धा होती की, मानवी समाजाची प्रगती होण्यासाठी राष्ट्र-राज्य हे महत्त्वाचे आहे. याच काळात राष्ट्र-राज्याशी निगडित महत्त्वपूर्ण दस्तऐवजांचे जतन करण्यासाठी अभिलेखागार स्थापन होऊ लागले. 'इतिहास म्हणजे गतकालीन राजकारण' ही इतिहासविषयक संकल्पना प्रभावी बनली. 'दस्तऐवजांमध्ये जे नसते, ते अस्तित्वात नसते,' असे रांकेने जाहीर केले. रांकेच्या या धारणा युरोपीय इतिहासकारांच्या तीन पिढ्यांनी शिरोधार्य मानल्या. भारतातही शास्त्रशुध्द इतिहासलेखनाची परंपरा वासाहतिक काळातच सुरू झाली. त्यामुळे भारतातील इतिहासलेखनावर तब्बल दीडशे वर्षे रांके परंपरेचा प्रभाव होता. इतिहास म्हणजे राजकीय संघर्ष ही धारणा युरोपातील आणि भारतातील इतिहासलेखनाचे प्रमुख सूत्र बनले. युरोपातील व भारतातील प्रारंभीचे इतिहासलेखन पाहिले तर लढाया, संघर्ष, एकंदरीत राजाची गोष्ट इथपर्यंतच इतिहास सीमित झाला.

१७ व्या शतकात झालेल्या वैज्ञानिक क्रांतीनंतर नैसर्गिक शास्त्रांप्रमाणेच अर्थशास्त्र, इतिहास, यांसारख्या मानव्यविद्यांतील संशोधनासाठी शास्त्रीय पद्धतीचा अवलंब केला पाहिजे, अशा धारणा प्रसृत झाल्या. शास्त्रीय संशोधनपद्धतीत अनुभवजन्य पुरावा, प्रयोग, अनुमान, निगमन व विगामी तर्कपद्धत (deductive and inductive methods) या गोष्टींना महत्त्व प्राप्त झाले. विवेकनिष्ठा (Reason) व प्रत्यक्षप्रमाणवाद (Empiricism) हे शास्त्रीय संशोधनासाठी अत्यावश्यक घटक बनले. या संशोधनपध्दतीने काही गृहीतके निर्माण केली- वस्तुनिष्ठ असे वास्तव अस्तित्वात असते. माणसाची सदसद्‌विवेकबुद्धी व ज्ञानेंद्रिये यांच्या सम्यक उपयोगाने या वास्तवाचे / बाह्य जगाचे वस्तुनिष्ठपणे आकलन करणे शक्य आहे. मानवी स्वभाव हा वैश्विक असतो. त्यामुळे प्रत्येक व्यक्तीला होणारे आकलन सारखेच असते आणि म्हणून ज्ञान हे वैश्विक असते. उदाहरणार्थ, न्यूटनचा गुरुत्वाकर्षणाचा सिद्धांत. आपण जगाच्या पाठीवर कुठेही या नियमाची पडताळणी करून पाहू शकतो. वेगवेगळ्या राष्ट्रांतील अनेक माणसांनी एखादी वस्तू आकाशात फेकली तर ती खाली येते. हा प्रयोग आपण करून पाहू शकतो आणि आपले अनुमान एकच असते. ऑगस्त कॉम्ट (१७९८-१८५७) याच्या प्रत्यक्षार्थवादाने (Positivism) ऐतिहासिक घटितांच्या अभ्यासातून मानवी समाजाविषयीचे नियम/सिद्धांत (laws) मांडता येतात,

अशी मांडणी केली.

रांकेप्रणीत इतिहासलेखनपद्धतीची आणि ऑगस्त कॉम्टच्या प्रत्यक्षार्थवादाची चिकित्सा १८व्या शतकापासून सुरू झाली. इतिहास म्हणजे राजकीय घडामोडी आणि वर्णनात्मक इतिहास या कल्पनांना अतिशय प्रभावीपणे आणि पध्दतशीरपणे विरोध केला तो हेन्री बेर (१८६३-१९५४) आणि ॲनाल्स परंपरेचे अध्वर्यू असलेल्या ल्युसिन फेबव्र (१८७८-१९५६) व मार्क ब्लॉक (१८८६-१९४४) यांनी. घटिते म्हणजे समाजातील घडामोडींचा केवळ दृश्य भाग असतो. इतिहासाच्या हिमनगाचा अदृश्य भाग शोधून काढायचा तर अधिक सखोल दृष्टिकोनाचा अवलंब केला पाहिजे. खऱ्या अर्थाने मानवी इतिहास शोधून काढायचा असेल तर घटितांना प्रभावित करणारे, युगानुयुगे मानवी जीवनास आकार देणारे घटक - सामाजिक रचना, पर्यावरण, आर्थिक उलाढाली, सांस्कृतिक पैलू अशा सर्वच विषयांचे विश्लेषण केले पाहिजे; मानवी जीवनाला व्यापून राहणाऱ्या सर्वच पैलूंचा समावेश करणाऱ्या समग्र इतिहासाची मांडणी केली पाहिजे, असे ॲनाल्स परंपरेने अधोरेखित केले. इतिहास विषयाला आंतरविद्याशाखीय (Interdisciplinary) करण्याचे श्रेय ॲनाल्स परंपरेला दिले पाहिजे. तिने विविध विद्याशाखांच्या संशोधनपद्धती, संज्ञा-संकल्पना आयात करून ऐतिहासिक संशोधनासाठी त्यांचा अभिनवपणे वापर केला. यातून इतिहास या विषयाची एक नवी संशोधनपद्धती विकसित झाली. दस्तऐवजांप्रमाणेच साहित्य, कथा, लोकसाहित्य, गाणी, मौखिक परंपरा यांचे इतिहासलेखनात अतिशय महत्त्वपूर्ण योगदान असू शकते, याचे दिग्दर्शन त्यांनी केले. ॲनाल्स परंपरेचा इतिहासलेखनावर गहिरा प्रभाव पडला. यातूनच स्थानिक इतिहास, पर्यावरणाचा इतिहास, खाद्यसंस्कृतीचा इतिहास हे नवे प्रवाह विकसित झाले. केवळ समग्रलक्ष्यी इतिहास (Macro-History) महत्त्वाचा नसून अंशलक्ष्यी इतिहास (Micro-History) वा विशेष अभ्यास (Case Studies) हेही तेवढेच महत्त्वपूर्ण आहेत, या भूमिकेतून नवनवे संशोधन पुढे आले.

'स्थानिक इतिहासलेखन' हे ॲनाल्स परंपरेचे फलित असून युरोपात या परंपरेने स्थानिक इतिहासलेखनाला चालना दिली. इतिहासाची भौगोलिक निकषावर केली गेलेली पोटविभागणी म्हणजे स्थानिक इतिहासलेखन, अशी मांडणी या ग्रंथातील आपल्या लेखात डॉ. लहू गायकवाड यांनी केली असली तरी प्रत्येक गावाला आपली अशी एक संस्कृती असते, मानसिकता असते आणि त्याचाही स्थानिक इतिहासलेखनात समावेश केला पाहिजे, अशी भूमिका त्यांनी 'स्थानिक इतिहासलेखन' या लेखात घेतली आहे. एखाद्या गावाचा इतिहास लिहिताना त्या गावातील ऐतिहासिक, भौगोलिक, सामाजिक, धार्मिक, सांस्कृतिक, आर्थिक, राजकीय आणि प्रशासकीय असे सर्वच पैलू लक्षात घेतले पाहिजेत. अभ्यासासाठी या पैलूंचा विचार आपण स्वतंत्रपणे करतो. प्रत्यक्षात मात्र त्यांमध्ये जैविक

नाते असते, याची चर्चा लेखकाने विविध गावांतील प्रथा, उत्सव, वास्तू यांच्या संदर्भात अतिशय रोचक पद्धतीने केली आहे. या लेखात त्यांनी महाराष्ट्रातील स्थानिक इतिहासलेखनाचा आढावाही घेतला आहे.

प्रादेशिक इतिहासलेखन हा भारतामध्ये विकसित झालेला इतिहासलेखन-प्रवाह आहे. भारतासारख्या भौगोलिकदृष्ट्या विशाल देशात अनेक प्रदेशांत युगानुयुगे लोक आपापल्या भौगोलिक, सांस्कृतिक, मानसिक पृथगात्मतेसह नांदताना दिसतात. या प्रत्येक प्रदेशाला आपली उप-संस्कृती आहे, ऐतिहासिक वारसा आहे. संपूर्ण देशाचा इतिहास लिहिताना या प्रादेशिक इतिहासाचे विविध पैलू दुर्लक्षिले जाऊ शकतात. प्रादेशिक इतिहासलेखन हा त्या प्रदेशाच्या सखोल व सर्वांगीण अभ्यासाचा प्रयत्न असतो. स्वातंत्र्योत्तर काळात भारताच्या भाषावार प्रांतरचनेनंतर प्रादेशिक इतिहासलेखनाला चालना मिळाली असली तरी वासाहतिक काळापासूनच प्रादेशिक इतिहासलेखनाचे आविष्कार घडत होते, असे दिसते.

प्रादेशिक इतिहासलेखन म्हणजे तेथील रहिवाशांनी घेतलेला आत्मशोध असतो. जागतिकीकरणाच्या युगात सांस्कृतिक सपाटीकरण घडत असताना इतिहासलेखनाद्वारे स्थानिक व प्रादेशिक इतिहास, परंपरा, भाषा, संस्कृती जपणे आवश्यकही आहे; मात्र तो आत्मश्लाघा करणारा किंवा संकुचित प्रादेशिकतावादी होणार नाही, याची खबरदारी घेणे गरजेचे आहे, असा इशारा डॉ. राजा दीक्षित यांनी 'प्रादेशिक इतिहास' या लेखात दिला आहे. प्रादेशिक इतिहासावर संशोधन करू इच्छिणाऱ्या संशोधकाला इतिहासातील नवनव्या प्रवाहांची व सिद्धांतांची ओळख असली पाहिजे; त्यातूनच केवळ घटनांची जंत्री देणारे नव्हे तर चिकित्सक, अन्वयार्थी, सैद्धांतिक व आंतरविद्याशाखीय संशोधन पुढे येईल, हा आशावाद त्यांनी प्रकट केला आहे.

समग्र मानवी इतिहासाचा आग्रह धरणाऱ्या ॲनाल्स परंपरेने 'खाद्यसंस्कृतीचा इतिहास' या नव्या ज्ञानशाखेला चालना दिली. खाद्यसंस्कृतीचा इतिहास म्हणजे निव्वळ अन्नपदार्थांचा इतिहास नव्हे, तर अन्न पिकवण्यापासून त्यावर विविध प्रक्रिया करून संस्कारित झालेल्या अन्नाचा आस्वाद घेण्यापर्यंतच्या सर्व टप्प्यांचा इतिहास असे डॉ. मोहसिना मुकादम यांनी लेखाच्या प्रारंभीच विशद केले आहे. खाद्यसंस्कृतीच्या इतिहासाच्या उदयाला ॲनाल्स परंपरेच्या उद्गात्यांनी कशी चालना दिली, याची विस्तृत चर्चा त्यांनी या लेखात केली आहे. या इतिहासाचे लेखन करण्यासाठी अपारंपरिक साधने उपयुक्त ठरू शकतात, यावरही त्यांनी प्रकाश टाकला आहे. खाद्यसंस्कृतीच्या संदर्भात भारतासारख्या विपुलता व बहुविधता असलेल्या देशातील खाद्यसंस्कृतीच्या इतिहासाबाबत बरेच लिहिण्यासारखे आहे, याचे दिग्दर्शन त्यांनी या लेखात केले आहे. मात्र अजूनही भारतात विद्यापीठीय पातळीवरील अभ्यासक्रम, संशोधन, चर्चासत्र यांचे

विषय पाहता या विषयाबाबत उदासीनताच दिसून येते.

ॲनाल्स परंपरेने प्रसृत केलेल्या पर्यावरणाचा इतिहास या विषयाची चर्चा डॉ. लुईसा रॉड्रिग्ज यांनी आपल्या लेखात केली आहे. पर्यावरणाचा इतिहास हा इतिहासलेखनातील एक नवा प्रवाह आहे. ॲनाल्स परंपरेचे अध्वर्यू फर्नांद ब्रॉदेल यांनी या प्रवाहाला कसे प्रभावित केले, याची चर्चा करून भारतातील पर्यावरणविषयक इतिहासलेखनाचे विश्लेषण त्यांनी आपल्या लेखात केले आहे.

विसाव्या शतकात इतिहास म्हणजे काय येथपासून ते इतिहासविषयक तत्त्वज्ञान येथपर्यंत अनेक विषयांवर गहन चर्चा घडू लागल्या. व्हिल्हेल्म डिल्टी, क्रोचे, कार्ल बेकर, आर. जी. कॉलिंगवूड, इ. एच. कार या इतिहासकारांनी रांकेप्रणीत इतिहासलेखनपद्धतीवर आणि ऑगस्त कॉम्टच्या प्रत्यक्षार्थवादावर अधिक प्रखर टीका केली. इतिहास म्हणजे केवळ घटनावर्णन नव्हे. किंबहुना ऐतिहासिक साधनांमधून दिसणाऱ्या आणि भूतकाळात घडून गेलेल्या घटितांपैकी सर्वच घटितांना इतिहासात स्थान मिळत नाही. काही निवडक घटितेच ऐतिहासिक घटिते बनतात. ही निवड अर्थातच इतिहासकार करत असतो. या घटितांची फेरमांडणी इतिहासकार आपल्या मनात करत असतो. त्यांमध्ये कार्यकारणभाव शोधत असतो. घटनांचे निव्वळ वर्णन नव्हे तर या घटितांचा अन्वयार्थ लावण्याचा प्रयत्न करत असतो. मानवी कृतींचे केवळ बाह्यांग म्हणजेच उच्चारलेला व लिहिलेला शब्द, शारीरिक कृती, घडविलेली मूर्ती हा पुरावा म्हणून आपल्यापुढे असतो. या भौतिक आविष्कारांचा त्यामागील मनोभूमिका व मनोवृत्ती समजावून घेण्यासाठी आपल्याला उपयोग होतो. निव्वळ तपशील म्हणजे इतिहास नव्हे; त्या तपशिलांमागील विचार समजावून घेणे इतिहासाच्या कक्षेत येते. मानवी कृती वा संहिता यांचा अन्वयार्थ शोधण्यासाठी डिल्टी यांनी अर्थनिर्णयनशास्त्र (Hermeneutics) या नव्या संशोधनपध्दतीचा पुरस्कार केला. या पद्धतीचे सर्वात महत्त्वाचे सूत्र होते, मानवी कृतीचा अर्थ तिच्या ऐतिहासिक संदर्भातच शोधला पाहिजे.

इतिहास म्हणजे इतिहासकाराच्या मनामध्ये झालेली भूतकाळाची पुनरावृत्ती असते, अशी भूमिका आर. जी. कॉलिंगवूड यांनी घेतली. इतिहासकार वर्तमानाच्या ज्या बिंदूवर उभा असतो, तो वर्तमान इतिहासकाराला घटितांचे विश्लेषण करण्याची दृष्टी देतो. वर्तमान सतत बदलत असतो; म्हणून इतिहासाचे आकलनही बदलते. इ.एच.कार यांनी म्हटलेच आहे की, इतिहास म्हणजे वादग्रस्त घटितांच्या गराने वेढलेला अन्वयार्थाचा गाभा होय. भारतातील इतिहासलेखनही या विचारांनी प्रभावित झाले.

नूतन इतिहास (New History) हा शब्दप्रयोग पाश्चिमात्य जगतात इतिहासविषयक नवे तत्त्वज्ञान, नवे विचार मांडणाऱ्या विचारधारांना व पंथांना उद्देशून वापरला जातो. मात्र नवा इतिहास म्हणजे इतिहासलेखनासाठी केवळ नव्या विषयांची भर नव्हे. इतिहास हे

एक दर्शन आहे. इतिहास / भूतकाळ घडतो एकदाच. मात्र इतिहासाकडे बघण्याची दृष्टी नेहमी नवनवीन असते. मानवी समाज वर्तमानाच्या उंबरठयावर उभा राहून भूतकाळाचा वेध घेत असतो. वर्तमानकाळात एक व एकापेक्षा अधिक विचारप्रणाली (Ideology) अधिराज्य गाजवत असतात. विचारप्रणाली भूतकाळाचा अन्वयार्थ लावण्याचा एक परिप्रेक्ष्य आपल्याला प्रदान करतात. प्रत्येक विचारप्रणालीच्या चष्म्यातून इतिहासाचे होणारे दर्शन भिन्न भिन्न असू शकते. विसाव्या शतकातील इतिहासलेखन मार्क्सवाद-नवमार्क्सवाद (Marxism and Neo- Marxism), स्त्रीवाद (Feminism), प्राच्य-प्रणाली (Orientalism), उत्तराधुनिकतावाद (Postmodernism), अशा विविध विचारप्रणालींनी प्रभावित झाले आणि इतिहासाचे एक नवेच दर्शन मानवी जगतापुढे आले. प्रस्तुत ग्रंथात अशा नवनव्या पंथांनी इतिहासविषयक केलेल्या मांडणीची चर्चा केली आहे.

भारतामध्ये शास्त्रशुध्द इतिहासलेखनाची परंपरा १८ व्या शतकात वासाहतिक काळात सुरू झाली. युरोपीय विद्वानांनी भारताचा इतिहास, तत्त्वज्ञान, धर्म, भाषा, साहित्य, कला, स्थापत्य, कायदे, व्यापार अशा अनेक विषयांवर लेखन केले. वासाहतिक काळातील भारताविषयीच्या प्रारंभीच्या इतिहासलेखनामध्ये पौर्वात्यवादी इतिहासलेखनाने आपला अमिट ठसा उमटवला. (Orientalism या संज्ञेसाठी पौर्वात्यवादाप्रमाणेच प्राच्य-प्रणाली हाही शब्दप्रयोग केला जातो.) भारतातील राष्ट्रवादी इतिहासलेखनही या पौर्वात्यवादी विचारसरणीने प्रभावित झाले होते. या लेखनाचा परामर्श डॉ. राजा दीक्षित यांनी 'प्राच्य-प्रणाली आणि इतिहास' या लेखात घेतला आहे. भारतातील प्राच्यप्रणालीविषयी विश्लेषण करणारे लेखन मराठीत फारसे उपलब्ध नाही. तेव्हा या लेखाच्या रूपाने यासारख्या जटिल विषयाची चर्चा पहिल्यांदाच मराठीत आलेली आहे. या लेखात इंग्रजीतील अनेक क्लिष्ट संज्ञांसाठी समर्पक पारिभाषिक शब्द लेखकाने योजले आहेत, ही या लेखाची आणखी एक जमेची बाजू.

भारतातील प्राच्य-प्रणालीकारांमधील विविध संप्रदायांचे विश्लेषण त्यांनी लेखाच्या सुरुवातीलाच केले आहे. विसाव्या शतकातील एडवर्ड सैद यांच्या प्राच्य-प्रणालीविषयीच्या लेखनाने या लेखनाचा प्रभुत्ववादी चेहरा प्रकाशात आणला. सैद यांचे विवेचन मिशेल फुको व आंतोनिओ ग्रामची यांच्या विचारांनी प्रभावित झालेले होते. प्राच्य-प्रणाली म्हणजे पश्चिमी दृष्टिकोनातून केलेला पूर्वेच्या पौर्वात्यीकरणाचा प्रयत्न होता. राजा दीक्षित यांनी सैद यांच्या प्राच्य-प्रणालीविषयी केलेल्या विवेचनाची चर्चा केली आहे. तसेच त्यांनी दिलेल्या आकृतिबंधाच्या (paradigm) प्रकाशात भारतातील इतिहासलेखनाची चिकित्सा केली आहे. पूर्वविषयक पाश्चात्त्यनिर्मित पूर्वग्रहांच्या विळख्यातून मुक्त झालेले आणि स्वतंत्रपणे मांडणी करणारे भारतीय संशोधकांचे गेल्या काही दशकांत साकारलेले नवे संशोधन भारतातील इतिहासलेखनाला वासाहतिक मानसिक

व बौद्धिक गुलामगिरीतून स्वतंत्र करण्याच्या दृष्टीने महत्त्वपूर्ण आहे.

पौर्वात्यवादी लेखन केवळ आधुनिक काळापुरते मर्यादित नाही, तर त्याला एक प्राचीन वारसा आहे. डॉ. श्रद्धा कुंभोजकर यांनी 'पौर्वात्यवाद' या लेखात पूर्वेकडील देशांच्या संदर्भात प्राचीन काळापासून झालेले लेखन ते विसाव्या शतकात एडवर्ड सैद यांनी या लेखनाविषयी केलेले चिकित्सक विवेचन आणि त्या विवेचनाचे विश्लेषण असा विस्तृत परामर्श घेतला आहे. पौर्वात्यवाद हे वसाहतोत्तर काळातील स्वतंत्र देशातील अभ्यासकांना मिळालेले एक सैद्धांतिक हत्यार असले तरी पौर्वात्यवादाप्रमाणेच कोणताही परिप्रेक्ष्य त्या त्या काळातील राजकीय संदर्भासकट तपासला पाहिजे, असे दिग्दर्शन त्यांनी या लेखात केले आहे. डॉ. श्रद्धा कुंभोजकर यांनी पुस्तकासाठी दिलेला त्यांचा पौर्वात्यवादावरचा लेख मध्यंतरी 'समाज प्रबोधन पत्रिके'त छापला. तो तसाच या पुस्तकात घेतला आहे.

साठोत्तरी काळात स्त्रीवादी दर्शन आणि चळवळ एका नव्याच रूपात प्रकटली. गेल्या काही दशकांत स्त्रीवादी विचारधारेने सर्वच मानव्यविद्याशाखांना प्रभावित केले आहे. किंबहुना सामाजिक शास्त्रातील कोणत्याही अभ्यासक्रमात लिंगभावाशी निगडित प्रश्नांचा अंतर्भाव केलेला नसेल तर तो कालबाह्य व असंतुलित मानला जातो. 'स्त्रीवाद' या लेखात प्रस्तुत लेखिकेने उदारमतवादी ते पर्यावरणवादी स्त्रीवाद अशा स्त्रीवादातील विविध विचारप्रवाहांची चर्चा केली आहे. या प्रत्येक विचारधारेमुळे स्त्रीप्रश्नविषयक जाण प्रत्येक टप्प्यावर कशी अधिक प्रगल्भ व सखोल होत गेली, याचे दिग्दर्शन तिने या लेखात केले आहे. या प्रवाहांनी विकसित केलेल्या लिंगभाव, लैंगिकता, पितृसत्ता, यांसारख्या संकल्पनांच्या आधारे राज्य, अर्थव्यवस्था, समाजव्यवस्था, धर्म, विकास-प्रक्रिया, ज्ञाननिर्मिती, संस्कृती, साहित्य व कला यांविषयीचे जे नवे आकलन पुढे आले, त्याचा मागोवा तिने या लेखात घेतला आहे.

साठोत्तरी स्त्रीवादी चळवळींना स्त्रिया भूतकाळात काय करत होत्या, हे तपासून पाहण्याची गरज भासली. यातूनच मागील वीस-पंचवीस वर्षांत भारतीय इतिहासाची स्त्रीवादी दृष्टिकोनातून मांडणी करणारे, लिंगभाव इतिहासाची पुनर्रचना करणारे कसदार संशोधन पुढे आले आहे. या इतिहासाचा परामर्श प्रस्तुत लेखिकेने 'स्त्रीवादी इतिहास' या लेखात घेतला आहे. स्त्रियांच्या इतिहासाचे लेखन करताना नव्या स्रोतांचा शोध घेत प्रागैतिहासिक ते आधुनिक अशा काळाच्या विशाल पटावर स्त्रियांविषयीचे जे विस्मयकारी आकलन पुढे आले, त्याची चर्चा तिने या लेखात केली आहे.

लिंगभाव अभ्यास म्हणजे स्त्रीत्व, पुरुषत्व अशा सर्व प्रकारच्या लिंगभावाच्या सामाजिक जडणघडणीचा अभ्यास. मागील काही वर्षांत पुरुषत्वाचा अभ्यास या ज्ञानशाखेचा आरंभ व विकास कसा झाला, याची युरोपातील व भारताच्या संदर्भातील

मीमांसा केदार देशमुख यांनी आपल्या लेखात केली आहे. युरोप व भारतात स्त्रीवादसमर्थक वा पुरुषांच्या हक्कांचे समर्थन करणारे गट अशा दोन्ही पद्धतींचे पुरुषत्वाचे राजकारण विकसित झाले, याचे दिग्दर्शन त्यांनी आपल्या लेखात केले आहे. भारतातील पुरुषत्वाविषयीचे ऐतिहासिक संशोधन फारच थोडे असून या विषयावर बरेच संशोधन होण्याची गरज आहे, असे मत त्यांनी व्यक्त केले आहे. तसेच पुरुष अभ्यासकेंद्रांच्या कृती स्त्रीवाद-विरोधी असल्यास अशा केंद्रांना तात्त्विक विरोध केला पाहिजे, अशी वैचारिक भूमिका त्यांनी घेतली आहे.

जातवर्गलिंगभावदास्यान्त हा इतिहासाकडे पाहण्याचा एक नवा परिप्रेक्ष्य आहे. या दृष्टिकोनानुसार भारतातील मुख्यप्रवाही इतिहास हा ब्राह्मणी इतिहास असून त्याने बहुजनांना इतिहासातून वगळले. भारतातील साम्राज्यवादी, राष्ट्रवादी, मार्क्सवादी, स्त्रीवादी व सबाल्टर्न अशा सर्व विचारप्रवाहांनी जात, वर्ग व लिंगभाव या कोटिक्रमांतील आंतरविभागीयता (Intersectionality) लक्षात घेतली नाही. महात्मा फुले यांनी भारताचा इतिहास हा वर्णसंघर्षाचा इतिहास आहे, असे सूत्र दिले. या सूत्रावर आधारलेला आणि जात-वर्ग-लिंगभाव यांच्या एकत्रित विश्लेषणाच्या आधारे भारतीय इतिहासाची मांडणी करणाऱ्या प्रवाहाची चिकित्सा डॉ. नारायण भोसले यांनी आपल्या लेखात केली आहे. या लेखात जातवर्गलिंगभावदास्यान्त इतिहासमीमांसेच्या प्रमुख वैशिष्ट्यांची चर्चा त्यांनी केली आहे. तसेच महात्मा फुले व बाबासाहेब आंबेडकर यांनी या इतिहासलेखनाला दिलेल्या योगदानाचा परामर्श घेतला आहे.

डॉ. अनू सक्सेना यांनी 'नवमार्क्सवाद' या लेखात विसाव्या शतकातील प्रमुख मार्क्सवादी विचारवंतांच्या विचारसरणीचा परामर्श घेतला आहे. जॉर्ज लुकाच, आंतोनिओ ग्रामची, होर्खायमर, थिओडोर ॲडोर्नो, हर्बर मार्कस व जर्गेन हाबरमास या तत्त्वज्ञांनी अभिजात मार्क्सवादी परंपरेतील उणिवा दूर करत मानवी अनुभवांच्या विविध पैलूंचे परीक्षण केले. भांडवलशाहीने निर्माण केलेल्या तंत्रज्ञानातून मानवी व्यवहारातील व संबंधांतील वर्चस्वाचे जे नवे प्रकार उदयाला आले, त्यासंदर्भात नवमार्क्सवादी तत्त्वज्ञांचे योगदान महत्त्वपूर्ण आहे आणि जागतिकीकरणाच्या संदर्भात आजही प्रस्तुत आहे, अशी भूमिका अनू सक्सेना यांनी आपल्या लेखात घेतली आहे.

डॉ. रणजीत गुहा यांनी संपादित केलेल्या सबाल्टर्न स्टडीजच्या अनेक खंडांमधून भारतीय स्वातंत्र्य चळवळीला कामगार, आदिवासी, शेतकरी, स्त्रिया, दलित अशा वंचित गटांनी दिलेल्या योगदानाची चिकित्सा करणारे लेखन गेल्या काही वर्षांत पुढे आले आहे. डॉ. चैत्रा रेडकर यांनी या इतिहासाची चिकित्सा 'इतिहास लेखनाविषयीचा सबाल्टर्न दृष्टिकोन' या लेखात केली आहे. केवळ तळागाळातील लोकांच्या जगण्याचा आलेख म्हणजे सबाल्टर्न इतिहास नव्हे, तर त्यामागे एक सैद्धांतिक भूमिका आहे, असे त्यांनी

लेखाच्या सुरुवातीलाच नोंदवले आहे. राष्ट्रवादाचा व उदारमतवादी लोकशाहीकरणाचा प्रकल्प आणि भारतातील भांडवलशाहीचे स्वरूप व वर्गसंघर्षाच्या शक्यतांविषयीच्या साम्यवादी धारणा यांबद्दलची एक विशिष्ट अशी वैचारिक भूमिका हा सबाल्टर्न इतिहासलेखनाचा पाया आहे, असे त्यांनी नमूद केले आहे. या लेखात त्यांनी सबाल्टर्नकारांनी भारतातील इतिहासलेखनाविषयी उपस्थित केलेल्या काही ठळक मुद्यांचे विश्लेषण केले आहे ; तसेच सबाल्टर्न इतिहासकारांच्या वैचारिक धारणांचा आणि त्यांविषयीच्या काही विवादांचा परामर्श त्यांनी या लेखात घेतला आहे.

ज्ञानोदयाने स्वीकारलेल्या इतिहासविषयक एकरेषीय, प्रागतिक अशा सर्वच धारणांना नाकारत उत्तराधुनिकतावादाने इतिहास आणि साहित्य यांच्यातील सीमारेषा धूसर केल्या, अशी मांडणी डॉ. पुतुल साठे यांनी आपल्या लेखात केली आहे. उत्तराधुनिकतावादाने इतिहास विद्याशाखेची संकल्पना, संशोधनपद्धती यांवर जे आक्षेप घेतले, त्यांची मीमांसा त्यांनी केली आहे. मात्र त्यातील स्वीकारार्ह व सकारात्मक बाजूही मांडल्या आहेत. मिशेल फुको यांनी इतिहासाच्या क्षितिजावर नव्या विषयांचे स्वागत केल्याने इतिहासाचा परीघ अधिक व्यापक बनला आहे आणि महाकथनांप्रमाणेच अंशलक्ष्यी इतिहासाचे स्वागत केले पाहिजे, ही भूमिका त्यांनी घेतली आहे.

गेल्या काही दशकांत इतिहासाच्या भगवीकरणाचे अनेक आविष्कार पुढे आले. भारतातील जमातवादी (Communal) विचारव्यूहावर पोसलेले जमातवादी इतिहासलेखन भारतीय इतिहासाचे विकृत (distorted) चित्रण करत भारताच्या सशक्त, निधर्मी, बहुभाषिक, बहुसांस्कृतिक, बहुधर्मी परंपरांना आव्हान देत आहे. याची चर्चा प्रा. चित्तरंजन दास यांनी 'जमातवाद आणि इतिहास' या लेखात केली आहे.

जमातवाद म्हणजे काय याची चर्चा करून दास यांनी जमातवादाची पाळेमुळे वसाहतपूर्व काळापासून ते वासाहतिक स्थित्यंतर किंवा वर्तमान काळातील बदलापर्यंत अशा भारतीय इतिहासाच्या विविध कालखंडांत शोधता येतात, अशी मांडणी केली आहे; मात्र तिचा आरंभ हा प्रामुख्याने वासाहतिक धोरण, धार्मिक पुनरुज्जीवन व प्रतिनिधित्वाचे सरकार यांमध्ये दिसतो, अशी भूमिका त्यांनी घेतली आहे. इतिहासलेखन हे वासाहतिक काळात जमातवादी जाणीव आणि विचारप्रणाली निर्माण करणारे एक प्रमुख क्षेत्र बनले. हिंदू सभ्यता म्हणजेच आर्य सभ्यता असे समीकरण मांडून साम्राज्यवादी, पौर्वात्यवादी व राष्ट्रवादी इतिहासकारांनी इतिहासलेखनातून जमातवाद रुजवला आणि आजही निधर्मी हेतू साध्य करण्यासाठी जमातवादी मांडणीचा वापर होत आहे, असे त्यांनी सुचविले आहे.

पुस्तकात चर्चिलेल्या आणि न चर्चिलेल्या अनेक प्रवाहांना समृध्द करणारे नवे ऐतिहासिक संशोधन गेल्या काही वर्षांत पुढे आले आहे. स्थानिक इतिहास (Local

History), प्रादेशिक इतिहास (Regional History), नागरी इतिहास (Urban History), खाद्यसंस्कृतीचा इतिहास (Culinary History), संस्कृतीचा इतिहास (History of Culture), क्रीडा-क्षेत्राचा इतिहास (History of Sports), स्त्रियांचा इतिहास (Women's History), पुरुषत्वाचा इतिहास (History of Masculinity), लिंगभाव इतिहास (Gender History), पर्यावरणाचा इतिहास (History of Environment), वैद्यकशास्त्र, विज्ञान व तंत्रज्ञानाचा इतिहास (History of Medicine, Science and Technology) साहित्याचा इतिहास (History of Literature) असे कितीतरी नवे विषय इतिहासाच्या क्षितिजावर अवतीर्ण झाले आहेत. यांपैकी काही विषयांची चर्चा या पुस्तकात केली आहे. विद्यार्थ्यांनी व जिज्ञासू वाचकांनी या पुस्तकात न चर्चिलेल्या इतर विषयांशीही परिचय करून घ्यावा. त्यासाठी प्रस्तावनेच्या शेवटी दिलेली संदर्भग्रंथसूची अवश्य पाहावी.

हे चित्र सुखावह असले तरी मुख्य प्रश्न आहे- इतिहासविषयक ज्ञानाच्या लोकशाहीकरणाचा (democratisation of historical knowledge). विविध विद्यापीठांच्या इतिहास विषयाच्या अभ्यासक्रमांवर ओझरती नजर टाकली तर इतिहासातील नव्या प्रवाहांवर आधारित एखाद-दुसरा विषय वैकल्पिक म्हणून अंतर्भूत केला जातो आणि मुख्यप्रवाही इतिहासाची चौकट अबाधित राखण्याची चलाखी केली जाते, असे दिसते. कित्येकदा शालेय पातळीवरील अभ्यासक्रम म्हणजे नव्या बाटलीत जुनीच दारू भरण्याचाच प्रकार असतो. इतिहासविषयक नवे संशोधन शालेय, महाविद्यालयीन पाठ्यपुस्तकांतून समस्त समाजापर्यंत पोहोचवण्यासाठी संशोधकांनी आपल्या विद्यापीठीय हस्तिदंती मनोऱ्यातून बाहेर पडून लोकशिक्षणाची कास धरणे आवश्यक आहे; कारण इतिहास लिहिणे हाच इतिहास घडवण्याचा एकमेव मार्ग आहे.

२१व्या शतकात भारतीय इतिहासाला एका बाजूला उत्तराधुनिकतावादाचे आणि नवसाम्राज्यवादाचे, तर दुसऱ्या बाजूला संकुचित प्रादेशिकतावादाचे आणि जमातवादाचे आव्हान पेलावे लागत आहे. पाठ्यपुस्तकांच्या निर्मितीतील राजकीय हस्तक्षेप वाढतो आहे. निकोप ऐतिहासिक संशोधनासाठी लागणारा अवकाश संशोधकांना मिळेनासा झाला आहे. इतिहासाबाबत समाज अतिशय संवेदनशील आणि असहिष्णू बनला आहे. इतिहासाचे अभ्यासक ही आव्हाने कशी पेलतात, हे काळच ठरवेल. हे शिवधनुष्य अनेक अभ्यासक पेलू बघत आहेत. त्या सर्व अभ्यासकांना शुभेच्छा.

संदर्भग्रंथसूची

१. Arnold David, (ed.) *Colonizing the Body : State, Medicine and Epidemic Diseases in Nineteenth Century India*, OUP, New Delhi, 1993.

२. Budd, Adam, *The Modern Historiography Reader, Western Sources*, Routledge, London, 2009.

३. Carr, E. H., *What is History?,* Vintage Books, New York, 1976.

४. Collingwood, R. G., *The Idea of History,* Oxford University Press, Oxford, 1994.

५. Huges-Warrington, Mavine, *Fifty Key Thinkers on History*, Routledge, London, 2000.

६. Marwick, Arthur, *The New Nature of History : Knowledge, Evidence, Language,* Palgrave, London, 2001.

७. Ramanna, Mridula, *Western Medicine and Public Health in Colonial Bombay : 1845-1895. New Perspectives in South Asian History*, Orient Longman, Hyderabad, 2001.

८. Shirgaonkar, V. S., *Eighteen Century Deccan : Cultural History of the Peshawas*, Aryan Books International, New Delhi, 2010.

९. Skinner, Quentin, *The Return of Grand Theory in the Human Sciences*, Camrbidge University Press, Cambridge, 1990.

१०. Sreedharan, E., *A Textbook of Historiography, 500 Bc to AD 2000*, Orient Longman, Hyderabad, 2004.

११. Steel, Valerie, Fashion *and Eroticism-Ideals of Feminine Beauty from the Victorian Era to the Jazz age,* Oxford University Press, Oxford, 1985.

१२. Steel, Valerie, *Paris Fashion : A Cultural History*, Oxford University Press, Oxford, 1988.

१३. Tannahill, Reay, *Food in History,* Three Rivers Press, New York, 1988. (First Edition : 1973).

१४. Webb, Mark, *The Heritage of Dress- Being Notes on the History and Evolution of Clothes,* http://www.gutenberg.org/files/42682/42682-h/42682-h.htm (First Edition : 1912).

अनुक्रम

स्थानिक इतिहासलेखन

डॉ. लहू गायकवाड

इतिहास या संस्कृत शब्दाचा अर्थ 'इति+ह+आस' म्हणजे 'असे झाले', 'याप्रमाणे घडले'. यामध्ये सर्व घडलेल्या गोष्टी जशा घडल्या तशाच सांगितल्या जाणे अभिप्रेत आहे.[१] इतिहासाच्या व्याख्येमध्ये 'असे असे झाले' असे म्हटले तरी काय व कसे झाले हे सांगणारा अभ्यासक इतिहासकथनाच्या प्रक्रियेमध्ये आपली स्वतःची एक दृष्टी ठेवत असतो. इतिहास-अभ्यासक आवश्यकतेनुसार व आपल्या सोयीसाठी इतिहासाच्या कालखंडाचे विभाजन करतो. इतिहासलेखनासाठी निवड केलेला प्रदेश किंवा कालखंड हा इतिहासलेखकाच्या विशिष्ट गरजेमधून आणि मनोभूमिकेतून निर्माण होत असतो. आजच्या संस्कृतीमध्ये राष्ट्र आपले निष्ठास्थान आहे. राष्ट्रीयता हे एक मूल्य आहे आणि म्हणूनच राष्ट्रीय इतिहासामध्ये रस निर्माण होतो. राष्ट्रीयत्वाप्रमाणेच इतरही काही मूल्ये व निष्ठा यांच्या आधाराने इतिहासलेखन व इतिहासकथन केले जाते. त्यामधूनच विविध धर्म, जाती, लहान लहान प्रदेशांचे इतिहास निर्माण होण्यास मदत होते.[२]

इतिहासलेखन ही अखंडपणे चालणारी प्रक्रिया आहे. इतिहासाच्या जडणघडणीमध्ये समाजातील विविध घटकांचा सहभाग असतो. कारण इतिहास हा घटक मुळातच व्यक्ती, समाज, स्थल व काल या चार घटकांनी मिळून बनलेला आहे.[३] इतिहासामध्ये 'स्थल' किंवा ठिकाण हा घटक महत्त्वाचा आहे. उदा. एखादी लढाई कोणत्या दोन सत्तांमध्ये झाली, याचा अभ्यास करताना ती लढाई जेथे झाली, त्या ठिकाणाचे भौगोलिक महत्त्वही ध्यानात घ्यावे लागते.

इतिहासलेखनासाठी प्रत्येक गाव ऐतिहासिकदृष्ट्या महत्त्वाचा आहे. प्रथम गावचे इतिहासलेखन, तालुक्याच्या स्थलाचे इतिहासलेखन अशी मांडणी केल्यास प्रादेशिक व राष्ट्रीय इतिहासामध्ये भर घालता येईल.

प्रादेशिक इतिहास (Regional History)

इतिहास हा अतिव्याप्त विषय आहे. अभ्यासाच्या सोयीसाठी वेगवेगळ्या प्रकारे त्याची विभागणी केली जाते. उदा. प्राचीन, मध्ययुगीन व आधुनिक अशी काळाच्या निकषावर केली जाणारी विभागणी. अशीच स्थलाच्या निकषावर केली जाणारी विभागणी म्हणजे जागतिक इतिहास, राष्ट्रीय इतिहास, प्रादेशिक इतिहास आणि स्थानिक इतिहास. प्रादेशिक इतिहास व विशेषतः त्याचा पोटविभाग म्हणता येईल असा स्थानिक इतिहास हे दोन्हीही महत्त्वाचे असल्याने त्या दोहोंचा आता विचार करू.

डॉ. राजा दीक्षित यांनी 'प्रादेशिक इतिहासाचा वर्तमान संदर्भ' या लेखात 'प्रादेशिक इतिहास' या संकल्पनेची पद्धतशीर मांडणी केलेली आहे[४]. ते म्हणतात, ''भव्य एकत्वाशी जोडलेल्या 'विभागा'च्या अतिविशिष्टत्वाचा वेध प्रादेशिक इतिहास घेतो.... इतिहास हा वैश्विकता आणि विशिष्टता या दोहोंचा घेतलेला वेध असतो. त्यातील अनेकदा दुर्लक्षित राहणारा विशिष्टतेचा पैलू प्रादेशिक इतिहासामुळे प्रकाशात येतो.''[५]

त्यांनी म्हटल्याप्रमाणे, '' 'प्रदेश' ही संकल्पनासुद्धा अधिक काटेकोरपणे निश्चित केली पाहिजे. 'सीमाबद्ध भूभाग' अशी प्रदेशाची व्याख्या करता येईल. 'प्रदेश' म्हटला की सीमा आल्या, दिशा आल्या, नकाशाबद्धता आली. याचा अर्थ, प्रदेश ही मूलतः भौगोलिक संज्ञा आहे; पण प्रदेशाचा निव्वळ भौगोलिक विचार अपुरा ठरतो. इतिहासाच्या अभ्यासात भौगोलिकतेच्या जोडीला मानसिकतेचा घटकही विचारात घ्यावा लागतो. 'प्रदेश' नावाच्या ऐतिहासिक प्रवर्गाला जशी भौगोलिक, तशीच मानसिक सीमाबद्धता असते. प्रत्येक प्रदेशाला त्याची अशी एक मानसिकता असते, अस्मिता असते, संस्कृती (निदान उप-संस्कृती) असते. इतिहास ही एका अर्थाने आपली अस्तित्व-ओळख असते, आत्मशोध असतो, आत्मबोध असतो. एकदा हे लक्षात घेतले की, प्रादेशिक इतिहासाचे महत्त्व किती अनन्यसाधारण आहे हे पटू शकते. 'जननी आणि जन्मभूमी या स्वर्गापेक्षाही श्रेष्ठ होत', अशा अर्थाचे एक संस्कृत वचन आहे. 'जन्मभूमी' म्हटले की, जागतिक संदर्भात आपण आपल्या देशाचा उल्लेख करतो आणि तो योग्यही आहे. पण 'जन्मभूमी' हा शब्द उच्चारताना आपले जन्मगावसुद्धा स्वाभाविकपणे आपल्या मनात असते. 'गाववाले' म्हणून दोन व्यक्ती एकमेकांचे नाते पुकारतात तेव्हा त्याला मातीचा सुगंध असतो. हे मातीतले रुजलेपण फार महत्त्वाचे आहे. देशाची माती आपल्याला प्यारी असते. गावची माती ही देशाच्या मातीचाच एक भाग असते; गावच्या मातीची म्हणून एक खास ऊब आपल्याला जाणवते. ऐतिहासिक संदर्भात आपल्या प्रादेशिकतेची सुरुवात गावापासून होते. (म्हणूनच स्थानिक इतिहासाला प्रादेशिक इतिहासाचा पोटविभाग म्हणता येईल.) पण ही प्रादेशिकता गावाच्या भौगोलिक सीमा ओलांडून विभागाच्या सांस्कृतिक

सीमांमध्ये पसरते. म्हणून प्रादेशिक इतिहासाची मांडणी करताना मुळात त्याच्या सांस्कृतिक सीमा ठरवाव्या लागतात. असे सीमांकन हा विशिष्टतेचा शोध असतो; त्याला संकुचितपणा म्हणणे गैर आहे. छोट्या अस्मितांचे मोठ्या अस्मितेशी सदैव भांडण असते, असे मानण्याचे कारण नाही. अनेकदा मोठ्या अस्मितेच्या पोटात छोट्या अस्मिता सुखाने नांदत असतात.... या गोष्टींचे पूर्ण द्वैत नाही; पण पूर्ण अद्वैतही नाही. हा सारा एक विशिष्टाद्वैताचा खेळ आहे. तो निकोप पद्धतीने खेळण्याचे पथ्य पाळले तर प्रादेशिक इतिहासाचा समृद्ध आविष्कार पाहायला मिळू शकतो. एवढेच नव्हे, तर राष्ट्रीय इतिहासाला समृद्धी आणण्यातही त्याचा हातभार लागू शकतो.''[६] ते म्हणतात, ''प्रादेशिक इतिहासात भौगोलिकतेला महत्त्व असले, तरी मानसिकता व संस्कृती अधिक महत्त्वाची असते.''[७] डॉ. राजा दीक्षित यांनी 'प्रादेशिक इतिहास हा संकुचित प्रादेशिकतावादी (Parochial) असता कामा नये हे महत्त्वाचे पथ्य' अधोरेखित केले आहे.[८]

इतिहासाच्या जडणघडणीमध्ये समाजामधील प्रत्येक घटकाचा वाटा असतो. प्रत्येक स्तरातील व्यक्ती, घटना यांच्या माध्यमातून स्थलकालसापेक्ष इतिहास घडत असतो. स्थानिक व प्रादेशिक इतिहासातून राष्ट्रीय इतिहास आकार घेतो. प्रादेशिक इतिहासाच्या माध्यमातूनच राष्ट्राचा एकीकृत इतिहास साकार होत असतो. प्रादेशिक इतिहासाच्या मांडणीमध्ये भूतकाळ हा राष्ट्रीय नव्हे, तर स्थानिक परिवेशामध्ये सामावलेला असतो. स्थानिक व प्रादेशिक इतिहास यांच्या साहाय्याने राष्ट्राचा सर्वांगीण इतिहास लिहिला जाऊ शकतो. प्रादेशिक व स्थानिक इतिहास हा राष्ट्रीय इतिहासाचा अविभाज्य भाग आहे. म्हणूनच जागतिक इतिहासाला व राष्ट्रीय इतिहासाला 'Macro Study' तर प्रादेशिक इतिहासाला 'Micro Study' म्हणतात.[९] या दोन प्रकारांना मराठीत अनुक्रमे 'समग्रलक्ष्यी अभ्यास' व 'अंशलक्ष्यी अभ्यास' म्हणता येईल.

महाराष्ट्र राज्यनिर्मितीनंतर महाराष्ट्रातील उपप्रादेशिक अस्मिता वाढू लागल्या. विदर्भ, खानदेश, मराठवाडा, कोकण इ. प्रदेशांचे इतिहास अभ्यासण्याची ओढ स्वाभाविकपणे उद्भवली. विद्यापीठीय संशोधनातून अशा अभ्यासाला उत्तेजन मिळू लागले. विसाव्या शतकाच्या संधिकालात प्रादेशिक-स्थानिक इतिहासलेखनाला अधिक चालना मिळाली. महाराष्ट्रही त्याला अपवाद नाही. विसाव्या शतकाच्या उत्तरार्धात त्र्यंबक शंकर शेजवलकरांच्या 'कोकणच्या इतिहासाची पार्श्वभूमी' (१९६१) या ग्रंथापासून श. गो. कोलारकर - गो. मा. पुरंदरे यांच्या 'विदर्भाचा इतिहास' (१९९७) यांसारख्या ग्रंथापर्यंत प्रादेशिक इतिहासलेखनाची एक मालिकाच आढळून येते.[१०]

स्थानिक इतिहास (Local History)

डॉ. राजा दीक्षित यांनी प्रादेशिक इतिहासाबद्दल केलेली उपरोल्लेखित मांडणी

स्थानिक इतिहासालासुद्धा बऱ्याच प्रमाणात लागू पडते. स्थानाची भौगोलिक मर्यादा लहान आहे. प्रदेश ही संकल्पना सापेक्ष आहे. स्थानिक इतिहासामध्ये गावाचा इतिहास समाविष्ट केला जातो. परंतु गावाच्या एखाद्या भागाचा किंवा एखाद्या पेठेचा इतिहास हा मुद्दा स्थानिक इतिहासामध्ये समाविष्ट करता येतो. तसेच एखाद्या विद्यापीठाचा इतिहास हासुद्धा स्थानिक इतिहास म्हणून गणला जाऊ शकतो.

स्थानिक इतिहासामध्ये इतिहासलेखनासाठी निवडलेल्या स्थानाच्या भौगोलिक घटकांप्रमाणे सांस्कृतिक व मानसिक घटकही अतिशय महत्त्वाचे आहेत. डॉ. अरुण टिकेकर यांनी संपादित केलेल्या 'शहर पुणे : सांस्कृतिक संचिताचा मागोवा...', या पुस्तकाच्या पहिल्या खंडाच्या प्रस्तावनेमध्ये स्थानिक इतिहासाची चर्चा केली आहे.[११] त्यांनी स्थानिक इतिहासासाठी 'स्थानीय इतिहास' असा शब्दप्रयोग केला आहे. ''स्थानीय इतिहास' अथवा 'Local History' ही पाश्चिमात्य देशांमध्ये प्रगत झालेली व आता मान्यता पावलेली संकल्पना आहे... 'Local History' ही संकल्पना नवीन असली तरी जुन्या काळातील अनेक लेखकांनी शहरांविषयी, सांस्कृतिक केंद्रांविषयी लिहिताना ती अनुसरली आहे. आपल्याकडे स्थलमाहात्म्य सांगणाऱ्या अनेक पोथ्या मिळत होत्या. त्यांचाच हा नवा व शास्त्रीय अवतार म्हणता येईल. त्या पोथ्यांच्या लेखकांनाही 'स्थानीय इतिहासकार' म्हणता येईल.'' 'Local History' ही पाश्चात्त्य संकल्पना आपल्याकडे रुजली, तेव्हा तिचे मराठीकरण 'स्थानिक इतिहास' असे केले गेले. पण श्री. टिकेकर याबाबत थोडी वेगळी भूमिका घेतात. त्यांच्या मते, 'Local History' या संकल्पनेच्या 'स्थानीय इतिहास' या मराठीकरणात Localised History आणि History of Localities या दोन्ही संकल्पना अंतर्भूत आहेत. म्हणून श्री. अरुण टिकेकर यांना 'स्थानिक इतिहास' या शब्दप्रयोगापेक्षा 'स्थानीय इतिहास' हा शब्दप्रयोग अधिक समर्पक वाटतो.[१२]

प्रत्येक गाव ऐतिहासिक दृष्ट्या महत्त्वाचा आहे. त्या गावाच्या 'स्थाना'शी संबंध असलेल्या व्यक्तीच्या मते, ते गाव ज्यावेळी सुस्थापित झाले, त्यावेळेपासून गावाविषयी आणि गावकऱ्यांविषयी जिव्हाळा वाटणे ही स्वाभाविक भावना असल्यामुळे तो प्रत्येकाचा स्वभावधर्म असतो. 'स्थानिक इतिहास' लिहिताना इतिहासकार त्या भावना ऐतिहासिक घटना आणि त्या घटनांशी संबंधित असलेल्या व्यक्ती यांच्या आधारे शब्दबद्ध करतो. कधी स्वत:च्या स्मरणातून तर कधी इतरांना बोलके करून त्यांच्याकडून वदवून घेतलेल्या 'मौखिक इतिहासा'च्या (Oral History) रूपात मांडतो.

स्थानिक इतिहासाचे लेखन, ''हा एका अर्थानं भूतकाळात रमू पाहणाऱ्यांचा छंद. आपल्या गावाच्या वा शहराच्या गतकाळाबद्दल तसंच त्या शहरातील आपल्या ऋणानुबंधांबद्दल आपुलकी, प्रसंगी अभिमान वाटणं ही सहजभावना होय. आपल्या गावाबद्दलच्या काही स्मृती आनंददायक, तर काही क्लेशदायक असू शकतात. पण

घटना घडून बरीच वर्षे उलटल्यामुळे आनंददायक व क्लेशदायक अशा दोन्ही स्मृतींबद्दल कातरता येत असते. ही स्मृतिकातरता प्रभावी शैलीत पकडण्यावर 'स्थानीय इतिहास'काराचं यश अवलंबून असतं.[१३]

गावाचे इतिहासलेखन करताना गावातील वास्तू महत्त्वाच्या ठरतात. त्या इतिहास सांगणाऱ्या असतात. वास्तूंनी त्या त्या काळाचे प्रतिनिधित्व केलेले असते. एखादी ऐतिहासिक वास्तू पाहताच अंगावर रोमांच उभे राहात असतील तर ते ऐतिहासिक पद्धतीने शब्दबद्ध करावयास हवेत. एडवर्ड गिबन (१७३७-१७९४) हा इंग्रज इतिहासकार १५ ऑक्टोबर १७६४ रोजी रोम शहर पाहण्यासाठी गेला असता तेथील टेकडीवरच्या देवालयाचे भग्नावशेष पाहून त्याला, रोमच्या ऱ्हासाची कहाणी लिहावी ही कल्पना सुचली. तसे त्याने त्याच्या आत्मचरित्रामध्ये नमूद केले आहे. ते शब्दबद्ध करण्यासाठी त्याने पुढील अनेक वर्षे खर्च केली.[१४]

गावाचा इतिहास लिहिणे हा स्थानिक इतिहासाचा एक भाग आहे. स्थानिक इतिहास हा प्रादेशिक इतिहासाचा एक उपविभाग आहे. एखाद्या स्थानाभोवती किंवा ठिकाणाभोवती केंद्रित राहून त्या स्थानाचे इतिहासलेखन करणे म्हणजे स्थानिक इतिहासलेखन करणे होय. भौगोलिकदृष्ट्या प्रादेशिक इतिहास ही इतिहासलेखनाच्या प्रांतातील त्या मानाने नव्याने उदयास आलेली ज्ञानशाखा आहे. मराठी भाषेतील लेखनविश्वात या शाखेची पावले मोठ्या प्रमाणात उमटलेली दिसत नाहीत. तरीही महाराष्ट्रातील इतिहास-अभ्यासक, साहित्यिक, पत्रकार व इतर अभ्यासकांनी आपल्या लेखनामधून स्थानिक इतिहासलेखनात योगदान दिले आहे.[१५] स्थानिक इतिहासलेखनाची दृष्टी आता प्रगत होत आहे.

स्थानिक इतिहासलेखनाचा आढावा

इंग्लंडमध्ये १६ व्या शतकात स्थानिक इतिहासलेखनाची प्रक्रिया सुरू झाली. त्याचवेळी फ्रान्समध्ये स्थानिक किल्ले, नाणी, चर्च, शस्त्रास्त्रे, संग्रहालये, घराणी इ. चा इतिहास लिहिला जाऊ लागला. १९ व्या शतकात हा लेखनप्रवाह अमेरिका खंडामध्ये पोहोचला. अमेरिकेमध्ये १९ व्या शतकामध्ये व्यापारी, उद्योगपती, प्रसिद्ध व्यक्ती, चर्चचा कारभार पाहणारे अधिकारी व मिशनरी यांनी १८४० मध्ये आपापल्या क्षेत्रातील उद्योगांचा व व्यवसायाचा इतिहास लिहिण्यास सुरुवात केली. इंग्लंडहून येऊन अमेरिकेमध्ये स्थायिक झालेल्या लोकांनी स्थानिक पातळीवरील उद्योग, अमेरिकन स्वातंत्र्ययुद्धात भाग घेतलेले स्थानिक नेते, स्थानिक भौगोलिक घटकांचा अभ्यास करून त्याविषयीच्या स्थानिक इतिहासाची मांडणी केली.[१६]

महाराष्ट्रामध्ये गोविंद नारायण माडगावकरांचा १८६३ मध्ये प्रसिद्ध झालेला 'मुंबईचे

वर्णन' हा ग्रंथ, ना. वि. जोशी यांचा १८६८ मध्ये प्रकाशित झालेला 'पुणे शहराचे वर्णन' हा ग्रंथ यांच्याद्वारे एकोणिसाव्या शतकाच्या उत्तरार्धातच मराठीमध्ये स्थानिक इतिहासाचा पाया घातला गेला होता. विसाव्या शतकात ही परंपरा बरीच वृद्धिंगत झाली. ना. गो. चापेकर यांचे 'बदलापूर' (आमचा गाव) (१९३३), दे. गो. लांडगे यांचा 'नागपूरचा सांस्कृतिक इतिहास' (१९५४), राजूरकरांचा 'चंद्रपूरचा इतिहास' (१९५६), पु. पां. गोखले यांचा 'जागृत सातारा' (१९६२) या ग्रंथांपासून अरुण टिकेकर (संपादक) व अभय टिळक (सहायक संपादक) यांच्या 'शहर पुणे : एका सांस्कृतिक संचिताचा मागोवा' (२०००) या द्विखंडी मोठ्या प्रकल्पापर्यंत स्थानिक इतिहासाचीही मोठी परंपरा मराठीत आढळते.[१७]

वर उल्लेख केलेल्या प्रकल्पांशिवाय म. श्री. दीक्षित यांनी लिहिलेले 'खेड (राजगुरूनगर)' (२००३)[१८] हे पुस्तक स्थानिक इतिहासलेखनाचे एक उदाहरण आहे. डॉ. राजा दीक्षित यांचा 'पुणे विद्यापीठाचा इतिहास' (१९९९)[१९] आणि अरुण टिकेकर यांचा 'ऐसा ज्ञानसागरु : बखर मुंबई विद्यापीठाची' (२००७)[२०] हे दोन्ही ग्रंथ शैक्षणिक स्थानिक इतिहासलेखनाची उदाहरणे आहेत. ही सर्व ग्रंथसंपदा स्थानिक इतिहासलेखन व संशोधनासाठी मार्गदर्शनपर व उपयुक्त आहे. महाराष्ट्रातील विद्यापीठांनी, विशेषत: पुणे विद्यापीठाने राष्ट्रीय सेवा योजनेच्या माध्यमातून व विशेष संशोधन प्रकल्पांच्या माध्यमातून 'दत्तक गावांचा इतिहास' लिहिण्यास प्रोत्साहन दिले आहे. त्यातून विद्यापीठ कार्यकक्षेमधील विविध गावांचा स्थानिक इतिहास लिहिला गेला आहे. त्याचे आजपर्यंत डॉ. नरेंद्र जाधव व प्रा. गणेश राऊत यांनी संपादित केलेले 'दत्तक गावांचा इतिहास' खंड १ (२००८) व खंड २ (२००९) प्रसिद्ध झाले आहेत.[२१]

स्थानिक इतिहासाविषयी संशोधन करताना विविध पैलूंचा स्वतंत्रपणे अभ्यास केला जाऊ शकतो. उदाहरणार्थ,

१. ऐतिहासिक,
२. भौगोलिक,
३. सामाजिक,
४. धार्मिक व सांस्कृतिक,
५. आर्थिक,
६. राजकीय व प्रशासकीय इ.

१. ऐतिहासिक

कोणत्याही गावाचे (वा लोकवस्तीचे वा संस्थेचे) ऐतिहासिक महत्त्व, गावाच्या इतिहासाची प्राचीनता व परंपरा, त्याचप्रमाणे गावाच्या नावाची व्युत्पत्ती, गावाशी

(वस्तीशी, संस्थेशी) संबंधित पुराणकथा, दंतकथा, लोक-समजुती इ. चा अभ्यास करता येईल. अनेकदा गावाच्या नावातच त्या गावाचा इतिहास दडलेला असतो. उदा. जुन्नर हे गाव पाण्याशी संबंधित आहे. जुन्नरचे प्राचीन नाव 'जुनेर' होते. 'जुनेर' या शब्दातील 'नेर' हा शब्द 'पाणी' या शब्दापासून बनलेला आहे. 'नेर' या शब्दाचा अर्थ 'वस्ती करण्यास योग्य प्रदेश' असा आहे. तसेच 'नेर' हा शब्द नगर या प्राकृत शब्दाचे रूप आहे.[२२] जळगाव, अंमळनेर या गावांची नावेही मुळात पाण्याशी संबंधित आहेत. गावास परंपराही असते. उदा. जुन्नर तालुक्यातील पारुंडे या गावी दर बारा वर्षांनी कुंभमेळा भरतो. नाशिक तर कुंभमेळ्यासाठी विशेष प्रसिद्ध आहे. नाशिक येथे भरणाऱ्या कुंभमेळ्यातील काही साधू पारुंडे या गावी येतात. ही परंपरा आजही चालू आहे. या व अशा विविध घटनांसाठी गाव प्रसिद्ध असते. हा घटक लक्षात घेऊन स्थानिक इतिहासलेखन करणे शक्य आहे.

२. भौगोलिक घटक

भौगोलिक घटकांमध्ये प्रमुख्याने गावाचे वसतिस्थान, सीमा, गावाजवळून वाहणारी नदी किंवा बांधलेला तलाव, गावातील गढी, वाडे, वेस, प्रवेशद्वारे, गावामधील विविध पेठा, त्या पेठांना मिळालेली नावे इ. च्या साहाय्याने इतिहास लिहिता येईल. उदा. पुण्यातील व जुन्नरमधील पेठांना वारांनुसार नावे आहेत. जुन्नरमध्ये ज्या पेठेत बाजार भरतो, त्या पेठेस 'सदाबाजार पेठ' म्हणतात. तांदळाचा बाजार भरतो त्या पेठेस 'तांदूळबाजार', कागद निर्माण करणाऱ्या पेठेस 'कागदगल्ली' असे नाव आहे. एखाद्या गावामध्ये ऐतिहासिक वास्तू असते. तिचा स्वतंत्रपणे इतिहास लिहिता येतो. उदा. 'पुणे शहरातील पर्वतीचा इतिहास'.[२३]

३. सामाजिक घटक

गावातील समाजाची रचना, वर्ग/जात/लिंगनिहाय घटक, कुटुंबसंस्था, इतर सामाजिक संस्था, सामाजिक प्रथा इ. घटकांचा अभ्यास महत्त्वाचा असतो. शिक्षणसंस्थेच्या इतिहासातही शिक्षक, विद्यार्थी, कर्मचारी यांची संख्या, वर्गवारी, परस्परसंबंध इ. घटक विचारात घ्यावे लागतात. गावाचा स्थानिक इतिहास लिहिताना स्त्रियांविषयीचे लेखन करता येईल. स्त्रियांच्या बाबत गावामधील जनजीवन, मुलींचे शिक्षण, हुंडा, प्रथा, विवाहपद्धती इ. ची मांडणी करणे शक्य आहे.

गावामध्ये विविध जमातींचे लोक राहतात. त्यांची आडनावे प्रामुख्याने गोत्र, गाव, व्यवसाय व हुद्दा या घटकांवरून मिळालेली असतात. एखाद्या व्यक्तीचे व्यवसायावरून मूळ आडनाव बदलते. उदा. महात्मा फुले यांचे मूळ आडनाव गोरे.

वडिलांचा फुलांचा व्यवसाय होता. त्यावरून त्यांचे आडनाव फुले असे झाले. काहीवेळा व्यक्ती ज्या पदावर काम करते, त्या पदावरून आडनाव प्राप्त होते. उदा. पाटील. प्राचीन काळापासून पाटील हे प्रशासनातील पद होते. पाटील हा शब्द 'पट्टकील, पाटैलु, पाटेल = पाटील' असा बनला आहे. सम्राट अशोकाच्या काळात लिखाणासाठी कापसाचे विणलेले पट्ट वापरत असत. या पट्टांवर जमिनीच्या मालकीची नोंद करत. ते पट्ट कीलकांत म्हणजे वेळूच्या पोकळ कांडात घालून सुरक्षित ठेवत. पट्टकील म्हणजे पट्ट ज्यात ठेवले आहे, ती वेळूची पोकळ कांडे होत. हे पट्टकील ज्याच्या ताब्यात असत त्या गावच्या प्रमुखास पट्टकील म्हणत. पट्टकीलक = पट्टकील. पट्टकीलकचा अपभ्रंश पाटैलु. पाटैलु = पाटील असा अर्थपूर्ण शब्द तयार झाला आहे.[२४]

४. धार्मिक व सांस्कृतिक घटक

या घटकांमध्ये प्रामुख्याने गावातील मंदिर, मशीद इ. प्रार्थनास्थळांविषयीच्या परंपरा, वार्षिक सण, उत्सव, पारंपरिक खेळ इ. चा समावेश करता येईल. गावामध्ये ग्रामदैवतांची वार्षिक यात्रा असते. ही यात्रा गावाच्या आर्थिक घडामोडींचेही केंद्र असते. उदा. जुन्नर तालुक्यातील नारायणगाव येथील मुक्ताई देवीची यात्रा.

नारायणगावचे ग्रामदैवत असलेल्या मुक्ताई देवीची दरवर्षी शिस्तबद्ध पद्धतीने यात्रा भरते. चैत्र वद्य एकादशी व अक्षय तृतीयेपर्यंत मुक्ताई देवीचा यात्रोत्सव हा सात दिवस असतो. या यात्रेचे वैशिष्ट्य म्हणजे शोभेचे दारूकाम. त्याचा सर्व खर्च मुस्लीम बांधव करतात. मुख्य यात्रेच्या दिवशी रात्रौ १२.०० वाजता गावातील स्त्रिया आपापल्या घरून पाण्याची घागर भरून आणतात. याठिकाणी एक अनोखी शर्यत पाहावयास मिळते; ती म्हणजे आपली घागर घेऊन कोण प्रथम मंदिरामध्ये पोहोचते, हे बघणे. अशा प्रकारच्या अनेक यात्रा ग्रामीण भागात भरतात.

जुन्नर तालुक्यातील ओतूर गावामध्ये कपर्दिकेश्वर देवतेची यात्रा भरते. दरवर्षी श्रावण महिन्यात प्रत्येक सोमवारी भरणाऱ्या या यात्रेचे वैशिष्ट्य म्हणजे महादेवाच्या पिंडीवर आकर्षक, कलात्मक अशा तांदळाच्या पिंडी तयार केल्या जातात. हा ओतूर परिसरातील कलाविष्कार आहे.

जुन्नर तालुक्यातील कल्याण-अहमदनगर महामार्गावरील 'आणे' या गावाचा श्री रंगदास स्वामी यांचा वार्षिक उत्सव वैशिष्ट्यपूर्ण आहे. इ. स.१८८७ पासून हा उत्सव भरतो. उत्सवासाठी आमटी-भाकरीचा महाप्रसाद करतात. गावातील प्रत्येक घरामधून साधारण एका व्यक्तीमागे एक शेर धान्याच्या भाकरी करून प्रत्येकजण मंदिरात घेऊन येतो. त्यासाठी जी आमटी बनवितात तिचा खर्च किमान एक ते दीड लाख रुपयांपर्यंत असतो. जुन्नर परिसरातील हा एकमेव असा उत्सव आहे की ज्या ठिकाणी आजतागायत

तमाशा झालेला नाही. या यात्रोत्सवामधील व्यापारी, आर्थिक उलाढाल, पूजापाठामागील वस्तुस्थिती इत्यादी घटनांचा सविस्तर अभ्यास करता येईल.

गावातील साहित्यिक-सांस्कृतिक संस्था, परंपरा, निर्मिती यांचाही अभ्यास महत्त्वाचा असतो. गावामध्ये विविध उत्सवांमध्ये वेगवेगळ्या प्रकारची गाणी म्हटली जातात. उदा. लग्नातील गाणी, नवरदेवास लावण्यासाठीची हळद दळताना, हळद लावताना म्हणावयाची गाणी, वारुळाची गाणी, पहाटेची गाणी, भोंडल्याची गाणी, धनगरी गाणी, आदिवासींची गाणी इत्यादींमधून ग्रामीण जीवनमानाचे प्रतिबिंब अभ्यासता येते. गावचा स्थानिक इतिहास लिहिताना या लहान लहान गोष्टींचाही अभ्यास करणे शक्य आहे.

५. आर्थिक घटक

गावाशी संबंधित आर्थिक वर्गवारी, हितसंबंध व घडामोडी तसेच विविध व्यवसाय यांची चर्चा करता येईल. गावाच्या आर्थिक प्रगतीचा आलेख मांडता येतो. संस्थेच्या इतिहासातही असा आलेख महत्त्वाचा ठरतो. गावातील एखादा व्यवसाय त्या गावाच्या अर्थव्यवस्थेवर परिणाम करणारा ठरतो. उदा. नाशिक जिल्ह्यातील येवला हे तालुक्याचे ठिकाण पैठणी उद्योगासाठी प्रसिद्ध आहे. या ठिकाणी हातमागावर पैठणी तयार केली जाते. हा व्यवसाय या गावामध्येच का वाढला व तो आधुनिक युगातही कसा टिकून आहे, याचा इतिहास शोधता येईल. पुणे जिल्ह्यातील आंबेगाव तालुक्यात अवसरी खुर्द व अवसरी बुद्रुक या दोन गावी घोंगडी विणण्याचा पारंपरिक व्यवसाय आहे. जुन्नर तालुक्यातील नारायणगाव येथे चिंचोके व मेंढीची लोकर यांपासून जीन बनवीत. घोड्यावर बसण्यासाठीच्या खोगिरात जीन वापरत. नारायणगावाजवळील वारुळवाडी गावी एलतुरा नावाच्या वनस्पतीपासून 'डाली' किंवा 'करंडी'[२५] बनविण्याचा व्यवसाय आहे. उदा. नारायणगावाजवळील कुरण गावी गाढवांचा बाजार भरतो. जुन्नर तालुक्यातील बेल्हे गावी बैलांचा बाजार दर सोमवारी भरतो. वार्षिक ३ कोटींची उलाढाल या बाजारात होते. व्यापारी व दलाल यांच्यामध्ये व्यवहारासाठी सांकेतिक भाषा वापरली जाते. हातरुमालाखाली बोटांच्या हालचाली करून गुप्त पद्धतीने जनावरांचा व्यवहार ठरतो. अशा बाजार असलेल्या गावी ग्रामपंचायतीला हे मोठे उत्पन्नाचे साधन आहे. या बाजाराच्या दिवशी स्थानिक तरुणांना रोजगार उपलब्ध होतो. बाजारांमुळे गावाच्या आर्थिक विकासाला चालना मिळते. गावचा आर्थिक इतिहास लिहिण्यासाठी हा महत्त्वाचा घटक आहे.

६. राजकीय व प्रशासकीय घटक

राजकीय व प्रशासकीय घटकामध्ये प्रामुख्याने गावातील राजकारण, प्रशासन व राजकीय घडामोडी, स्वातंत्र्यचळवळीतील गावाचे योगदान इ. मुद्यांच्या आधारे स्थानिक

इतिहास लिहिता येईल. स्वातंत्र्यचळवळीमध्ये गावातील व्यक्ती सहभागी झाल्या असल्यास त्यांच्या मुलाखती घेऊन त्याविषयीचा इतिहास लिहिणे शक्य आहे.

उदा. जुन्नर तालुक्यातील 'उस्थळ' हे गाव. १९२० ते १९३३ या काळात या गावच्या कोंड्या नवले नावाच्या तरुणाने कल्याण ते अहमदनगर या प्रदेशात इंग्रजांविरुद्ध चळवळ उभारली होती. इंग्रज अधिकारी व सावकारांना लुटून परिसरातील गरीब जनतेस त्याने मदत केली. कोंड्या नवलेचे कार्य क्रांतिकारक वासुदेव बळवंत फडके यांच्या कार्यासमान आहे. १९३० साली कोंड्या नवलेस पकडण्यासाठी ब्रिटिशांनी ८०० पोलिसांची एक पलटण नियुक्त केली होती. शेवटी तो इंग्रजांशी झालेल्या लढाईत गोळी लागून ठार झाला. आंबेगाव तालुक्यातील वांबोरी गावच्या 'होन्या केंगले' यांचे कार्य याच प्रकारचे आहे. अजूनही अशा बऱ्याच क्रांतिकारकांचा इतिहास अप्रकाशित आहे. स्थानिक इतिहासलेखन केल्यास हा इतिहास प्रकाशित होण्यास मदत होईल.

वर उल्लेख केलेल्या पैलूंच्या संदर्भात काही अभ्यास कसे केले गेले किंवा कसे केले जाऊ शकतात याची कल्पना यावी म्हणून मराठी इतिहासलेखनातील एक-दोन उदाहरणांचा विचार करता येईल.

रा. श्री. मोरवंचीकर यांचा 'मध्ययुगीन जलसंधारण-जलव्यवस्थापन, देवगिरी-दौलताबाद' हा ग्रंथ स्थानिक इतिहासासंदर्भात महत्त्वाचा आहे.[२६]

स्थानिक इतिहास-लेखनाच्या विविध पैलूंचा एकत्रित अभ्याससुद्धा शक्य आहे. उदा. डॉ. अरुण टिकेकर व अभय टिळक यांनी संपादित केलेला 'शहर पुणे : एका सांस्कृतिक संचिताचा मागोवा...'[२७] हा ग्रंथ.

इतर इतिहासलेखनप्रकारांच्या लेखनासाठीची पथ्ये स्थानिक इतिहासालाही लागू आहेत. गावाचा इतिहास लिहिण्यासाठी साधने दुर्मीळ असतात, ती मिळवावी लागतात. ती कोणत्या अभिलेखागारामध्ये उपलब्ध आहेत, याची माहिती शोधावी लागते. त्र्यंबक शंकर शेजवलकर यांनी 'निजाम-पेशवे संबंध' हा ग्रंथ लिहिताना खर्ड्याविषयी अशी खूप कागदपत्रे अभ्यासली. परंतु या लढाईविषयीची जी कागदपत्रे हैद्राबाद येथील शासकीय अभिलेखागारामध्ये उपलब्ध आहेत, त्यांचा वापर त्यांना शक्य झाला नसल्याचे त्यांनी प्रामाणिकपणे नमूद केले.[२८] भावी इतिहासकाराला अशा नोंदींच्या आधारे अधिक संशोधन शक्य असते.

प्रस्तुत लेखामध्ये स्थानिक इतिहासाविषयीची तात्त्विक चर्चा केली आहे. या मांडणीवर आधारित जुन्नरच्या स्थानिक इतिहासाविषयीचे संशोधन प्रस्तुत लेखकाने त्याच्या पीएच.डी. च्या प्रकल्पासाठी केलेले आहे.[२९]

भारतात/महाराष्ट्रात असे अनेक अभ्यास होत आहेत. मात्र भारतासारख्या भौगोलिकदृष्ट्या विशाल प्रदेशात असे कितीतरी अभ्यास होण्याची गरज आहे.

संदर्भ व टिपा

१. लक्ष्मणशास्त्री जोशी (संपा.), *मराठी विश्वकोश,* खंड २, महाराष्ट्र राज्य साहित्य संस्कृती मंडळ, मुंबई, १९७६, पृ. ५०७.
२. सदाशिव आठवले, *इतिहासाचे तत्त्वज्ञान,* प्राज्ञ प्रकाशन, वाई, १९६७, पृ. ९.
३. राजा दीक्षित, '१९ व्या शतकातल्या महाराष्ट्रातील स्त्री-जीवन : तळाकडून इतिहास', *पुणे विद्यापीठ वार्ता : महिला सबलीकरण विशेषांक,* पुणे विद्यापीठ, पुणे, जून, २०००, पृ. ६.
४. राजा दीक्षित, 'प्रादेशिक इतिहासाचा वर्तमान संदर्भ', *इतिहास शिक्षक,* पुणे, ऑक्टोबर-नोव्हेंबर-डिसेंबर, २००४, पृ. ३.
५. कित्ता, पृ. ४-५.
६. कित्ता, पृ. ५.
७. कित्ता, पृ. ६.
८. कित्ता, पृ. ७.
९. प्रभाकर देव, *इतिहास : एक शास्त्र,* ब्रेनटॉनिक प्रकाशन, नांदेड, २००२, पृ. ३७.
१०. राजा दीक्षित, 'इतिहास वाङ्मय', समाविष्ट रा. ग. जाधव (संपा.), *मराठी वाङ्मयाचा इतिहास,* महाराष्ट्र साहित्य परिषद, खंड ७, भाग ३, पुणे, २०१०, पृ. ४७६-७७.
११. अरुण टिकेकर (संपा.) आणि अभय टिळक (सहायक संपा.), *शहर पुणे : एका सांस्कृतिक संचिताचा मागोवा...*, निळूभाऊ लिमये फाऊंडेशन, खंड १, पुणे, २०००, प्रस्तावना.
१२. कित्ता, पृ. पंधरा.
१३. कित्ता, पृ. पंधरा-सोळा.
१४. य. दि. फडके, *विसाव्या शतकातील महाराष्ट्र,* खंड ५, के. सागर पब्लिकेशन, पुणे, पुनर्मुद्रण, २०१२, प्रस्तावना पृ. २१.
१५. Raja Dixit, 'Historical Writings And Research' in Rajendra Banhatti and G. N. Jogalekar (ed.), *A History of Modern Marathi Literature*, Vol. II, Maharashtra Sahitya Parishad, Pune, 2004, pp. 238-278.
१६. Barbara J., Howe, 'A Century of Local History Writing', JSTOR : *OAH Magazine of History,* Vol 4, No. 3, (Summer, 1989), pp. 10-15.
१७. पाहा-
    १) Raja Dixit, 'Historical Writings and Research, op.cit.' p. 270.
    २) राजा दीक्षित, 'इतिहास वाङ्मय', पूर्वोक्त, पृ. ४७७.
१८. म. श्री. दीक्षित, *खेड (राजगुरूनगर),* प्रकाशक ग.त्र्यं. तथा मुकुंद जोशी, राजगुरूनगर, २००३.
१९. राजा दीक्षित, *पुणे विद्यापीठाचा इतिहास,* पुणे विद्यापीठ , पुणे, १९९९.
२०. अरुण टिकेकर, ऐसा ज्ञानसागरु : बखर मुंबई विद्यापीठाची, मुंबई विद्यापीठ, मुंबई, २००७.
२१. पाहा-

१) नरेंद्र जाधव (संपा.), गणेश राऊत (कार्यकारी संपा.), *पुणे विद्यापीठ समर्थ भारत अभियान: दत्तक गावांचा इतिहास*, खंड १, पुणे विद्यापीठ प्रकाशन, पुणे, २००८.

२) नरेंद्र जाधव (संपा.), गणेश राऊत (कार्यकारी संपा.), *पुणे विद्यापीठ समर्थ भारत अभियान: दत्तक गावांचा इतिहास*, खंड २, पुणे विद्यापीठ प्रकाशन, पुणे, २००९.

२२. मु. ब. शहा (संपा.), *इतिहासाचार्य वि.का.राजवाडे समग्र साहित्य,* वि. का. राजवाडे इतिहास संशोधक मंडळ, खंड ७, धुळे, १९९८, प्रस्तावना, पृ. २८३. (येथून पुढे या ग्रंथाचा उल्लेख 'राजवाडे, खंड ७' असा केला आहे. अन्य खंडांचाही उल्लेख याच पद्धतीने केला आहे.).

२३. श्री. रा. थोरवत, 'पर्वती : एक ऐतिहासिक अभ्यास', एम.फिल. (इतिहास) लघुप्रबंध, अप्रकाशित, पुणे विद्यापीठ, पुणे, २००१.

२४. राजवाडे, खंड ६, पूर्वोक्त पृ. ३४३.

२५. भाजीपाला व फळे बाजारपेठेत पाठविण्यासाठी एका विशिष्ट आकाराच्या लाकडी टोपलीमध्ये हवा खेळती राहत असे. ग्रामीण भाषेत तिला डाली किंवा करंडी म्हणतात.

२६. रा. श्री. मोरवंचीकर, *मध्ययुगीन जलसंधारण- जलव्यवस्थापन देवगिरी-दौलताबाद,* (अनु. प्रदीप भलगे), सुमेरू प्रकाशन, डोंबिवली, २००४.

२७. अरुण टिकेकर (संपा.) आणि अभय टिळक (सहायक संपा.), पूर्वोक्त.

२८. राजा दीक्षित (संपा.), *निवडक शेजवलकर, साहित्य अकादमी,* नवी दिल्ली, २००७, पृ. ११३.

२९. लहू गायकवाड, 'जुन्नरचा इतिहास (प्राचीन ते अर्वाचीन)', पीएच.डी. (इतिहास) प्रबंध, पुणे विद्यापीठ, पुणे, २०११.

प्रादेशिक इतिहास[१]

डॉ. राजा दीक्षित

'प्रादेशिक इतिहासा'चे महत्त्व सध्या वाढू लागले आहे. या इतिहास-प्रकाराबाबत पुरेशी तात्त्विक चर्चा मात्र होत नाही. प्रस्तुत शोध-लेखाच्या रूपाने तसा छोटासा प्रयत्न करणे अभिप्रेत आहे. रोमिला थापर यांनी १९७६ साली पंजाब इतिहास परिषदेतील व्याख्यानात प्रादेशिक इतिहासाची व्याप्ती आणि महत्त्व यांची पद्धतशीर चर्चा केली होती. जिज्ञासूंनी ते छापील भाषण[२] अवश्य वाचावे. आता त्यानंतर सुमारे ३८ वर्षांनी संदर्भ एवढे बदलले आहेत की, रोमिला थापर यांचे मूळ विवेचन स्वीकारले तरी त्यात काही नव्या मुद्द्यांची भर निश्चितच घालावी लागेल.

प्रादेशिक इतिहास (Regional History) कशाला म्हणावे हाच मुळात महत्त्वाचा प्रश्न आहे. भव्य एकत्वाशी जोडलेल्या 'विभागा'च्या अतिविशिष्टत्वाचा वेध प्रादेशिक इतिहास घेतो. जग हे भव्य एकत्व मानले तर पाश्चात्त्य जग, पौर्वात्य जग, तिसरे जग, युरोप, आफ्रिका, आशिया, पूर्व आशिया, आग्नेय आशिया इ. कितीतरी प्रकारच्या विभागांचा इतिहास 'प्रादेशिक' या सदरात मोडतो. भारत हे भव्य एकत्व मानले तर उत्तर भारत, दक्षिण भारत, ईशान्य भारत, दख्खन, काश्मीर, नागालँड, महाराष्ट्र, तमीळनाडू इ. कितीतरी प्रकारच्या विभागांचा समावेश 'प्रादेशिक'या सदरात होऊ शकतो. महाराष्ट्र हे भव्य एकत्व मानले तर विदर्भ, मराठवाडा, खानदेश (त्यातही पुन्हा पूर्व खानदेश, पश्चिम खानदेश), कोकण (त्यातही पुन्हा उत्तर कोकण, दक्षिण कोकण), दक्षिण महाराष्ट्र, पुणे जिल्हा, मुंबई परिसर इ. कितीतरी प्रकारच्या विभागांचा समावेश 'प्रादेशिक' या सदरात होऊ शकतो. याचा अर्थ प्रादेशिक इतिहास ही संज्ञा लवचीक आणि सापेक्ष आहे. आपण तिचा विचार मुख्यतः आपल्या देशाच्या आणि प्रांताच्या संदर्भात करू या. इतिहास हा वैश्विकता आणि विशिष्टता या दोहोंचा वेध असतो. त्यातील अनेकदा दुर्लक्षित राहणारा विशिष्टतेचा पैलू प्रादेशिक इतिहासामुळे प्रकाशात येतो.

इतिहासाचे चार अनुबंध आहेत - व्यक्ती, समाज, स्थल आणि काल. इतिहासात काल हा आपण घेतोच, पण प्रदेश वा स्थल यालाही एक वेगळे महत्त्व आहे. कारण माणूस जेव्हा 'स्थलवासी' झाला तेथून खरा मानवी इतिहास सुरू झाला. प्रादेशिक इतिहासाच्या संदर्भातही हे स्थलमाहात्म्य महत्त्वाचे आहे. शिकारीची आणि अन्नशोधाची अवस्था संपून मानव शेती करू लागला तेव्हा तो एका जागी स्थिरावला. जमिनीची सुपीकता नष्ट झाली की तो स्थलांतर करायचा. स्थलांतराचे हे चक्र सदैव सुपीक असणाऱ्या भागात म्हणजे नदीकाठी थांबले. म्हणून तर पहिल्या सगळ्या संस्कृती नदीकाठावरच्या आहेत. अगदी तेव्हापासूनचे सीमांकन आणि त्यातील असंख्य बदल यांनी इतिहासाचा विशाल पट भरलेला आहे. प्रादेशिक इतिहासातसुद्धा त्याचा प्रत्यय येतो.

जागतिक वा राष्ट्रीय इतिहास हे समग्रलक्ष्यी इतिहास (Macro Histories) आहेत आणि प्रादेशिक वा स्थानिक इतिहास हे अंशलक्ष्यी इतिहास (Micro Histories) आहेत. इतिहासाच्या चार अनुबंधांपैकी मानव व मानवी समाज हे अधिक मूर्त, दृश्यमान असे घटक आहेत. काळ व काही प्रमाणात स्थल हे अमूर्त घटक आहेत. यातले मानव व मानवी समाज हे घटक स्थल व काल यांना आपल्या आटोक्यात आणतात. कारण त्यांना 'पकडल्या'शिवाय इतिहास शक्य नाही. काळ हा अनादि-अनंत आहे; पण तो जेव्हा आपल्या आवाक्यात येईल तेव्हाच आपण इतिहासाची मांडणी करू शकतो. मानवाने पंचांगाची निर्मिती केली आणि काळ त्याच्या आवाक्यात आणला, त्याचे मोजमाप तयार केले. नकाशाचे आरेखन केल्यामुळे स्थल हा घटक आवाक्यात आला. कोणता काळ असे म्हणतो की, 'मी प्राचीन युग आहे', 'मी सुवर्णयुग आहे'? एवढेच नव्हे, तर काळ असेही म्हणत नाही की 'मी सोमवार आहे', 'मंगळवार आहे', 'मी २०१४ आहे' किंवा 'मी एकविसावे शतक आहे'. काळ क्षणाक्षणाने व आपल्या गतीने पुढे सरकत असतो एवढेच. तो काही आपले रंग-रूप, अस्मिता सांगत नाही. ते माणूस करतो. कुठलीही भूमीसुद्धा असे सांगत नाही की 'मी पुणे आहे', 'मी विदर्भ आहे' वा 'मी भारत आहे' वा 'पाकिस्तान आहे'. पण नकाशाचे आरेखन करून माणूस भूमीला ओळख प्राप्त करून देतो. माणूस स्थल व काळ यांचे नामकरण करतो, गुणवर्णन करतो. एका अर्थाने सबंध इतिहास हा असा 'नामाचा गजर' आहे. हे जो करतो, तो मानव भूमिनिष्ठ आहे. ते माणसाचे वैशिष्ट्य आहे. या 'भूमी'चा लहान-मोठा पसारा 'प्रदेश' म्हणून गणला जातो.

'प्रदेश' ही संकल्पना काटेकोरपणे निश्चित केली पाहिजे. 'सीमाबद्ध भूभाग' अशी प्रदेशाची व्याख्या करता येईल. प्रदेश म्हटला की सीमा आल्या, दिशा आल्या, नकाशाबद्धता आली. याचा अर्थ, प्रदेश ही मूलतः भौगोलिक संज्ञा आहे; पण प्रदेशाचा निव्वळ भौगोलिक विचार अपुरा ठरतो. इतिहासाच्या अभ्यासात भौगोलिकतेच्या जोडीला मानसिकतेचा घटकही विचारात घ्यावा लागतो.[३] 'प्रदेश' नावाच्या ऐतिहासिक प्रवर्गाला

जशी भौगोलिक, तशीच मानसिक सीमाबद्धतासुद्धा असते. प्रत्येक 'प्रदेशा'ला त्याची अशी एक मानसिकता असते, अस्मिता असते, संस्कृती (निदान उप-संस्कृती) असते. इतिहास ही एका अर्थाने आपली अस्तित्व-ओळख असते, आत्मशोध असतो, आत्मबोध असतो. एकदा हे लक्षात घेतले की, प्रादेशिक इतिहासाचे महत्त्व किती अनन्यसाधारण आहे, हे पटू शकते. 'जननी आणि जन्मभूमी या स्वर्गापेक्षाही श्रेष्ठ होत' अशा अर्थाचे एक संस्कृत वचन आहे. 'जन्मभूमी' किंवा 'मातृभूमी' म्हटले की जागतिक संदर्भात आपण आपल्या देशाचा उल्लेख करतो आणि ते योग्यही आहे. 'ने मजसि ने परत मातृभूमीला । सागरा प्राण तळमळला ॥' या स्वा. सावरकरांच्या कवितेतला शब्दप्रयोग याच कोटीतला आहे. पण 'जन्मभूमी' हा शब्द उच्चारताना बरेचदा आपले जन्मगावसुद्धा स्वाभाविकपणे आपल्या मनात असते. 'गाववाले' म्हणून दोन व्यक्ती एकमेकांचे नाते पुकारतात तेव्हा त्याला मातीचा सुगंध असतो. हे मातीतले रुजलेपण फार महत्त्वाचे आहे. देशाची माती आपल्याला प्यारी असते. गावची माती ही देशाच्या मातीचाच भाग असते; तरीही गावच्या मातीची म्हणून एक खास ऊब आपल्याला जाणवते. ऐतिहासिक संदर्भात आपल्या प्रादेशिकतेची सुरुवात गावापासून होते. म्हणूनच स्थानिक इतिहासाला (Local History) प्रादेशिक इतिहासाचा पोटविभाग म्हणता येईल. पण ही प्रादेशिकता गावाच्या भौगोलिक सीमा ओलांडून विभागाच्या सांस्कृतिक सीमांमध्ये पसरते. म्हणून प्रादेशिक इतिहासाची मांडणी करताना मुळात त्याच्या सांस्कृतिक सीमा ठरवाव्या लागतात. असे सीमांकन हा विशिष्टतेचा शोध असतो; त्याला संकुचितपणा म्हणणे गैर आहे. छोटया अस्मितांचे मोठ्या अस्मितेशी सदैव भांडण असते, असे मानण्याचे कारण नाही. अनेकदा मोठ्या अस्मितेच्या पोटात छोट्या अस्मिता सुखाने नांदत असतात. भारतीय संदर्भात हे नुसते खरेच आहे असे नव्हे, तर इष्टही आहे. म्हणून 'भव्य हिमाचल तुमचा अमुचा । केवळ माझा सह्यकडा' ही वसंत बापटांची कविता फार अर्थपूर्ण वाटते. आपले 'मराठीपण' (वा 'मराठमोळेपण') आपल्या भारतीयत्वाच्या विरोधी नाही. किंबहुना त्याहीपलीकडे जाऊन आपण 'हे विश्वचि माझे घर' आणि 'जय जगत्' असे अगदी सहजतेने म्हणत असतो. केशवसुतप्रणीत 'प्रदेश साकल्याचा' आपल्याला खुणावत असतो. आपल्याला वेगळी प्रादेशिक अस्मिता असली, तरी ती राष्ट्रीय अस्मितेच्या विरोधी नसून तिला पूरक आहे. या गोष्टींचे पूर्ण द्वैत नाही; पण पूर्ण अद्वैतही नाही. हा सारा एका विशिष्टाद्वैताचा खेळ आहे. तो निकोप पद्धतीने खेळण्याचे पथ्य पाळले तर प्रादेशिक इतिहासाचा समृद्ध आविष्कार पाहायला मिळू शकतो. एवढेच नव्हे, तर राष्ट्रीय इतिहासाला समृद्धी आणण्यातही त्याचा हातभार लागू शकतो.

प्रादेशिक इतिहासाबाबत भौगोलिकतेच्या मुद्याचा पुन्हा थोडा सोदाहरण विचार करू. 'महाराष्ट्राचा इतिहास' असे जेव्हा आपण म्हणतो, तेव्हा १९६० साली निर्माण

झालेल्या महाराष्ट्र राज्याच्या सीमा आपल्याला अभिप्रेत असतात; पण अगदी काटेकोरपणे त्या सीमाबद्धतेत महाराष्ट्राचा इतिहास आपल्याला मांडता येतो का? तसे घडत नाही.[४] काळानुसार महाराष्ट्राच्या सीमा बदलत राहिल्या. त्याचे काय करायचे? शिवाजी महाराजांचे 'स्वराज्य' हे आजच्या महाराष्ट्राच्या सीमांशी तंतोतंत जुळणारे होते का? नक्कीच नाही. खरे तर ते आजच्या महाराष्ट्राच्या सुमारे एक पंचमांश एवढेच होते.[५] तरी शिवाजी महाराजांच्या इतिहासाला आपण अभिमानाने 'महाराष्ट्राचा इतिहास' संबोधतो. १९ व्या शतकातील महाराष्ट्राचा इतिहास सांगतानासुद्धा प्रामुख्याने त्यावेळच्या मुंबई इलाख्यातील मराठी-भाषक प्रदेशाचाच इतिहास आपण सांगत असतो. एकंदरीत, 'महाराष्ट्र' म्हटल्यावर भौगोलिक व प्रशासकीय सीमा आपल्या डोळ्यांसमोर येतात; पण खरे तर झुणका-भाकर किंवा पुरणपोळीसारख्या खाद्यपदार्थांपासून 'महाराष्ट्रधर्मा'सारख्या संकल्पनेपर्यंत अनेक गोष्टींमधून साकारलेली संस्कृतीच आपल्याला प्रामुख्याने अभिप्रेत असते. 'महाराष्ट्राचा इतिहास' हा आजच्या महाराष्ट्राच्या सीमांमधील प्रदेशाचा काटेकोर इतिहास नसतो, तर तो प्राधान्याने मराठी मानसिकतेचा, अस्मितेचा, संस्कृतीचा इतिहास असतो. म्हणजे प्रादेशिक इतिहासात भौगोलिकतेला महत्त्व असले, तरी मानसिकता व संस्कृती अधिक महत्त्वाची असते.

एखाद्या एकभाषी-एकधर्मी टिचभर देशात प्रादेशिक इतिहास निरर्थक वाटू शकेल; परंतु भारतासारख्या 'समृद्ध आणि विविधतेने नटलेल्या' खंडप्राय देशात प्रादेशिक इतिहास विशेष महत्त्वाचा आहे. भारतीय संस्कृती ही एखाद्या सुंदर गुच्छाप्रमाणे आहे. या गुच्छाचे एकत्रित सौंदर्य तर श्रेष्ठ आहेच; पण त्यातील प्रत्येक फूलसुद्धा स्वतंत्रपणे सुंदर आहे. भारतीय संस्कृतीच्या व इतिहासाच्या समग्रतेचे उत्तम आकलन होण्यासाठी त्या समग्रतेच्या पोटातील प्रादेशिक उपसंस्कृतींचे आकलनसुद्धा महत्त्वाचे आहे. आपल्या विविधतेतील एकता आणि एकतेतील विविधता या दोहोंचे सम्यक् भान निर्माण होण्यासाठी राष्ट्रीय आणि प्रादेशिक असे दोन्ही इतिहासप्रकार अभ्यासणे गरजेचे आहे.

येथे प्रादेशिक इतिहासाच्या प्रेरणांचासुद्धा विचार करायला हवा. अस्मितेपोटी प्रदेशाच्या विशिष्टतेचा वेध ही अगदी स्वाभाविक प्रेरणा आहे; पण त्या जोडीला हेसुद्धा लक्षात घ्यायला हवे की, प्रादेशिक इतिहास-लेखनाची प्रेरणा आणि लेखनकाल यांचे काही नाते असते. उदाहरणार्थ, १९ व्या शतकात भारतात जे प्रादेशिक इतिहासलेखन झाले, त्यावर साम्राज्यवाद वा राष्ट्रवाद या तत्कालीन प्रेरणांचा प्रभाव होता. ग्रँड डफ (मराठ्यांचा इतिहास, १८२६), जेम्स टॉड (राजस्थानचा इतिहास, १८२९), सर विल्यम हंटर (ग्रामीण बंगालचा इतिहास, १८६८), डब्ल्यू.एच. मोरलँड (संयुक्त प्रांताचे इतिहास, १९०४ व १९११) या परकीय इतिहासकारांचे प्रादेशिक इतिहास ब्रिटिशांच्या तत्कालीन प्रशासकीय गरजा व साम्राज्यवादी प्रेरणा यांच्याशी नाते सांगणारे होते. याउलट गणेश

दास यांचा 'चार भाग-ए-पंजाब' हा ग्रंथ (१८४९), डॉ. रा. गो. भांडारकरांचा दख्खनचा इतिहास (१८८४) किंवा लोकहितवादीकृत गुजरात (१८८५), राजस्थान (१८९४) व सौराष्ट्र (१८९९) या प्रदेशांचे इतिहास हे सर्व जरी प्रादेशिक इतिहासाचे प्रकल्प असले, तरी त्यांच्या प्रेरणा मूलतः राष्ट्रवादी होत्या. स्वातंत्र्योत्तर काळात संयुक्त महाराष्ट्राच्या चळवळीमुळे 'महाराष्ट्रा'च्या इतिहास-लेखनाला अधिक चालना मिळाली. या सर्व मुद्यांची सविस्तर चर्चा येथे शक्य नसल्याने हे उल्लेख केवळ नमुन्यादाखल केले आहेत; परंतु वाचकांनी अशा प्रकल्पांमागील प्रेरणांचा सखोल अभ्यास अवश्य करावा. एस.कृष्णस्वामी अय्यंगार किंवा के.ए. नीलकंठ शास्त्री यांचे दक्षिण भारताचे इतिहास किंवा डॉ. याझदानी, डॉ. शेरवानी, डॉ. पु.म. जोशी, डॉ. अ.रा. कुलकर्णी, डॉ. एम.ए. नयीम इत्यादींनी विकसित केलेला दख्खनच्या प्राचीन ते अर्वाचीन इतिहासाचा बृहत् प्रकल्प यांच्या प्रेरणांचा शोध घेणे फार उद्बोधक ठरेल.

१९ व्या शतकाच्या उत्तरार्धात भारतात आणि महाराष्ट्रात राष्ट्रवादी प्रेरणा जसजशा प्रबळ होत गेल्या तसतशी इतिहास-संशोधनाला व लेखनाला गती मिळत गेली. इतिहासाचार्य वि.का. राजवाडे यांनी 'मराठ्यांच्या इतिहासाची साधने' या ग्रंथमालेच्या पहिल्या खंडाच्या (१८९८) प्रस्तावनेत ज्या 'इतिहासविषयक आस्थेच्या लाटे'चा उल्लेख[६] केला, त्या लाटेचे एक वैशिष्ट्य होते. महाराष्ट्रात त्या काळात राष्ट्रीय अस्मिता आणि प्रादेशिक अस्मिता यांचा सुरेख मेळ साधला गेला होता. तत्कालीन इतिहासलेखनातही त्याचा प्रत्यय येतो. इतिहासकार द. ब. पारसनीस यांनी चालविलेल्या एका इतिहासविषयक नियतकालिकाचे नाव 'भारतवर्ष' होते, तर दुसऱ्याचे नाव 'महाराष्ट्र कोकीळ' होते, ही अर्थपूर्ण बाब प्रातिनिधिक म्हणावी लागेल. प्रादेशिक इतिहास-लेखनाचा वर्तमान संदर्भ मात्र अगदी भिन्न आहे. त्याचा विचार करणे गरजेचे आहे. देशाची स्वातंत्र्यचळवळ, स्वातंत्र्यप्राप्ती आणि संयुक्त महाराष्ट्रनिर्मिती या घडामोडींनंतरच्या काळात राष्ट्रीय व प्रादेशिक अस्मितांमधील मेळ काही वेळा बिघडू लागला. प्रादेशिक असमतोलाबाबतचे वाद उफाळून येऊ लागले. सीमावादांना आणि प्रादेशिक अस्मितांना संकुचित स्वरूप प्राप्त होऊ लागले. विभाजनवादी प्रवृत्ती वाढू लागल्या. आणखी एक महत्त्वपूर्ण बदल झाला. बिपिनचंद्र ज्याला 'दुय्यम हितसंबंधविरोध' (secondary contradictions) म्हणतात,[७] ते स्वातंत्र्योत्तर काळात बळावू लागले. एकंदरीतच भारतातील राजकीय-सामाजिक-आर्थिक परिस्थितीतील व्यामिश्रता (complexity) वाढू लागली. या व्यामिश्रतेला प्रादेशिकतेचेसुद्धा परिमाण होते आणि आहे. राजकारणापासून इतिहासापर्यंत 'प्रदेश' हा प्रवर्ग महत्त्वाचा ठरू लागला आहे. त्यामध्ये गैर काही नाही. मात्र प्रादेशिक अस्मिता (regional identity) आणि संकुचित प्रादेशिकतावाद (parochialism) यांची गल्लत आपण करता कामा नये. प्रादेशिक इतिहासाद्वारे संकुचित प्रादेशिकतावाद

जोपासला जाता कामा नये. आचार्य अत्रे म्हणत असत की, 'फक्त महाराष्ट्रलाच तेवढा इतिहास आहे, इतरांना केवळ भूगोल आहे!' विनोदापुरते हे विधान ठीक आहे; पण आपण गंभीरपणे तसे मानू लागलो, तर आपला प्रादेशिक इतिहास संकुचित वळणे घेत राहील आणि सर्व क्षेत्रांत गंभीर समस्यांना जन्म देईल. तेव्हा प्रादेशिक इतिहास हा संकुचित प्रादेशिकतावादी (parochial) असता कामा नये, हे महत्त्वाचे पथ्य पाळणे आवश्यक आहे.

इतिहासाच्या सर्वसाधारण अभ्यासात जी सखोलता येऊ लागली आहे, ज्या नव्या जाणिवा निर्माण होत आहेत, त्यांचे दर्शन प्रादेशिक इतिहासातसुद्धा व्हायला हवे. आपल्या सामाजिक व्यवहाराप्रमाणे संशोधन-व्यवहारातही गावकुसाबाहेरील वस्ती आहे. तीही आपल्याला संशोधनाच्या मुख्य प्रवाहात आणावी लागेल. वंचित प्रवाह आता इतिहासात येत आहेत, त्यांचे स्वागत करायला हवे. 'सबाल्टर्न स्टडीज्', वंचितांचा इतिहास का जन्माला आला आहे, हे समजावून घ्यायला हवे. तो इतिहास आक्रोश करून सांगतोय की, आतापर्यंतचा इतिहास हा वरून खाली लिहिलेला म्हणजे सत्ताधारी वर्गांचा इतिहास आहे. आता तळाकडून लिहिलेला सामान्यजनांचा इतिहास हवा आहे. History शब्दाची फोड His story (म्हणजे King's story) अशी केली जात असे. पण खरे तर ती निव्वळ राजाची नव्हे तर माणसाची, मानवजातीची कथा आहे. मूठभरांची नव्हे, तर साऱ्या समाजाची कथा आहे. म्हणूनच आपला इतिहास केवळ सत्ताधाऱ्यांचा इतिहास आहे की समाजातील वंचित वर्गाचा, ग्रामीण जनतेचा, शेतकरी-कामगार-दलित-आदिवासी यांचाही इतिहास आहे, हे अभ्यासावे लागेल. दुसराही एक महत्त्वाचा प्रश्न विचारला जाऊ लागलाय - 'इतिहास ही निव्वळ His story का? Her story का नाही?' इतिहासात स्त्रियांचे अदृश्यीकरण केले गेले आहे. आमची सर्व गृहीतके ही पुरुषशाही गृहीतके आहेत. या गृहीतकांना आव्हान देऊन लिंगभावमय वास्तवतेचा (gendered reality) विचार करून इतिहासाची पुनर्मांडणी केली पाहिजे. स्त्रीवादी इतिहास म्हणजे काही चार कर्तृत्ववान महिलांची यादी करून त्यांचे पराक्रम सांगणे वा त्यांचा प्रतिकात्मक समावेश इतिहासात करणे (contributionist history) नाही, तर लिंगभावमय वास्तवतेचा विचार करून इतिहासाची पुनर्मांडणी करणे होय. प्रदेश, जात, वर्ग हे जसे निकष आहेत, तसाच लिंगभाव (gender) हासुद्धा महत्त्वाचा निकष आहे. म्हणून त्या अंगाने इतिहास समजावून घेतला पाहिजे आणि प्रादेशिक इतिहास लिहितानासुद्धा त्याचे भान ठेवले पाहिजे.

हे सर्व करत असताना इतिहासाची जी पारंपरिक साधने आहेत, त्यांपलीकडे आम्हाला जावे लागेल. अर्काइव्हजूचे (अभिलेखागारांचे) महत्त्व निश्चितच मोठे आहे. तेथील साधने तर महत्त्वाची आहेतच; पण या साधनांपलीकडेही अनेक साधने आहेत. तिकडे आपल्याला वळावे लागेल. 'नो डॉक्युमेंट नो हिस्ट्री'चा आग्रह भारतासारख्या देशात एका मर्यादेपलीकडे ताणता कामा नये. याचे कारण असे की, भारताची बहुसंख्य

जनता शतकानुशतके निरक्षर होती, त्यामुळे तिच्या इतिहासाची लेखी साधने तिने मागे सोडली नाहीत. असे असले तरी त्या जनतेला इतिहास नाही, असे आपण म्हणणार का? तिच्या इतिहासाची नवीन व वेगळी साधने आपल्याला शोधायला हवीत. आदिवासींच्या इतिहासाकरिता वेगळी साधने व वेगळ्या अभ्यासपद्धती शोधायला लागतील. आदिवासींचे साहित्य, त्यांच्या कला, त्यांच्या धार्मिक समजुती, त्यांच्या प्रथा-परंपरा यांच्या अभ्यासातून त्यांच्या इतिहासाचा वेध घ्यावा लागेल. मानवशास्त्रा (Anthropology) तील संशोधनपद्धती वापराव्या लागतील. साहित्य हे इतिहाससंशोधनातील मोठे साधन आहे. इतिहास आणि साहित्य यांच्या परस्पर-संबंधांविषयीची जाण आता वाढली आहे. मुंबईमधल्या जीवनाची व्यामिश्रता पकडायची असेल तर अभिलेखागारातील अहवालांपेक्षा मर्ढेकर, नारायण सुर्वे वा नामदेव ढसाळ यांची कविता जास्त उपयोगाची आहे. इतिहास-संशोधनात साहित्य हे साधन म्हणून कसे वापरायचे याचा मार्ग सोपा नाही. ती एक निसरडी वाट आहे. फार काळजीपूर्वक या तंत्राचा वापर करावा लागतो. साहित्यातील घटना व प्रत्यक्षातील वास्तव यांचे एकास एक असे नाते नसते. पण आपल्याला जर युगमानसाचा (Spirit of the Age) वेध घ्यायचा असेल, तत्कालीन लोकांच्या प्रेरणा, प्रवृत्ती, स्वप्ने समजावून घ्यायची असतील, तर आपल्याला साहित्याकडे जावे लागणार. प्रादेशिक इतिहास लिहिताना याचे भान अवश्य ठेवले पाहिजे. प्रादेशिक भाषांमधील आणि बोलींमधील संशोधन साधनांचे महत्त्वसुद्धा येथे अधोरेखित करावेसे वाटते.

राजकीय, सामाजिक, आर्थिक, सांस्कृतिक, वैचारिक अशा विविध पैलूंच्या अभ्यासाद्वारे ऐतिहासिक वास्तवाचे सर्वस्पर्शी भान निर्माण करण्याची दृष्टी प्रादेशिक इतिहासलेखनात बाळगायला हवी. तसेच निव्वळ वर्णनपरतेवर भर न देता अन्वयार्थ व सैद्धांतिक चर्चेलासुद्धा महत्त्व द्यायला हवे. राज्याचे स्वरूप, सामाजिक घडणप्रक्रिया, भाषाशास्त्रीय विश्लेषण, सरंजामशाही वा प्रबोधन यांसारख्या संज्ञांचा भारतीय / महाराष्ट्रीय संदर्भातील वापर, १८व्या शतकाविषयीचा वादंग अशा संदर्भांतील चर्चाविश्वापासून आपण आपला प्रादेशिक इतिहास दूर ठेवता कामा नये. '१८व्या शतकाविषयीचा वादंग' (18th century debate) म्हणून ओळखले जाणारे भारतीय इतिहासविषयक विचारमंथन वाचकांनी लक्षात घ्यावे.[८] भारतीय संदर्भात १८ वे शतक हे अधोगतीचे साचेबंद शतक होते, हा रूढ व साम्राज्यवादी दृष्टिकोन आता मागे पडू लागला आहे. या शतकातील भारतात कोणत्या अर्थपूर्ण हालचाली घडत होत्या, गतिशीलतेच्या क्षमता कशा अस्तित्वात होत्या, सातत्य आणि बदलाच्या द्वंद्वात्मकतेच्या अंगाने आधुनिक युगाच्या संदर्भात १८ वे शतकसुद्धा कसे अर्थपूर्ण होते याचा अभ्यास मोठ्या प्रमाणावर होत आहे. निव्वळ ऱ्हासाचे चित्र रंगवण्याऐवजी तत्कालीन भारतात प्रादेशिक राज्यांमध्ये आर्थिक समृद्धी कशी निर्माण होऊ लागली, केवळ दिल्ली-साम्राज्यकेंद्री विचार करण्यापेक्षा

परीघप्रदेशातील नव्या सत्तांचा उदय कसा अर्थपूर्ण ठरला, ब्रिटिशप्रणीत बदलातसुद्धा भारतीय सातत्याचे धागे कसे टिकून होते, मुख्यतः पर्शियन साधनांवर अवलंबून राहण्यापेक्षा प्रादेशिक लोकभाषांमधील साधनांचा आधार घेणेही कसे महत्त्वपूर्ण आहे, या सर्वाला १८व्या शतकाविषयीच्या वादंगात महत्त्व प्राप्त झाले आहे. हा बदलता दृष्टिकोन प्रादेशिक इतिहासाच्या संशोधनास उपकारक आहे. महाराष्ट्राच्या इतिहासाची मांडणी करताना त्याची पुरेशी दखल आपण घेत नाही, हे एक कटू सत्य आहे. दुसरे असे की प्राचीन, मध्ययुगीन व आधुनिक या कठोर कप्पेबंद विभागणीतून आपण गरजेनुरूप बाहेर यायला हवे. आम्ही या विभागणीत इतके बंदिस्त होतो की, काळाच्या सीमा ओलांडणारे ऐतिहासिक अनुबंध (historical linkages) दुर्लक्षित राहतात आणि सातत्य-बदलाच्या द्वंद्वात्मकतेचे पुरेसे आकलन होत नाही. यासाठी, रोमिला थापर ज्याला 'लेबलांची जुलूमशाही' म्हणतात, ती आपण झुगारून दिली पाहिजे. राष्ट्रीय व प्रादेशिक अशा दोन्ही प्रकारच्या इतिहासांना हे लागू पडते.

प्रादेशिक इतिहासाला पूरक अशी एक उल्लेखनीय बाब येथे नमूद केली पाहिजे. प्रादेशिक इतिहाससंबंधीच्या उपक्रमांना महाराष्ट्रात पद्धतशीर व संस्थात्मक रूप लाभू लागले आहे. विविध इतिहास-परिषदांच्या रूपाने तत्संबंधी एक सांस्कृतिक चळवळ उभी राहू लागली आहे. अखिल महाराष्ट्र इतिहास परिषद, मराठवाडा इतिहास परिषद, नागपूर-अमरावती विद्यापीठ इतिहास परिषद, शिवाजी विद्यापीठ इतिहास परिषद, पुणे विद्यापीठ इतिहास परिषद, खानदेश इतिहास परिषद, कोकण इतिहास परिषद यांसारख्या संस्था वार्षिक अधिवेशने व प्रकाशने यांच्याद्वारे उल्लेखनीय कार्य करत आहेत. विदर्भ संशोधन मंडळाचासुद्धा उल्लेख करायला हवा. प्रादेशिक इतिहासलेखनाची एक मोठी परंपरा महाराष्ट्रात निर्माण होत आहे. हा स्वतंत्र व्याख्यानाचा वा विस्तृत लेखाचा विषय आहे. परंतु अधिक खोलात न जाता अलीकडच्या काळातील काही संशोधकांचा प्रातिनिधिक नामोल्लेख करता येईल. 'विसाव्या शतकातील महाराष्ट्र' ही य.दि. फडके यांची ग्रंथमाला म्हणजे प्रादेशिक इतिहासाचा एक बृहत् प्रकल्पच म्हटला पाहिजे. मराठवाड्याच्या इतिहासाबाबत गेल्या काही वर्षांत गो.बं. देगलूरकर, पंढरीनाथ रानडे, रा.श्री.मोरवंचीकर, प्रभाकर देव, ब्रह्मानंद देशपांडे, हरिहर ठोसर, बाळासाहेब पाटील, भगवान काळे, सोमनाथ रोडे, अरुणचंद्र पाठक, साहेबराव गाठाळ, अनिल कठारे, प्रशांत देशमुख इ. संशोधकांनी चांगली भर टाकली आहे. अर्थात ना.गो. नांदापुरकर, न.शं. पोहनेकर, रा.अ. कानोले, देविसिंग चौहान, सेतुमाधवराव पगडी, नरहर कुरुंदकर, अनंतराव भालेराव, खंडेराव कुलकर्णी, ल.वि. चाकूरकर, वसंत पोतदार इत्यादींच्या कामगिरीचे स्मरणही या संदर्भात ठेवले पाहिजे. खानदेशच्या इतिहासाबाबत अलीकडच्या काळात अरविंद देशपांडे, मु.ब. शहा, श्याम कायंदे, टी.टी. महाजन, पी.डी. जगताप, जी.बी.

शहा, एस्.ए. पाटील, भी.ना. पाटील इत्यादींची कामगिरी उल्लेखनीय आहे. विदर्भाच्या इतिहासाबाबत शरद कोलारकर यांनी अलीकडे केलेले ग्रंथलेखनही महत्त्वाचे आहे. ही सर्व यादी बरीच वाढवता येण्याजोगी आहे; पण आधी म्हटल्यानुसार हे सर्व नामोल्लेख प्रातिनिधिक मानावे आणि मूळचा मुद्दा ध्यानी घ्यावा. महाराष्ट्रात प्रादेशिक इतिहासलेखन मोठ्या प्रमाणावर होत आहे, असा तो मुद्दा आहे. यातील बऱ्याचशा लेखनाचे स्वरूप कालक्रमानुसारी प्राथमिक मांडणी करणे, माहितीचे संकलन करणे, काही दुर्लक्षित साधने उजेडात आणणे या स्वरूपाचे आहे. या सर्वांचे मोल मोठे आहे, यात शंका नाही; पण आता प्रादेशिक इतिहासलेखनाच्या पुढच्या टप्प्यात चिकित्सक (critical / analytical), अन्वयार्थी (interpretative), सैद्धांतिक (theoratical) व आंतरविद्याशाखीय (interdisciplinary) मांडणीकडेसुद्धा लक्ष पुरवणे गरजेचे आहे, हे आवर्जून नमूद करावेसे वाटते.

प्रादेशिक इतिहासाबाबत एका नव्या संदर्भाचा निर्देश आवश्यक वाटतो. आपण सध्या जागतिकीकरणाच्या (globalisation) युगात वावरत आहोत. जागतिकीकरणाचे काही चांगले परिणाम असतीलही; पण जागतिकीकरणाने काही समस्यासुद्धा निर्माण केल्या आहेत. जागतिकीकरणाच्या लाटेमुळे एकरंगी संस्कृती घडू पाहात आहे आणि राष्ट्रीय, प्रादेशिक व स्थानिक संस्कृतींवर / उपसंस्कृतींवर आघात होत आहेत. स्वत्वहरणाची समस्या उद्‌भवली आहे. सांस्कृतिक सपाटीकरणाचे प्रयत्न चालू आहेत. जागतिकीकरणाच्या नावाखाली एक नवा आर्थिक-सांस्कृतिक (विशेषतः अमेरिकी) साम्राज्यवाद फोफावत आहे. फ्रान्सिस फुकुयामाचा 'द एंड ऑफ हिस्ट्री अँड द लास्ट मॅन' (१९९२)[९] किंवा सॅम्युअल हंटिंग्टनचा 'क्लॅश ऑफ सिव्हिलायझेशन्स अँड द रिमेकिंग ऑफ वर्ल्ड ऑर्डर' (१९९६)[१०] हे ग्रंथ म्हणजे नव्या सांस्कृतिक साम्राज्यवादाचे आविष्कार म्हणता येतील. या सर्व पार्श्वभूमीवर स्वत्वसंरक्षणाची, राष्ट्रीय, प्रादेशिक व स्थानिक अस्मिता जपण्याची आवश्यकता निर्माण झाली आहे. त्या संदर्भात प्रादेशिक इतिहास महत्त्वाचा ठरणार आहे. सध्याचा उत्तराधुनिकतावाद (post-modernism) हा महासंकल्पनांचे ओझे झुगारून लघुसंकल्पना व अस्मितांची कैफियत मांडू पाहतोय. ही गोष्टसुद्धा प्रादेशिक इतिहासाला पूरक ठरणारी आहे. राष्ट्रीयतेचा एकांगी आग्रह चुकीचा असल्याचे वर्तमान भान महत्त्वाचे आहे. भारतात तर प्रादेशिकता दडपून नव्हे, तर प्रादेशिकता खुलवूनच राष्ट्रीयता खऱ्या अर्थाने जोपासता येईल. त्यासाठी प्रादेशिकतेविषयीचा आरोग्यकारक आदरभाव जपला पाहिजे. मात्र याआधी नमूद केल्यानुसार संकुचित प्रादेशिकतावादाला मात्र डोके वर काढू देता कामा नये. ही सारी तारेवरची कसरत आहे खरी; पण ती जर संयमाने, विवेकशीलतेने आणि मूल्यनिष्ठेने पार पाडली, तर प्रादेशिक इतिहासाचे परिपक्व आविष्कार घडत राहतील.

संदर्भ व टिपा

१. माझ्या पुढील दोन भाषणांवर प्रस्तुत शोध-लेख प्रामुख्याने आधारलेला आहे -
  १) 'मराठवाडा राज्यस्तरीय इतिहास परिषद, औरंगाबाद' या संस्थेच्या दि. ८ व ९ मार्च २००४ रोजी मुरूम (जि. उस्मानाबाद) येथे झालेल्या २३व्या राज्यस्तरीय अधिवेशनातील अध्यक्षीय भाषण.
  २) 'कोकण इतिहास परिषदे'च्या १४ व १५ जानेवारी २०१२ रोजी ठाणे येथे झालेल्या दुसऱ्या अधिवेशनातील 'आधुनिक विभागा'चे अध्यक्षीय भाषण.

  वरील दोन्ही भाषणांचा सारांश वा संहिता संबंधित संस्थांनी प्रकाशित केल्या होत्या. तसेच दोन्ही भाषणे 'इतिहास-शिक्षक' त्रैमासिकात पूर्ण स्वरूपात पुनर्प्रकाशित करण्यात आली. त्यांचे तपशील पुढीलप्रमाणे -
  १) राजा दीक्षित, 'प्रादेशिक इतिहासाचा वर्तमान संदर्भ', *इतिहास-शिक्षक,* पुणे-कोल्हापूर, ऑक्टोबर-नोव्हेंबर-डिसेंबर २००४, पृ. ३-९.
  २) राजा दीक्षित, 'आधुनिकता' आणि 'प्रादेशिक इतिहास' ', *इतिहास-शिक्षक,* पुणे-कोल्हापूर, ऑक्टोबर-नोव्हेंबर-डिसेंबर २०१२, पृ. ३-१४.

  उपरोल्लेखित संस्था व नियतकालिके यांचा मी आभारी आहे. - लेखक.

२. Romila Thapar, 'The Scope and Significance of Regional History' in *Ancient Indian Social History : Some Interpretations,* Orient Longman, New Delhi, 1987, pp. 360-76.

३. जागतिक संदर्भात पूर्व आणि पश्चिम यांना दिशांच्या पलीकडे नेऊन मानसिक, सांस्कृतिक, धुरीणत्वाधारित अर्थ प्राप्त करू देण्याची एडवर्ड सैद यांची कामगिरी फार उल्लेखनीय आहे. जिज्ञासूंनी त्यासाठी पुढील ग्रंथ अवश्य अभ्यासावा :
  Edward W. Said, *Orientalism,* (1978), First published in India by Penguin Books, New Delhi, 2001.

४. अ.रा. कुलकर्णी, य.दि. फडके, केनेथ बॉलहॅचेट, रवींद्रकुमार इत्यादींच्या महाराष्ट्रविषयक संशोधनाची उदाहरणे घेऊन या विषयाची अधिक चर्चा निबंधलेखकाने त्याच्या प्रबंधात केलेली आहे. अधिक तपशिलांसाठी पाहा -
  राजा दीक्षित, *एकोणिसाव्या शतकातील महाराष्ट्र : मध्यमवर्गाचा उदय,* डायमंड पब्लिकेशन्स, पुणे, २००९, पृ. ३-५.

५. दि.वि. काळे, *छत्रपति शिवाजी महाराज*, तृ.आ., पुणे विद्यापीठ, पुणे, १९७१, पृ. १.

६. मु.ब. शहा (संपा.), *इतिहासाचार्य वि.का. राजवाडे समग्र साहित्य, खंड दहावा : प्रस्तावना खंड*, राजवाडे संशोधन मंडळ, धुळे, १९९८, पृ. १-२.

७. अधिक संदर्भासाठी पाहा : Bipan Chandra et.al., *India's Struggle for Independence*, Penguin Books, New Delhi, 1989, pp. 17-25.

८. Seema Alavi (ed.), *The Eighteenth Century in India*, Oxford University Press, New Delhi, 2002.

९. Francis Fukuyama, *The End of History and the Last Man,* Penguin Books, London and New York, 1992.

१०. Samuel P. Huntington, *The Clash of Civilizations and the Remaking of World Order*, Penguin Books, New Delhi, 1996.

खाद्यसंस्कृतीचा इतिहास

डॉ. मोहसिना मुकादम

विसाव्या शतकाच्या उत्तरार्धात मुख्यप्रवाही इतिहासाच्या परिघावर असलेल्या अनेक विषयांकडे इतिहासकारांचे लक्ष वळलेले आढळते. त्यांपैकी एक विषय म्हणजे खाद्यसंस्कृतीचा इतिहास. सामाजिक/सांस्कृतिक इतिहासाची उपशाखा नव्हे, तर स्वतंत्र ज्ञानशाखा म्हणून खाद्यसंस्कृतीच्या इतिहासाच्या अभ्यासाची सुरुवात सुमारे १९७० च्या दशकापासून झाली. त्या अर्थाने या नवीन ज्ञानशाखेचा इतिहास उण्यापुऱ्या पन्नास वर्षांचा आहे. प्रस्तुत लेखात खाद्यसंस्कृतीच्या इतिहासाची व्याख्या, आरंभ आणि विस्तार, संदर्भसाधने आणि भारतातील संशोधनाची स्थिती, अशा काही प्रश्नांची उत्तरे शोधण्याचा अल्पसा प्रयत्न केलेला आहे.

पाश्चिमात्य संशोधनक्षेत्रात या ज्ञानशाखेला 'हिस्ट्री ऑफ डाएट', 'हिस्ट्री ऑफ फूड' किंवा 'कुलिनरी हिस्ट्री' असे म्हणतात. त्याचे मराठी भाषांतर 'आहाराचा इतिहास' किंवा 'पाककलेचा इतिहास' असे होते. पण त्यातून आहाराचा इतिहास म्हणजे अन्नपदार्थांच्या निव्वळ पोषणमूल्यांचा इतिहास किंवा पाककलेचा इतिहास म्हणजे पाककृतींचा अभ्यास असा अर्थ ध्वनित होण्याची शक्यता आहे. त्याऐवजी या ज्ञानशाखेला खाद्यसंस्कृतीचा इतिहास असे म्हणणे अधिक योग्य वाटते.[१] पाककलेचा किंवा पाककृतींचा अभ्यास असे या अभ्यासाचे मर्यादित स्वरूप नाही. 'प्लॅनेट टू प्लेट' म्हणजे अन्न पिकवण्यापासून त्यावर विविध प्रक्रिया करून, वेगवेगळ्या माध्यमांतून संस्कारित झालेल्या अन्नाचा आस्वाद घेण्यापर्यंतच्या सर्व टप्प्यांचा अभ्यास यामध्ये अभिप्रेत आहे. आहारात सूक्ष्म पातळीवर होणारे बदल निव्वळ पर्यावरणीय, भौगोलिक किंवा तंत्रज्ञानाच्या विकासामुळेच होत नसतात. राजकीय, धार्मिक व सामाजिक प्रेरणाही त्यामागे असतात. काल आणि अवकाश, समाज आणि संस्कृती या परिप्रेक्ष्यात खाद्यसंस्कृतीची भूमिका काय किंवा खाद्यसंस्कृतीच्या माध्यमातून समाज कसा व्यक्त होत असतो, हे समजवण्याचा

प्रयत्न हा इतिहास करतो. खाद्यसंस्कृतीतून समाजातील आंतरसंबंध, अंतर्द्वंद्व व्यक्त होत असतात. म्हणून ऐतिहासिक परिवेशात खाद्यसंस्कृतीचा अभ्यास करणे आवश्यक ठरते. खाद्यसंस्कृतीच्या माध्यमातून इतिहासाचा अन्वयार्थ शोधणारे इतिहासलेखन अशी याची व्याख्या करता येते. थोडक्यात, मानवाचे खानपानसंबंधित आचार-विचार आणि त्यातून प्रतिबिंबित होणारा इतिहास याचा हा अभ्यास आहे. आहाराच्या इतिहासाला गांभीर्याने घेऊन त्याच्या संशोधनाची प्रमाणपद्धती प्रस्थापित करण्याचा प्रयत्न 'समग्र इतिहास' हे ध्येय मानणाऱ्या फ्रान्समध्ये उदयाला आलेल्या 'द ॲनाल्स स्कूल' (यापुढे ॲनाल्स) च्या फ्रेंच इतिहासकारांनी करावा, हे स्वाभाविकच म्हटले पाहिजे.[२] मार्क ब्लॉक, लुसिन फेबव्र आणि फर्नांद ब्रॉदेल या ॲनाल्सच्या अध्वर्यूंना इतिहासाच्या जुन्या संकल्पनेचा त्याग करून त्या जागी विस्तृत आणि समग्र मानवी इतिहास (Human History) आणायचा होता.[३] अशा प्रकारच्या इतिहासात मानवाच्या जीवनाशी संबंधित सर्व घटकांना मध्यवर्ती मानून त्यांचा निव्वळ वर्णनात्मक नव्हे, तर विश्लेषणात्मक अभ्यास त्यांना अभिप्रेत होता. समग्र इतिहासाच्या कक्षेत मानवी जीवनातील भौतिक आणि सांस्कृतिक अशा दोन्ही क्षेत्रांचा समावेश होतो आणि खाद्यसंस्कृती या दोन्ही क्षेत्रांत मोडते.

ॲनाल्सच्या स्थापनेपासून मार्क ब्लॉक, लुसिन फेबव्र व एव्हरग्नॅक यांनी या विषयात रुची घेतलेली आढळते. वेगवेगळी धान्यपीके, पाककृती, ती बनवण्यासाठी वापरली जाणारी माध्यमे यांचा अभ्यास केला जात होता व त्यासाठी पुरातत्त्वशास्त्र, भूगोल, भाषाशास्त्र, आचारशास्त्र अशा संलग्न ज्ञानशाखांचा आधार घेतला जात होता. पण एकूणच १९३० च्या सुमारास हा विषय इतिहासकारांसाठी नवखा होता. त्यामुळे यात पूर्णपणे उतरण्याचे त्यांचे धाडस होत नव्हते. सुरुवातीच्या या कालखंडात ॲनाल्सवाद्यांचे यासंबंधीचे संशोधन अत्यंत सीमित होते. साधने दुर्मीळ असल्याने स्वतंत्रपणे संशोधन करण्यापेक्षा इतर संलग्न ज्ञानशाखांत त्याविषयी चाललेल्या संशोधनात इतिहासकारांनी आवश्यक ते साहाय्य करावे, अशी सावध भूमिका ॲनाल्सवाद्यांची होती.[४] १९६० च्या दशकात या विषयाची स्वतंत्रपणे मीमांसा करण्याइतपत आत्मविश्वास ॲनाल्सच्या इतिहासकारांमध्ये आला, कारण तोपर्यंत मानववंशशास्त्रज्ञांनी आहारावर केलेल्या संशोधनामुळे संदर्भसाधने उपलब्ध झाली.[५] संशोधनाचे साधन म्हणून आहाराकडे सर्वप्रथम लक्ष वळवले ते मानववंशशास्त्रज्ञांनी. धर्म, निषिद्ध अन्न, सामाजिक संबंध या संकल्पनांचा अभ्यास करताना त्यातही पोषणविषयक अभ्यास करणाऱ्या मानववंशशास्त्रज्ञांनी (Nutritional anthropologists) वापरलेली संदर्भसाधने ही आहाराच्या इतिहासकारांना साहाय्यभूत ठरली.

ॲनाल्सवाद्यांचा खाद्यसंस्कृतीच्या इतिहासाकडे पाहण्याचा दृष्टिकोन दुपेडी होता. जीवशास्त्र (Biology) आणि संस्कृती (Culture) या विषयांच्या अनुषंगाने त्यांच्या

संशोधनाची दिशा होती. १९२८ मध्ये मार्क ब्लॉकने प्रसिद्ध केलेले 'आर्कीओलॉजी ॲण्ड बायोलॉजी' हे पुस्तक हे त्याचे द्योतक आहे. १९६१ मध्ये प्रसिद्ध केलेल्या आहाराच्या इतिहासाच्या पहिल्या खंडाचे 'मटेरियल लाइफ ॲण्ड बायोलॉजिकल बिहेवियर' हे शीर्षक पुरेसे बोलके आहे. वनस्पती, प्राणी, पाककृती या सर्व सांस्कृतिक मालमत्ता आहेत, असे फर्नांद ब्रॉदेलचे मत खाद्यसंस्कृतीच्या इतिहासाकडे पाहण्याचा ॲनाल्सवाद्यांचा दृष्टिकोन अधोरेखित करते. निव्वळ पोषणमूल्ये, आहारशास्त्र अशा मर्यादित दृष्टिकोनातून या विषयाकडे न पाहता इतिहासकारांनी आहारावरील संशोधनाला गांभीर्याने घेत त्याच्या माध्यमातून सामाजिक/सांस्कृतिक आकृतिबंध शोधण्याचा प्रयत्न करावा, असे आवाहन १९६१ मध्ये ॲनाल्सवाद्यांनी केलेले आढळते. या आवाहनामागे पार्श्वभूमी होती ती ॲनाल्सचे एक अध्वर्यू फर्नांद ब्रॉदेल यांच्या संशोधनाची. 'कॅपिटॅलिझम ॲण्ड मटेरियल लाइफ' या ग्रंथाची रचना करताना त्यांचे लक्ष या विषयाकडे वळले. चलन, वित्त, व्यापार या चाकोरीत अडकलेल्या अर्थशास्त्रीय इतिहासाला त्यातून बाहेर काढून इतिहासकारांचे लक्ष सामाजिक पैलूंकडे तसेच भौतिक जीवनाच्या विविधांगांकडे वेधण्याची आवश्यकता ॲनाल्सकारांना वाटू लागली. वस्त्र, वस्तू, फॅशनप्रमाणेच आहार हा भौतिक जीवनाचा महत्त्वाचा घटक आहे. खाद्यसंस्कृती इतिहासाच्या सर्व पैलूंवर प्रकाश टाकू शकते तसेच दीर्घकालीन इतिहासाच्या अभ्यासाचे ते एक प्रभावी साधन होऊ शकते, असे ब्रॉदेलचे मत होते.

या विचारप्रवाहाचा परिपाक आपल्याला फर्नांद ब्रॉदेलच्या लिखाणात आढळतो. 'सिव्हिलायझेशन ॲण्ड कॅपिटॅलिझम : फिफ्टिन टू एटीन्थ सेन्चुरीज' या ग्रंथामध्ये आतापर्यंत इतिहासाच्या परिघावर असलेले, अव्यक्त इतिहासाच्या कक्षेत येणारे विषय म्हणजे- आहार, वेशभूषा, वास्तू, नगरे, फर्निचर, चलन इत्यादींना मुख्य प्रवाहात आणण्याचे काम फर्नांद ब्रॉदेल यांनी केले.[६] त्यांच्या मतानुसार बाजारपेठीय अर्थव्यवस्थेच्या स्तराखाली एक अस्पष्ट स्तर असतो, ज्याकडे ऐतिहासिक साधनांच्या अभावामुळे दुर्लक्ष होते. तो स्तर म्हणजे दैनंदिन जीवनाचा. या दुर्लक्षित स्तराला ब्रॉदेल भौतिक जीवन किंवा भौतिक संस्कृती ही संज्ञा देतात. दैनंदिन जीवनातील लहानसहान बाबींची काळ आणि अवकाश यांच्या संदर्भात क्वचितच नोंद घेतली जाते. समाजाच्या वेगवेगळ्या स्तरांतील लोकांचा आहार, वेशभूषा किंवा घरे उपेक्षणीय नसतात; त्यांची ऐतिहासिक दृष्टिकोनातून छाननी होऊ शकते. म्हणून या ग्रंथाच्या पहिल्या खंडाचे शीर्षक 'द स्ट्रक्चर ऑफ एव्हरीडे लाईफ : द लिमिट ऑफ द पॉसिबल' असे आहे. त्यातील 'डेली ब्रेड' आणि 'सुपरफ्लुइटी : फूड ॲण्ड ड्रिंक' या दोन प्रकरणांत इतिहासाची मीमांसा खाद्यसंस्कृतीच्या आधारे केली आहे. लोकसंख्या आणि आहाराची निवड (शाकाहारी/मांसाहारी) यांतील परस्परसंबंधांचे स्पष्टीकरण ब्रॉदेल 'डेली ब्रेड' या प्रकरणात देतात.

आहाराची निवड व त्यातून ध्वनित होणारा निर्णय हा प्रदीर्घ प्रक्रियेचा परिणाम असतो. ब्रॉदेलच्या मते खाद्यसंस्कृतीच्या इतिहासाचा स्थूल आराखडा दोन प्राचीन क्रांत्यांनी चिन्हित व नियंत्रित केला आहे. पहिली क्रांती म्हणजे पुराश्म काळाच्या शेवटी सर्वभक्ष्यी ते मांसभक्ष्यी असा आहारातील बदल आणि दुसरी म्हणजे नवाश्मकाळातील शेती आणि धान्यांच्या लागवडीची सुरुवात! ब्रॉदेलच्या मते, प्रत्येक संस्कृती एखाद्या धान्याची प्राधान्याने निवड करून त्यानुसार स्वतःला संघटित करते. कॉर्न, तांदूळ आणि मका यांना ब्रॉदेल संस्कृतीच्या वनस्पती (Plants of Civilization) म्हणतात. त्यांचा इतिहास व मानवाच्या सर्वसाधारण जगण्यावर त्यांचा प्रभाव याची छाननी ते या अनुषंगाने करतात. 'ही तिन्ही धान्ये मानवाच्या भौतिक व काही प्रमाणात आध्यात्मिक जीवनाला संघटित करणारी ठरली', असे निरीक्षण ब्रॉदेल नोंदवतात. 'सुपरफ्लुइटी ॲण्ड ड्रिंक' या दुसऱ्या प्रकरणात खाद्यसंस्कृतीच्या अधिक गुंतागुंतीच्या अंतःस्तराची ब्रॉदेल चर्चा करतात. त्यांच्या मते वस्त्रांप्रमाणे पाककलेतही फॅशन दिसून येते.

इतिहासाचे अध्ययन करताना अर्थशास्त्र, भूगोल, मानववंशशास्त्र, संख्याशास्त्र या इतिहासाशी संलग्न ज्ञानशाखांचा उपयोग केला जावा, हे ॲनाल्सचे धोरण ब्रॉदेलच्या या ग्रंथात ठळकपणे दिसून येते. अन्नधान्याचा व्यापार, उपभोग यासंबंधीचे निष्कर्ष ते संख्याशास्त्राच्या आधारे स्पष्ट करतात. मुखिया आणि आमूयार्द यांच्या मते, खाद्यसंस्कृतीचा इतिहास अर्थशास्त्रज्ञ आणि इतिहासकार यांच्या एकमेकांच्या विषयांसंदर्भात गृहीत अडथळे (Barrior) दूर करणारे प्रभावी साधन ठरले.[७] एकाच ग्रंथात भौतिक जीवनाच्या सर्व बाबींचा अभ्यास असंभव आहे, याची जाणीव ब्रॉदेल यांना होती. म्हणूनच अधिक सखोल आणि पद्धतशीर संशोधन करून त्यानंतर त्याचे संश्लेषण आणि विश्लेषण आवश्यक आहे, असा विचार त्यांनी मांडला. त्यांच्या मते, हा ग्रंथ म्हणजे फक्त सुरुवात होती. त्यावर गंभीर चर्चा करून विस्तार करण्याचे आवाहन त्यांनी इतिहासकारांना केले.

फर्नांद ब्रॉदेल यांनी लावलेल्या रोपट्याचा आज वटवृक्ष झाला आहे. त्यांच्या संशोधनापासून प्रेरणा घेत इतिहासकार अधिक सूक्ष्मपणे व विविध विषयांवर संशोधन करू लागले आहेत. हळूहळू खाद्यसंस्कृतीच्या इतिहासाला स्वतंत्र ज्ञानशाखा म्हणून मान्यता मिळू लागली आहे. काळ आणि अवकाश यांच्या संदर्भात खाद्यसंस्कृतीचा अभ्यास केला जात आहे. सामाजिक, सांस्कृतिक, अर्थशास्त्रीय, पर्यावरणीय, स्त्रीवादी इतिहासाची छाननी खाद्यसंस्कृतीच्या माध्यमातून होत आहे. वैद्यकीयशास्त्राच्या इतिहासासाठी खाद्यसंस्कृती आधारभूत ठरत आहे. जैविक विविधतेचा अभ्यास करताना विज्ञानशाखेचे संशोधक खाद्यसंस्कृतीच्या इतिहासकारांचे साहाय्य घेताना आढळतात. वसाहतवादाचा अभ्यास करताना खाद्यसंस्कृती एक प्रमुख घटक ठरत आहे. थोडक्यात,

खाद्यसंस्कृतीचा अभ्यास आंतरशास्त्रीय व बहुशास्त्रीय पद्धतीने होत आहे.

खाद्यसंस्कृतीच्या माध्यमातून इतिहासाची मीमांसा करण्याचा प्रयत्न कोणकोणत्या संदर्भात होत आहे, याचा थोडक्यात आढावा घेणे महत्त्वाचे ठरेल. १९७० च्या दरम्यान ॲनाल्सच्या इतिहासकारांनी खाद्यसंस्कृतीवर अनेक लेख लिहिले. ते लेख १९७९ मध्ये फॉस्टर आणि रानुमसंपादित 'फूड ॲण्ड ड्रिंक इन हिस्ट्री : सिलेक्शन फ्रॉम ॲनाल्स इकॉनॉमिक, सोसायटीज, सिव्हीलायझेशन' या शीर्षकाखाली प्रसिद्ध करण्यात आले. ब्रॉदेलच्या इतिहाससंशोधनपद्धतीचा अवलंब के. एन. चौधरी यांनी त्यांच्या 'एशिया बिफोर युरोप : इकॉनॉमी ॲण्ड सिव्हिलायझेशन ऑफ दी इंडियन ओशन फ्रॉम दी राइज ऑफ इस्लाम टू १९७०' या ग्रंथात केलेला आढळतो. विविध देशांच्या सामाजिक व सांस्कृतिक इतिहासाचा मागोवा खाद्यसंस्कृतीच्या माध्यमातून घेणारे अनेक ग्रंथ आहेत. उदाहरणार्थ, जॉन बर्नेटचे 'प्लेण्टी ॲण्ड वाण्ट ए सोशल हिस्ट्री ऑफ डाएट इन इंग्लंड फ्रॉम १८१५ टु दी प्रेझेंट डे' किंवा रिचर्ड बॅकेटचे 'कनव्हिकड् टेस्ट फूड इन ऑस्ट्रेलिया' इत्यादी. फिलीप फर्नांडिस-अर्मस्तो यांनी 'फूड हिस्ट्री' या त्यांच्या ग्रंथात जगाच्या इतिहासाची मांडणी खाद्यसंस्कृतीच्या आधारे केलेली आढळते. त्यांनी विषयाची मांडणी, काळ, प्रदेश, जिन्नस अशा पारंपरिक पद्धतीने केलेली नाही. अर्मस्तो यांनी आहारात बदल घडवून आणणाऱ्या प्रमुख घटनांना क्रांती ही संज्ञा देऊन त्याप्रमाणे मीमांसा केली आहे. आंतरविद्याशाखीय पद्धतीचा अवलंब खाद्यसंस्कृतीच्या अभ्यासासाठी होत आहे. यात के. सी. चॅग संपादित 'फूड इन चायना' या ग्रंथाचा उल्लेख करणे आवश्यक ठरेल. प्रागैतिहासिक काळापासून ते साम्यवादी चीन असा विस्तृत कालखंड असलेल्या या ग्रंथाद्वारे खाद्यसंस्कृतीच्या इतिहासाचा असा अवलंब करून चीनच्या सामाजिक व सांस्कृतिक इतिहासाला एक वेगळे परिमाण देण्याचा प्रयत्न केला गेला. स्त्रीवादी इतिहासाचे अंतःस्तर शोधताना आहाराचा इतिहास हे एक महत्त्वाचे आणि प्रभावी साधन ठरत आहे. जसजशी स्त्रीवादी इतिहासाला अकादमिक मान्यता मिळू लागली, तसतसे पाककलेशी संबंधित कार्य, लिखाण हेही स्त्रीवादी इतिहासाचे महत्त्वाचे परिमाण होऊ शकते, हे स्वीकारले गेले. पाककलेच्या पुस्तकांच्या माध्यमातून स्त्रीवादी इतिहासावर प्रकाश टाकण्याचे काम अनेक इतिहासकारांनी केले आहे. वासाहतिक कालखंडाच्या अभ्यासासाठी खाद्यसंस्कृतीचा इतिहास हा एक नवीन दृष्टिकोन आहे. वसाहतींवर राज्य करण्यासाठी जी वेगवेगळी साधने वापरली गेली, त्यांमध्ये आहार हेही एक होते. वासाहतिक प्रशासनाच्या धोरणांमुळे शेतीच्या पद्धतीत झालेला बदल, पारंपरिक अन्नाच्या जागी नवीन अन्नाची सवय, औद्योगिकीकरण, शहरीकरण यांमुळे आहारावर झालेला परिणाम, कुपोषण अशा अनेक विषयांचा सखोल अभ्यास केला जात आहे. विविध विक्रीय वस्तूंचा (Commodity) मानवी जीवनावर, अर्थव्यवस्थेवर व राजकारणावर

पडलेला प्रभाव हेही संशोधकांच्या विशेष आवडीचे विषय दिसून येतात. ब्रिटनच्या औद्योगिकीकरणाच्या विकासात कामगारांना साखरेपासून मिळणाऱ्या ऊर्जेचे स्थान अधोरेखित करणारा स्टिफन मिण्टस यांचा ग्रंथ 'स्वीटनेस अॅण्ड पावर : दी प्लेस ऑफ शुगर इन मॉडर्न हिस्ट्री' विशेष उल्लेखनीय आहे. चॉकलेटच्या इतिहासावर संशोधन झाले आहे. तसेच कॉड या माशाच्या व्यापाराचा अर्थव्यवस्थेवर होणारा परिणाम टिपणारा 'कॉड ए बायोग्राफी ऑफ दी फिश दॅट चेंज्ड दी वर्ल्ड' हा ग्रंथ, हे विषयही संशोधकांनी हाताळलेले आहेत, याची ग्वाही देतो. नवीन जगाच्या (New World) शोधांमुळे विविध जिन्नसांच्या आदानप्रदानामुळे झालेल्या बदलाचा विशेष अभ्यास अल्फ्रेड क्रॉस्बी यांनी 'दि कोलंबियन एक्स्चेंज : बायोलॉजिकल अॅण्ड कल्चरल कॉन्सिक्वेन्स ऑफ १४९२' या ग्रंथात केला आहे. बटाटा, मका, मिरची अशा पिकांच्या जगभर प्रसारामुळे घडून आलेले सामाजिक, सांस्कृतिक, आहारशास्त्रीय, तसेच लोकसंख्येतील बदल अभ्यासले गेले आहेत. सर्वसाधारण इतिहासाच्या संदर्भात तर बरीच मोठी यादी होईल.

पाश्चिमात्य देशांत खाद्यसंस्कृतीच्या इतिहासाचा अभ्यास अनेक अकादमिक व निम्न अकादमिक संस्था करीत आहेत. विद्यापीठातून हा विषय आहारशास्त्राच्या अभ्यासक्रमाचा भाग म्हणून किंवा स्वतंत्रपणे शिकवला जात आहे. १९८० पासून अमेरिकेतील बोस्टन शहर खाद्यसंस्कृतीच्या इतिहासाच्या अभ्यासाचे केंद्र बनले आहे. 'असोसिएशन फॉर दि स्टडी ऑफ फूड अॅण्ड सोसायटी' तसेच 'कुलिनरी हिस्टोरियन ऑफ बोस्टन' यांसारख्या संस्था या विषयावर संशोधन करीत आहेत. बोस्टन विद्यापीठातील मेट्रोपोलिटन महाविद्यालय तसेच रेडक्लिफ महाविद्यालय या विषयावर वेळोवेळी कार्यशाळा, परिसंवाद आयोजित करतात. अॅलन डेव्हिडसन आणि थिओडोर झेल्डीन यांनी स्थापलेल्या 'ऑक्झफर्ड सिम्पोझियम फॉर फूड' ने अनेक चर्चासत्रं आयोजित करून संशोधनपर लेख प्रसिद्ध करून भरीव कामगिरी केली आहे. अमेरिकन फोकलोर सोसायटी दर दोन वर्षांनी 'डायजेस्ट : अॅन इंटरडिसीप्लिनरी स्टडी ऑफ फूड अॅण्ड फूडवेज' प्रसिद्ध करते. अनेक ग्रंथालये, वस्तुसंग्रहालयेही या विषयावर चर्चासत्रं, कार्यशाळा तसेच प्रदर्शने आयोजित करत असतात.

कोणत्याही नवीन ज्ञानशाखेला तिच्या अभ्यासासाठी विशिष्ट संदर्भसाधनांची आवश्यकता असते. खाद्यसंस्कृतीचा इतिहास हा अव्यक्त / मूक इतिहासाच्या कक्षेत येत असल्याने लिखित साधनांमध्ये त्यासंबंधी उल्लेख आढळत नाही. क्वचित आढळल्यास तो अप्रत्यक्ष पद्धतीने असतो. अशावेळेस प्रस्थापित साधनांचे पुनर्लोकन करणे आवश्यक ठरते. ज्यामध्ये संस्कृतीच्या सातत्याचे पुरावे आढळतात, अशी संदर्भसाधने आहाराच्या इतिहासकारांना वापरावी लागतात. पारंपरिक संदर्भसाधने आहाराच्या इतिहासकारांना वापरावी लागतात. पारंपरिक संदर्भसाधनांच्या बरोबरीने

इतिहासाच्या अपारंपरिक साधनांचा वापर इतिहासकारांनी करावा, याचे सुतोवाच ल्युसिन फेबव्र यांनी १९३३ मध्ये कॉलेज द फ्रॉन्स येथे त्यांच्या उद्घाटनपर व्याख्यानात केलेले आढळते. त्यांच्याच शब्दात सांगायचे तर, 'ग्रंथ निश्चितच पण सर्व प्रकारचे ग्रंथ आणि निव्वळ ग्रंथ नव्हे...'[८]

अभिलेखागारामध्ये उपलब्ध असलेले दस्तऐवज या इतिहासावर मर्यादित प्रकाश टाकतात. अभिलेखागारांमध्ये शासकीय धोरणे, महसूल/जकातीचे दस्तऐवज, शेती, पाणीपुरवठा, हवामान, लोकसंख्या अशा आहारावर प्रभाव टाकणाऱ्या बाबींचे पुरावे, अगदी संख्याशास्त्रीय आधारसामग्री (Data) संशोधकांना मिळतात. पण जनसामान्यांच्या दैनंदिन व्यवहाराबाबतीत अभिलेखागार मौन बाळगतात. वर उल्लेखलेल्या बाबींचा सामान्य जनतेच्या जीवनावर झालेला परिणाम, त्यामुळे घडून आलेला बदल, त्यांनी दिलेला प्रतिसाद किंवा केलेला प्रतिकार हे जाणून घेण्यासाठी इतर साधनांकडे वळावे लागते. खाजगी रोजनिशा, पत्रे, कौटुंबिक जमाखर्चाच्या वह्या, चरित्रे यांसारखी साधने त्या त्या कालखंडातील समाजाच्या आहारशैलींवर तसेच त्यांच्या आहारविषयक कल्पनांवर प्रकाश टाकतात. परकीय प्रवाशांचे वृत्तांत हे आहाराच्या इतिहासाचे महत्त्वाचे साधन आहे. 'अतिपरिचयात् अवज्ञा' या उक्तीप्रमाणे दैनंदिन व्यवहाराची नोंद ठेवण्याची आवश्यकता समाजाला वाटत नसते. समाजाचे ज्या गोष्टींकडे दुर्लक्ष होते, त्या गोष्टी नवलपूर्ण, कुतूहलाच्या वाटल्याने त्यांची नोंद परकीय प्रवासी मुद्दाम करतात. यात अनेकदा शेतकी उत्पादन, खानपानाच्या सवयी, समजुती यांचा उल्लेख असतो. परकीय वृत्तांतांच्या आधारे विस्मरणात गेलेल्या गोष्टींचा उलगडा होऊन घटनांची सांगड घालणे सोपे जाते. दोन खाद्यसंस्कृतींतील फरक या लिखाणात प्रामुख्याने टिपलेला आढळतो. शब्दकोश, व्युत्पत्तिकोश, विश्वकोश, संज्ञाकोश ही साधने खाद्यसंस्कृतीच्या इतिहासकारांसाठी महत्त्वाची ठरतात. यांच्या आधारे पदार्थाच्या नावाची व्युत्पत्ती, त्याचे उगमस्थान, उगमकाळ इत्यादी समजण्यास मदत होते. इतिहासकारांचे संशोधन सुलभ करण्यासाठी निव्वळ आहारावरील कोशही प्रसिद्ध झाले आहेत. त्यांपैकी उल्लेखनीय म्हणजे अनेक पारितोषिकांनी सन्मानित केलेला ॲलन डेव्हीडसन संपादित 'ऑक्सफोर्ड कम्पॅनियन टू फूड' हा आहे. आहाराच्या संदर्भातले निर्बन्ध हे अन्नघटकांच्या गुणधर्मांवर आधारित असतात. त्यादृष्टीने वैद्यकशास्त्राचे ग्रंथ पदार्थासंबंधी असलेले संकेत, पदार्थाद्वारे केले जाणारे नियंत्रण समजण्यास महत्त्वाचे साधन ठरतात. पाककलेची पुस्तके सर्वच स्तरांवर दुर्लक्षित राहिली आहेत. मात्र खाद्यसंस्कृतीच्या इतिहासाची ती मुख्य साधने ठरू शकतात. या पुस्तकांमधून पाककृती, जिन्नस, भांडी इत्यादींची प्रत्यक्ष माहिती मिळतेच, पण पाककलेच्या पुस्तकांमधून स्त्री अनेक मार्गांनी व्यक्त होत असते. स्त्रीची, गृहिणी आणि माता या भूमिका अधोरेखित करणारी जरी ही पुस्तके असली तरी, त्यांचा आधार घेत

स्त्रीवादी इतिहास मांडता येतो. दैनंदिन आहार, प्रांत, धर्म यांबाबतीत आहारातील फरक, आहारासंबंधी लिंगभेद, जातीय इतिहास इत्यादींवर प्रकाश टाकण्यासाठी ही पुस्तके पूरक ठरतात. आतापर्यंत दुर्लक्षित असलेल्या या संदर्भसाधनांचा इतिहासाच्या मांडणीसाठी अभ्यास केला जात आहे. आहाराच्या संदर्भातील अनेक संकेत, संकल्पना हे लोकसाहित्य/लोककलेतून व्यक्त होत असतात. या माध्यमातून आहारासंबंधी जाणिवा/समजुती घडवल्या जातात. म्हणून लोकसाहित्य हे खाद्यसंस्कृतीचा अन्वयार्थ लावण्याचे एक महत्त्वाचे साधन म्हणून जगभर अभ्यासले जात आहे. त्या अभ्यासाला 'फूडवेज' असे म्हणतात.

इतिहासाच्या कक्षा जसजशा रुंदावल्या, तसतसा अपारंपरिक साधनांकडे अधिक औदार्याने पाहण्याचा दृष्टिकोनही आढळून येत आहे. खाद्यसंस्कृतीचे अभ्यासक दृक्श्राव्य माध्यमांचा मोठ्या प्रमाणात वापर करताना आढळतात. चित्रपटातून तत्कालीन समाजाच्या खाद्यसंस्कृतीच्या पाऊलखुणा शोधता येऊ शकतात.[९] धर्म आणि आहार हा विषय अनेक चित्रपटांमधून हाताळलेला आढळतो. यात 'चॉकलेट' तसेच 'बॅबेट्स फिस्ट' या चित्रपटांचा प्रामुख्याने उल्लेख करावा लागेल. आहाराला वाहिलेले माहितीपट हे इतिहासकारांसाठी संदर्भसाधने ठरतात. जागतिकीकरणाच्या काळात झपाट्याने बदलत जाणाऱ्या आहारशैलीचे दस्तऐवजीकरण करण्याची अत्यंत महत्त्वाची भूमिका हे माहितीपट बजावत आहेत. विविध वाहिन्यांवरील पाककलेचे कार्यक्रम हीही संदर्भसाधने आहेत. प्रत्येक कुटुंबाची/जातीची खाद्यसंस्कृती लिखित साधनांपेक्षा मौखिक परंपरेने एका पिढीकडून दुसऱ्या पिढीकडे संक्रमित होत असते. म्हणून या इतिहासाच्या मीमांसेसाठी मौखिक परंपरा महत्त्वाची ठरते. खाद्यपदार्थांच्या जाहिराती, फ्रिज, मिक्सर किंवा तत्सम उपकरणांसंबंधी कंपनीने प्रसिद्ध केलेली पत्रके (Pamphlets) हे समृद्ध स्रोत आहेत. चित्रे, शिल्प हेही लिखित साधनांना पूरक ठरतात. अर्थात या सर्व अपारंपरिक साधनांचा वापर करताना इतिहासशास्त्राच्या प्रमाणपद्धतीचा वापर अपेक्षित आहे, हे सांगण्याची आवश्यकता नाही.

भारतीय खाद्यसंस्कृतीचा विस्तृत कालखंड, त्यातील सातत्य, विविधता पाहता या विषयाची व्याप्ती सहज लक्षात येते. पण भारतात खाद्यसंस्कृतीचा इतिहास अजूनही गांभीर्याने घेतला जात नाही. या विषयावर जे काही संशोधन झाले आहे, त्यांपैकी बहुतांश इतिहास इति+ह+आस म्हणजे 'असे घडले' या प्रकारात मोडणारे आहे. उदा. ओमप्रकाश यांचे 'फूड ॲण्ड ड्रिन्क इन एन्शिअंट इंडिया' किंवा डॉ. के. टी. अच्चया यांचे 'इंडियन फूड-ए हिस्टारिकल कम्पॅनियन' हे पुस्तक. मुख्यप्रवाही इतिहासावर खाद्यसंस्कृतीच्या माध्यमातून कसा प्रकाश टाकला जाऊ शकतो, इतिहासाच्या कक्षेत खाद्यसंस्कृतीचे स्थान काय, याची मीमांसा करण्याचा प्रयत्न क्वचितच झालेला आढळतो. पण त्याचवेळेस

इतर ज्ञानशाखांच्या संशोधकांनी मात्र आंतरविद्याशाखीय दृष्टिकोनातून मीमांसा केलेली आढळते.[१०]

खाद्यसंस्कृतीच्या इतिहासाच्या संदर्भात भारतविद्येचे गाढे अभ्यासक डॉ. गोडे यांचा उल्लेख करणे उचित ठरेल. ज्या काळात म्हणजे १९४० च्या दशकात जेव्हा ॲनाल्सवादूयांचेही या क्षेत्राकडे पूर्ण लक्ष वळले नव्हते, त्या काळात भारताच्या प्राचीन आणि मध्ययुगीन खाद्यसंस्कृतीच्या काही पैलूंवर प्रकाश टाकण्याचे काम गोडे यांनी केलेले दिसते. त्यांच्या लिखाणात प्रामुख्याने खाद्यपदार्थ, विविध अन्नघटक किंवा वस्तू यांचा प्राचीनतम उल्लेख शोधून काढून त्याद्वारे त्याचा उगम शोधण्याचा प्रयत्न केलेला दिसतो. त्यांचे संशोधन कुठून आले, कधी आले, कोणी आणले? या प्रश्नांभोवती जरी फिरत असले तरी पुढील विश्लेषणात्मक संशोधनासाठी आवश्यक अशी संदर्भसाधने त्यांनी प्रकाशात आणली, हे निश्चितच. भारतीय खाद्यसंस्कृतीचा इतिहास पद्धतशीरपणे लिहिला गेला पाहिजे, याची त्यांनी जाणीव होती. खाद्यसंस्कृतीच्या इतिहासाच्या संशोधनाबाबतीत त्यांचे काही ठोस विचार होते. भारतीय आहारातील प्रत्येक शाकाहारी व मांसाहारी पदार्थ, जिन्नस यांची कालक्रमणेनुसार नोंद केल्यास भारतीय खाद्यसंस्कृतीतील विविध टप्पे- थेट प्राचीन काळापासून ते आधुनिक काळापर्यंत मांडता येतील व त्याआधारे खाद्यसंस्कृतीत कसकसे बदल होत गेले, परकीयांच्या संपर्कामुळे काय भर पडली, याचा आराखडा तयार करता येईल, असे त्यांचे मत होते. इतिहासाच्या पारंपरिक संदर्भसाधनांच्या बरोबरीने पाककलेची हस्तलिखिते, आयुर्वेदावरील ग्रंथांचा आधार घेतला जावा, असे ते म्हणतात. या विषयाचा आवाका मोठा आहे, त्यामुळे एक एक पदार्थाचा अभ्यास ऐतिहासिक दृष्टिकोनातून केला तर सुलभ होईल असेही ते मांडतात.[११] पण ज्यावेळेस सामाजिक/सांस्कृतिक इतिहास दुर्लक्षित होता, त्यावेळी निव्वळ खाद्यसंस्कृतीवर संशोधन करणे धारिष्ट्याचेच ठरले असते. पूर्वी एखाद्या राजघराण्याचा किंवा कालखंडाचा इतिहास लिहिताना सामाजिक परिस्थिती या शीर्षकाखाली एखादा परिच्छेद हा खानपानावर असे. क्वचित पूर्ण प्रकरण खाद्यसंस्कृतीवर असल्यास त्याची मांडणी मुख्यत: वर्णनात्मक असे. म्हणून डॉ. गोडेंच्या लिखाणातील मर्यादा मान्य करूनही त्यांना भारताच्या खाद्यसंस्कृतीच्या इतिहासाचे जनक म्हणणे योग्य ठरेल. कारण पृथक्करणात्मक इतिहास लिहिण्यासाठी आधी वर्णनात्मक इतिहास आवश्यक असतो. थोडक्यात, भारतात खाद्यसंस्कृतीचा इतिहास अजूनही प्राथमिक टप्प्यात आहे. भारतात खाद्यसंस्कृतीतील विविधता आणि इतिहासाचा विस्तृत पट पाहता खाद्यसंस्कृतीच्या इतिहासात संशोधनाच्या अनेकविध संधी आहेत, हे निश्चित.

संदर्भ व टिपा

१. आपण संस्कृतीची व्याख्या जर्मन कुल्तुर किंवा इंग्रजी कल्चरच्या अनुषंगाने करतो. मात्र भारतीय भाषेत संस्कृती या शब्दाला वेगळी अर्थच्छटा आहे. त्याचे विस्तृत स्पष्टीकरण दुर्गाबाई भागवतांनी दिले आहे. बुद्धघोष आचार्यांनी इसवीसन ५ व्या शतकात लिहिलेल्या विशुद्धीमार्ग या ग्रंथात संस्कृतीचा अर्थ स्वयंपाक असा दिलेला आहे. पाली कोशातही संखति-संस्कृतीचा अर्थ पाकक्रिया असा आहे. आपटे यांच्या संस्कृत-इंग्रजी कोशातही संस्कृती या धातूचा अर्थ स्वयंपाक असा दिलेला आढळतो.

२. ॲनाल्स परंपरेच्या सखोल मीमांसेसाठी पाहा-
अ) Mourice Aymard and Harbons Mukhia, (ed.), *French Studies in History*, Vol. l, Orient Longman, Hyderabad, 1988, p. 1-27.
आ) अरविंद गणाचारी, 'ॲनाल्सची 'संपूर्ण इतिहास' मीमांसा', *इतिहासलेखन मीमांसा*, लोकवाङ्मयगृह, मुंबई, २०१०, पृ. ५५-७७.

३. Peter Berke, *Sociology and History,* George Allen and Unwin, London, 1980, P. 25.

४. Aymard and Mukhia, op. cit., p. 19.

५. Jack Goody, *Cooking, Cuisine and Class:A Study In Comparative Sociology*, Cambridge University Press, Cambridge, 1984, p. 23.

६. प्रथम खंड १९६७ साली 'सिव्हिलायझेशन मतेरियल एत कॅपितालिझम' या फ्रेंच शीर्षकाने प्रसिद्ध झाला ज्याचे मरियम कोचन यांनी कॅपिटॅलिझम ॲण्ड मरिटीयल लाईफ, १४००-१८०० या शीर्षकाखाली इंग्रजीत भाषांतर केले. १९७९ मधे ब्रॉदेल यांनी त्यामध्ये व्यापक बदल करून सिव्हिलायझेशन, मतेरियल इकोनॉमी एत कॅपितालिझम या फ्रेंच शीर्षकाने तीन खंडांत प्रसिद्ध केला. याचे एस. रेमंड यांनी सिव्हिलायझेशन ॲण्ड कॅपिटॅलिझम, १५००-१८०० या शीर्षकाखाली इंग्रजीत भाषांतर केले आहे.

७. Aymard and Mukhia, op.cit., p. 19.

८. Ibid, p. 9.

९. पाहा- अनिरुद्ध देशपांडे 'इतिहासलेखन की इतिहासचित्रण-इतिहासकारांपुढील दुविधा', *इतिहासलेखन मीमांसा*, लोकवाङ्मयगृह, मुंबई, २०१०, पृ. २१२-२२५.

१०. जाधवपूर विद्यापीठाच्या इंग्रजी विभागाच्या दि सेण्टर फॉर ॲडव्हान्स स्टडीजने २००६ मध्ये फूड- रिप्रेझेंटेशन, आयडिओलॉजी ॲण्ड पोलिटिक्स या विषयावर चर्चासत्र आयोजित केले होते.

११. Gode, 'Some Notes on the History of Indian Dietetics with special reference to the History of Jelebi', in Kartre and Gode (ed.), *New Indian Antiquary, Vol. 6,* Karnataka Publishing House, Mumbai, 1943, p. 169-170.

ॲनाल्स परंपरा आणि पर्यावरणाचा इतिहास

डॉ. लुईसा रॉड्रिग्ज

अनुवाद : डॉ. अभिधा धुमटकर

पर्यावरणाची समस्या बिकट झाल्यामुळे आजकाल पर्यावरण इतिहासाच्या अध्ययनास महत्त्व प्राप्त झाले आहे. परिणामी, इतिहासाअंतर्गतच पर्यावरणशास्त्र या विस्तृत विद्याशाखेची वाढ झाली आहे. पर्यावरण इतिहासाची पाळेमुळे थेट विसाव्या शतकाच्या मध्यापर्यंत पोहोचतात. पॅरिसच्या 'एकॉल प्रातीक द ह्यूत इतुदे'मध्ये उदयास आलेल्या ॲनाल्स या फ्रेंच विचारप्रणालीच्या इतिहासकारांएवढा इतिहासाच्या अध्ययनावर इतर कोणत्याही विद्वानांचा प्रभाव पडलेला आढळत नाही. ॲनाल्स विचारप्रणालीच्या उद्गात्या फ्रेंच इतिहासकारांनी वन आणि पर्यावरणशास्त्रामध्ये मोलाचे व संख्यात्मक कार्य केले आहे. राजकीय इतिहास, चरित्रलेखन आणि कथात्मक इतिहासासारख्या इतिहासलेखनाच्या पारंपरिक विषयांपलीकडे जाऊन या विद्वानांनी लेखन केले. तेव्हापासून पर्यावरण इतिहासाची संख्यात्मक व विषयात्मकदृष्ट्या अभूतपूर्व वाढ होत आहे. इतिहासकारांनी पर्यावरणवादी चळवळी आणि वनसंवर्धनाचा इतिहास यांकडे लक्ष वळवले. तसेच वासाहतिक राज्याने वनसंवर्धनामध्ये कोणती भूमिका बजावली याचाही पाठपुरावा केला. वासाहतिक हस्तक्षेपामुळे रमणीय प्रदेशाची आपली कल्पना कशी बदलत गेली, याचेही दिग्दर्शन या नव्या संशोधनाने केले.[१] १) ल्युसिन फेबव्र (१८७८-१९५६), २) मार्क ब्लॉक (१८८६-१९४४), ३) फर्नांद ब्रॉदेल (१९०२-१९८५) हे वरील विचारप्रणालीचे उद्गाते होत.

पर्यावरणाचा इतिहास या नव्या विद्याशाखेस ॲनाल्स विचारप्रणालीचे एक प्रवक्ते फर्नांद ब्रॉदेल यांनी दिलेल्या योगदानाचे मूल्यमापन करणे हे या शोधनिबंधाचे उद्दिष्ट आहे. इतिहासाच्या जडणघडणीत व लेखनात सामाजिक व आर्थिक घटकांची भूमिका विशद करण्यावर भर देणारे ब्रॉदेल हे एक महान आधुनिक इतिहासकार मानले जातात. त्यांना 'वर्ल्ड सिस्टिम थेअरी'चे उद्गाते देखील म्हणता येईल. त्यांच्यापासून

पर्यावरण इतिहासाला महत्त्व येऊ लागले.

ॲनाल्सची विचारप्रणाली

संकुचित राजकीय व राजनैतिक इतिहासलेखनापासून फ्रेंच इतिहासकारांना दूर नेणे हे ॲनाल्स इतिहासकारांचे उद्दिष्ट होते. इतिहासकार ज्या नव्या क्षितिजांना गवसणी घालत होते, त्यांकडे विद्यमान इतिहासकारांनी पाठ फिरवली आहे, अशी त्यांची पक्की धारणा होती. इतिहासलेखनातील नव्या क्षितिजांची या इतिहासकारांना ओळख करून देणे, सामाजिक आणि आर्थिक इतिहासाचे श्रेष्ठत्व सिद्ध करणे आणि मानववंशशास्त्र, हवामानशास्त्र, मानसशास्त्र, भूगोल व इतर संबंधित शास्त्रांकडून मदत घेणे, हा ॲनाल्स इतिहासकारांचा मुख्य हेतू होता. मानवाच्या सर्व विज्ञानशाखांना कवेत घेणाऱ्या इतिहासाची आवश्यकता ॲनाल्सने प्रतिपादिली. आनालास्त किंवा ॲनाल्स या फ्रेंच इतिहासलेखन विचारप्रणालीचे प्रवक्ते म्हणून ओळखल्या जाणाऱ्यांची ही वैचारिक धारणा होती.[२]

ॲनाल्स विचारप्रणालीचे आघाडीचे प्रवक्ते : फर्नांद ब्रॉदेल

"इतिहासाच्या विस्तृत परिघाअंतर्गत सर्व ज्ञानाचा समावेश व पुनर्स्थापना व्हावी. परिणामी, मूलगामी विरोधाभास मान्य करूनही आपण इतिहासाच्या अभेद्य ऐक्याचा सन्मान करू."[३]

भारतीय इतिहासकारांना आणि पर्यावरणवाद्यांना पर्यावरण इतिहासावर लेखन करण्याची स्फूर्ती देणाऱ्या ॲनाल्स विचारप्रणालीचे उद्गाते व आघाडीचे प्रवक्ते फर्नांद ब्रॉदेल यांचे हे उद्गार आहेत.

चरित्र

फर्नांद ब्रॉदेल[४] यांचा जन्म २७ ऑगस्ट १९०२ साली फ्रान्समध्ये झाला. त्यांचे वडील पॅरिस येथे शिक्षक होते. पॅरिसमधील लायसी वोल्तेअरमध्ये (१९१३-२०) जुन्या पद्धतीचे शिक्षण पूर्ण करून सोरबॉन विद्यापीठातून १९२३ साली त्यांनी इतिहास विषयात पदवी मिळवली. १९२४-२६ ची सैन्यातली नोकरीची वर्षे वगळता वयाच्या २१ वर्षापासून म्हणजे १९२३ पासून ते १९३२ पर्यंत त्यांनी अल्जेरियामधील कॉन्स्टेन्टाईन या एका माध्यमिक शाळेत इतिहास शिकविला. मुस्लीम आक्रमणांमुळे भूमध्य समुद्राचा मार्ग बंद होण्याविषयी १९३१ साली अल्जेअर्स येथे हेन्री पिटेन यांनी आपली मते मांडली. त्यांची भाषणे उत्कृष्ट ठरली आणि ब्रॉदेल भूमध्य समुद्र या विषयाकडे वळले.

१९३० च्या दशकाच्या सुरुवातीस त्यांची हेन्री बेर आणि ल्युसिन फेबव्र यांच्याशी गाठ पडली. १९३९ च्या उन्हाळ्यात त्यांनी ल्युसिन फेबव्रच्या घरी पुस्तक लिहायला सुरुवात केली. ल्युसिन फेबव्र यांनी लिहिलेल्या 'अ जिऑग्राफीकल इंट्रोडक्शन टू हिस्ट्री'

(A Geographical Introduction to History) (१९२५) या पुस्तकाचा त्यांच्यावर प्रभाव पडला. १९३९ साली दुसरे महायुद्ध सुरू होताच त्यांनी सैन्यात प्रवेश केला आणि ऱ्हाईनच्या आघाडीवर चढत असताना ते १९४० साली शत्रूच्या हाती लागले. १९४० ते ४५ या काळात जर्मनीतील प्रथम मेन्झ व नंतर ल्युबेक येथील एका खास छावणीत त्यांना बंदिवासात ठेवले गेले. ''तुरुंग ही उत्तम शाळा आहे, कारण येथे संयम आणि सहनशीलता यांचे शिक्षण मिळते,'' असे ब्रॉदेलनी नंतर लिहिले आहे. 'द मेडिटेरेनियन अॅण्ड द मेडिटेरेनियन वर्ल्ड इन द एज ऑफ फिलिप द सेकंड' हे त्यांचे लोकोत्तर पुस्तक ब्रॉदेल यांनी त्यांच्या पाच वर्षांच्या बंदिवासात लिहिले. ब्लॉक आणि फेबव्र यांनी सुरू केलल्या अॅनाल्स या नियतकालिकाच्या संपादकमंडळाचे ते १९४६ मध्ये सदस्य झाले. १९४९ साली 'कॉलेज द फ्रान्स' मध्ये फेबव्र यांच्या जागी त्यांची नियुक्ती झाली व त्यांना 'एकॉल दे ऑन एत्युद आँ सियाँसेस सोशिआल'चे अध्यक्ष नेमण्यात आले. १९५६ मध्ये फेबव्र यांच्या मृत्यूनंतर १९६८ पर्यंत ब्रॉदेल 'अॅनाल्स' चे एकमेव संपादक होते. १९६२ मध्ये त्यांनी स्थापन केलेल्या 'मेझाँ दे सायन्सेस दॉम' या संस्थेचे ते प्रमुख होते. त्यांच्या कामाची परदेशात प्रशंसा होऊन समकालीन प्रमुख इतिहासकारांत त्यांची गणना होऊ लागली. तथापि 'सिव्हिलायझेशन अॅण्ड कॅपिटलिझम फिफटिन्थ टू एटिन्थ सेंच्युरीज्' हे पुस्तक १९७९ मध्ये प्रकाशित झाल्यानंतरच त्यांना फ्रान्समध्ये लोकमान्यता मिळाली. मानवाने अर्थव्यवस्थेला दिलेली चालना केन्द्रभागी ठेवून त्यांनी लिहिलेला हा औद्योगिकयुग अवतरण्याआधीच्या आधुनिक जगाचा विस्तृत इतिहास आहे. पारंपरिक इतिहासलेखनात एकमेकांपासून विभक्त झालेल्या भाषा, लोकसंख्याशास्त्र, आहार, वेशभूषा, राहणीमान, तंत्रज्ञान, अर्थव्यवस्था, नागरी जीवन यांसारख्या विषयांची त्यांनी एकत्र गुंफण केली आणि समग्र इतिहासलेखनात त्यांचा समावेश केला. पारंपरिक इतिहासात विशिष्ट घटना उदा. युद्ध, लढाया, तह यांनाच स्थान होते. बहुजन समाज तर इतिहासापासून फारच दूर होता. तेव्हा दैनंदिन जनजीवनाचा अंतर्भाव इतिहासात व्हायला पाहिजे, ही भूमिका फर्नांद ब्रॉदेल यांनी घेतली. ऑन हिस्ट्री (१९८०), दि आयडेण्टीटी ऑफ फ्रान्स (१९८६), आऊट ऑफ इटली (१४५०-१६५०) (१९९१) आणि ए हिस्ट्री ऑफ सिव्हिलायझेशन्स (१९९५) ही त्यांची इतर पुस्तके होत. १९८४ मध्ये ते अकादमी फ्रँकायवर निवडून आले. १९८५ साली फर्नांद ब्रॉदेल यांचा मृत्यू झाला.

ब्रॉदेल यांचा लोकोत्तर ग्रंथ : द मेडिटेरेनियन अॅण्ड द मेडिटेरेनियन वर्ल्ड इन दि एज ऑफ फिलिप द सेकंड

आपल्या गुरुच्या तत्त्वज्ञानाने प्रभावित होऊन ब्रॉदेल यांनी भूमध्य समुद्रा-भोवतालच्या प्रदेशाचा सखोल अभ्यास केला. त्यांनी भूमध्य समुद्राभोवतालच्या

प्रदेशांविषयी प्रथम भौगोलिक दृष्ट्या, नंतर आर्थिक व सामाजिकदृष्ट्या व शेवटी राजकीय व सागरीदृष्ट्या विस्तृत विचार मांडला. त्यांच्या महान ग्रंथाची मांडणी भौगोलिक इतिहासाकडून तार्किकरित्या व पद्धतशीरपणे प्रासंगिक इतिहासाकडे विकसित होताना दिसते. सागर, त्याभोवतालच्या भूभागातील मानवसमूह तसेच प्रथम भौगोलिक व नंतर सामाजिक ऐक्य निर्माण करून १६ व्या शतकातील भौगोलिक व राजकीय भेदांवर मात करणाऱ्या समुद्राभोवतालच्या प्रदेशांना प्रत्यक्षरित्या व अप्रत्यक्षरित्या जोडणाऱ्या अंतर्गत जलमार्गांचा त्यांनी विचार केला. हा ग्रंथ तीन खंडांत विभागला आहे :

१. भूगोल आणि पर्यावरणाशी आलेल्या संबंधातून मानवाचा प्रारंभीचा इतिहास अस्तित्वात आला.

२. त्यानंतर परिवर्तनीय समाजव्यवस्थांच्या आणि लहानमोठ्या परंतु शारीरिक गुणधर्मांच्या समानतेने जोडलेल्या विविध समाजघटकांच्या इतिहासाचा विचार त्यांनी केला.

३. अंततः प्रासंगिक इतिहास म्हणजे 'इतिहासाने आपल्या सबळ खांद्यावर वाहून नेलेली वरकरणी दिसणारी वादळे किंवा फेसाळ शिखरे.' हे महान कार्य अर्थातच भूगोल, अर्थशास्त्र, समाजशास्त्र यांसारख्या सर्व सामाजिकशास्त्रांच्या प्रदीर्घ वाचनावर अवलंबून आहे. त्यांनी प्रामुख्याने हाताळलेला प्रश्न म्हणजे भूमध्य सागरीय अर्थव्यवस्थेतून अटलांटिक अर्थव्यवस्थेत युरोपचे परिवर्तन झाल्यानंतर भूमध्य सागरीय प्रदेशाचा झालेला ऱ्हास. आपल्या विधानांच्या समर्थनार्थ ब्रॉदेल नेहमीच नवी माहिती आणि आकडेवारी सादर करीत राहिले.[५]

इतिहासात फार मोठे अंतर पादाक्रांत करण्याची क्षमता आहे. इतिहासाचे मूल्यमापन शतकांच्या स्वरूपात किंबहुना 'प्रदीर्घ' काळाच्या म्हणजेच 'लाँग दयुरे'च्या स्वरूपात व्हावे. प्रदीर्घ म्हणजेच 'लाँग दयुरे' ही कालमापनाची विशेष संकल्पना हे ॲनाल्स विचारप्रणालीला मिळालेले ब्रॉदेलचे सर्वात मोठे योगदान होय. 'प्रदीर्घ काळ' या संकल्पनेने भौतिक वास्तवता आणि मानवी समाज यांमध्ये सुसंघटित आणि स्थिर संबंधांची मालिका प्रस्थापित करणाऱ्या एका संस्थेची आवश्यकता प्रतिपादन केली. दीर्घकालीन अस्तित्वामुळे संरचनांचे असे काही नमुने अनेक पिढ्यांसाठी कायमस्वरूपी सिद्धांत होऊन बसतात. म्हणून त्यांना वाटे की, भोवतालचे पर्यावरण, वनस्पती, पशु, शेतकीची विशिष्ट पद्धती आणि प्रचंड उलथापालथीशिवाय मानवाची मुक्तता होऊ न शकणाऱ्या परिस्थितीचा माणूस नेहमीच गुलाम झाला आहे. सांस्कृतिक क्षेत्रातदेखील अशाच सातत्याचा संचार असतो.[६] कुंठितावस्थेकडे नेणाऱ्या धीम्या गतीची सवय होणे, असा अन्वयार्थ लावण्यासारख्या वरील दृष्टिकोनामुळे निर्माण होणाऱ्या सैद्धान्तिक समस्यांची व जटिलतेची ब्रॉदेलना कल्पना होती. हे वैगुण्य मान्य करूनही त्यांना वाटे की, धीम्या

गतीने विकसित पावणाऱ्या इतिहासाच्या दृष्टिकोनातूनच साधनसामुग्रीच्या आधारे समग्र इतिहासाचे पुनर्मूल्यांकन झाले पाहिजे. ब्रॉदेल यांनी आपल्या सर्व लिखाणांत वरील संकल्पना वारंवार वापरल्या.

ॲनाल्स विचारप्रणालीच्या सिद्धांतांना अनुसरून ब्रॉदेल यांनी लिहिलेले दुसरे अत्यंत चित्तवेधक पुस्तक म्हणजे 'सिव्हिलायझेशन ॲण्ड कॅपिटॅलिझम फिफटिन्थ टू एटिन्थ सेंच्युरीज्'.[७] त्यांच्या शब्दात सांगावयाचे तर, 'आपल्या लक्षातसुद्धा येणार नाहीत, अशा स्थलकालासंबंधी अनेक लहानसहान गोष्टी दैनंदिन आयुष्यात घडत असतात.' आपल्या दृष्टीचा आवाका आपण जितका मर्यादित करीत जातो, तितकेच आपण ऐहिक जीवनाच्या कक्षेत अधिकाधिक येऊ लागतो. दूरदूरचे व्यापारीमार्ग व राष्ट्रीय आणि नागरी अर्थव्यवस्थांचे जाळे यांच्या उल्लेखांपर्यंतच सामान्यतः इतिहासाची भरारी पोहोचते. या घटनेस असामान्यतेचे स्वरूप दिले जाते. दैनंदिन घटनांची पुनरावृत्ती होत असते. त्यांची पुनरावृत्ती जेवढी अधिक होत राहते, तेवढेच त्याला एखाद्या नियमाचे किंवा व्यवस्थेचे स्वरूप येऊ लागते. समाजाच्या सर्व थरांना ती वेढून टाकते आणि मानवाच्या अस्मितेचे व वागणुकीचे कायमचे व्यवच्छेदक लक्षण बनते.

ऐतिहासिक विश्लेषणासाठी ब्रॉदेल यांनी नेहमीपेक्षा वेगळ्या विषयांची निवड केली. आधुनिक व प्राचीन काळातील आर्थिक जीवनपद्धतींचे सहअस्तित्व आणि आधुनिक जीवनावर पुरातन संस्कृतीचे आधिपत्य त्यांनी दाखवून दिले.[९] ब्रॉदेल यांच्या मते, पारंपरिक इतिहासकारांनी राजकीय घडामोडींना ऐतिहासिक कालगणनेचा पाया मानला आहे, परंतु राजकीय इतिहास मूलतःच शीघ्र आणि प्रासंगिक असून त्यांस वारंवार वळणे मिळतात. राजकीय कालगणनेच्या आवरणांतर्गत सामाजिक कालगणनेचे आवरण असते; त्याही अंतर्गत, खोलवर मानवाच्या आयुष्यात नकळत परंतु अत्यंत प्रभावीपणे परिवर्तन घडविणारे भौगोलिक कालगणनेचे आवरण अस्तित्वात असते. अतिशय ठळक व नाटकीय स्वरूपाच्या भासणाऱ्या राजकीय घटनांवर सामाजिक आणि भौगोलिक इतिहासाचा प्रभाव कसा पडतो, हे ॲनाल्स इतिहासकारांनी दाखवून दिले.

भांडवलशाहीचे समूळ उच्चाटन होईल, असे ब्रॉदेलना वाटत होते. त्यांनी त्रिस्तरीय सामाजिक विभागणी कल्पिली. अत्यंत प्राथमिक स्वरूपाचे ऐहिक जीवन किंवा अर्थव्यवस्था असलेला निम्नतर स्तर, दुसरा स्तर म्हणजे ज्यास ते आर्थिक जीवन असे म्हणतात; तर तृतीय स्तरास ते भांडवलशाही असे संबोधतात. अर्थव्यवस्था किंवा बाजारव्यवस्था आणि भांडवलशाही या शेवटच्या दोन स्तरांमधील फरक अभेद्य असल्याचे त्यांचे म्हणणे होते.[१०] १९७६ मध्ये जॉन हाफकीन विद्यापीठातील एका व्याख्यानमालेत त्यांनी स्पष्ट केले की, संस्कृतीच्या प्राथमिक अवस्थेतील समाजगटातदेखील बाजारपेठ अस्तित्वात असते, परंतु युरोपीय भांडवलशाहीने अस्तित्वात आणलेली निराळी

अर्थव्यवस्था, देवाणघेवाणीच्या विषमतेच्या तत्त्वावर आधारलेली होती आणि त्यात भांडवली अर्थव्यवस्थेला पायाभूत असलेल्या स्पर्धेच्या नियमास कोणतेही स्थान नव्हते.[११]

या अर्थाने ॲनाल्स इतिहासकार स्वतःला बौद्धिक क्रांतिकारक नव्हे, तर बौद्धिक संशोधनाच्या क्षेत्रातील क्रांतिकारक समजतात. सापेक्ष अन्वयाच्या आरोपाखाली इतिहासाच्या कालखंडात्मक वर्गीकरण पद्धतीस त्यांनी सोडचिठ्ठी दिली. मालिकेतील घटनांऐवजी जी इतिहासाची गृहीतके पुरविते अशी मालिकेची संरचना, दीर्घकाळ निरंतर चालू असलेली घटना मालिका, असे त्यांनी भूतकाळाचे सर्वेक्षण केले.

वरील विचारसरणीची चिकित्सा

ब्रॉदेल यांच्या इतिहाससंशोधनपद्धतीचे आणि दृष्टिकोनाचे इतिहासकारांकडून तात्त्विक विवेचन झालेले आढळते. 'सिव्हिलायझेशन ॲण्ड कॅपिटॅलिझम फिफटिन्थ टू एटिन्थ सेंच्युरीज्' या त्यांच्या पुस्तकातील लोकसंख्याशास्त्र, आहार, वेशभूषा, राहणीमान, तंत्रज्ञान तसेच नागरी जीवनाच्या वेगवेगळ्या पद्धती, चैनीच्या वस्तू आणि आर्थिक व्यवहार या विषयांचे केलेले विश्लेषण विचारप्रवर्तक आहे, या शब्दांत त्यांच्या टीकाकारांनी त्यांची प्रशंसा केली आहे. आर्थिक इतिहासकारांनी सामान्यतः न स्पर्शिलेल्या आणि सामाजिक व सांस्कृतिक इतिहासकारांनी दुर्लक्षिलेल्या अनेक विषयांच्या विश्लेषणातून ते एक स्वतंत्र आर्थिक दृष्टिकोन तयार करतात. त्यांचा विस्तृत आवाका मान्य करूनही ब्रॉदेल यांची भांडवलशाहीविषयक धारणा युरोपमधील बाजारी मूल्यांचा इतिहास व इतर संबंधित मुद्यांवरून त्यांच्यावर टीका होत राहिली. विश्लेषणापेक्षा स्पष्टीकरणाचा अवलंब केल्याबद्दल, साक्षेपी चिकित्सेऐवजी दिखाऊपणाबद्दल आणि कधीकधी दुसऱ्याच्या संशोधनानुसार आपली विधाने बदलत नेल्याबद्दल त्यांची सतत निंदा झाली. याचा परिणाम म्हणूनच समग्र माहितीची मांडणी करण्याच्या नादात ब्रॉदेल यांच्या लिखाणातील नेमकेपणा हरवला. त्यांचे हे उत्कृष्ट पुस्तक अनेक प्रश्न उपस्थित करते. तसेच अनेक चित्तवेधक वैशिष्टयांचा अनुभव देते, परंतु अमूर्त सैद्धांतिक मुद्दयांच्या मदतीने ते विशिष्टांकडून सामान्याकडे उडी घेताना आढळते.[१२]

दुसऱ्या फिलिपच्या कारकिर्दीतील घटनांची प्रदीर्घ पूर्वपीठिका दर्शविण्यात ब्रॉदेल यांना कधीच संपूर्ण यश प्राप्त झाले नाही. ब्रॉदेल यांच्या विश्लेषणाविषयी जॉन एलियट उद्गारले, 'ब्रॉदेल यांच्या पर्वतांनी मानवी कृतींना चालना दिली. परंतु त्यांच्या मानवाने पर्वतांना कधीच हलविले नाही. उलटपक्षी, राजकीय इतिहासात स्वारस्य न दाखविल्याबद्दल अनेक इतिहासकारांनी या विचारप्रणालीवर टीकास्त्र सोडले. संपूर्णतः राजकीय स्वरूपाचे प्रश्न अल्पजनाधिपत्य, राजकीय सत्ताधीश, सामाजिक उतरंड यांसारख्या पारंपरिक इतिहासलेखनपद्धतीस शोभेशा विषयांवरील लेख प्रसिद्ध करण्यास

'ॲनाल्स'च्या संपादक मंडळाचा प्रखर विरोध होता.[१३]

वरील टीका मान्य करूनही, ॲनाल्स सिद्धांताचे प्रतीक असलेले, इतिहासाच्या अध्ययनासाठी आंतरविद्याशाखीय दृष्टिकोन पुढील पिढ्यांमध्ये रुजविणारे आणि पारंपरिक इतिहासाच्या मर्यादा ओलांडून इतिहासाची नव्याने मांडणी करणारे फर्नांद ब्रॉदेल विसाव्या शतकातील एक महान इतिहासकार समजले जातात. मागील काही वर्षांत काही गैरसमज ॲनाल्स विचारसरणीविषयी निर्माण झाले असूनदेखील, हे मान्य केले पाहिजे की, ॲनाल्स विचारप्रणालीने इतिहासलेखनाच्या एकमार्गी विचारसरणीच्या जागी समग्रतावादी दृष्टिकोनाचे रोपण केले.

ॲनाल्स विचारप्रणालीने जन्माला घातलेल्या अन्वेषणात्मक दृष्टिकोनाच्या सैद्धांतिक गृहीतकांवर ॲनाल्सच्या वर्तुळाबाहेरील इतिहासकारांनीच अधिक संशोधन केले, यातच ॲनाल्स विचारप्रणालीचे ऐतिहासिक महत्त्व दिसून येते. इतिहासाच्या जडणघडणीत आणि कथनात सामाजिक आणि आर्थिक घटकांच्या असलेल्या महत्त्वपूर्ण भूमिकेवर भर देणाऱ्या आधुनिक इतिहासकारांपैकी ब्रॉदेल हे एक महान इतिहासकार समजले जातात. त्यांच्यापासून पर्यावरण इतिहासाच्या अध्ययनास महत्त्व प्राप्त झाले. इमॅनयुअल ल रॉय लौंदुरी यांनी १९५० मध्ये पर्यावरणाच्या इतिहासाला अधिक समकालीन स्वरूपात प्रस्तुत केले. जोमाने वाढणाऱ्या पर्यावरण इतिहासाच्या संशोधनात वनांचा सांस्कृतिक आणि वैचारिक इतिहास व तद्संबंधी प्रश्नांना फार महत्त्वाचे स्थान प्राप्त झाले आहे.

दुसऱ्या महायुद्धानंतर वनांचा इतिहास लिहिण्यात अमेरिकनांना स्वारस्य वाटू लागले. पर्यावरणाचा इतिहास म्हणजे भूतकाळातील मानवी संस्कृती आणि पर्यावरण यांच्यातील आदान-प्रदान यांचा इतिहास होय, अशी व्याख्या डोनाल्ड वोर्सटर यांनी केली आहे.[१४] मानव आणि पर्यावरण दोन्ही कसे एकमेकांना प्रभावित करतात, याचा शोध पर्यावरणवादी इतिहासकार घेत असतात. हा विषय आंतरविद्याशाखीय असून इतिहासकार मानव्यविद्या व नैसर्गिक विज्ञान या दोन्ही विद्याशाखांमधून संज्ञा-संकल्पना, संशोधनपद्धती आयात करतात.

पर्यावरणाच्या इतिहासामध्ये तीन प्रमुख विषयांची चर्चा केली जाऊ शकते. एक म्हणजे, खुद्द निसर्ग व काळाच्या ओघात त्यामध्ये झालेले बदल, तसेच मानवी कृतींमुळे पृथ्वी, भूमी, जल, पर्यावरण आणि जीवावरण यांवर मानवाने केलेला परिणाम. दुसरे, मानवाने निसर्गाचा उपयोग केल्याने कोणते बदल घडून आले, जसे वाढती लोकसंख्या, अधिक परिणामकारक तंत्रज्ञान आणि उत्पादन व इंधन यांचे बदलते प्रकार. इतर प्रमुख विषय म्हणजे भटक्या, शिकार-अन्न गोळा करणाऱ्या जमाती ते नवाश्म क्रांतीतील स्थिर शेती करणारे गट, वसाहतिक विस्तार आणि औद्योगिक व तंत्रज्ञानात्मक क्रांतीमुळे झालेले

मानवी बदल. याखेरीज, लोक निसर्गाबद्दल कसा विचार करतात, मिथके, धर्म व विज्ञान या स्वरूपात त्यांचे दृष्टिकोन, श्रद्धा व मूल्ये कसे व्यक्त होतात आणि निसर्गाशी असलेले नाते कसे प्रभावित करतात, याचाही विचार पर्यावरणाच्या इतिहासामध्ये केला जातो.

१९६७ मध्ये रॉडरिक नॅश[१५] या अमेरिकन इतिहासकाराने 'विल्डरनेस ॲण्ड द अमेरिकन माइंड' (Wilderness and the American Mind) हे पुस्तक लिहिले आणि पर्यावरणाच्या इतिहासातील ते अभिजात पुस्तक मानले जाते. १९७२ मध्ये 'पर्यावरणाचा इतिहास' ही संज्ञा प्रथम निर्माण झाली, असे सर्वसाधारणपणे मानले जाते.[१६] अमेरिकेत पर्यावरणाचा इतिहास लिहिणाऱ्या इतिहासकारांची दीर्घ परंपरा आहे.

त्यामानाने भारतातील पर्यावरणाचा इतिहास अजून बाल्यावस्थेत आहे. पर्यावरणाच्या इतिहासास भारतात उशिरा सुरुवात झाली. भारतीय पर्यावरणवादी इतिहासाचा प्रारंभ १९७० च्या दशकात शोधावा लागेल. यावेळी, दूरव्यापी पर्यावरणवादी चळवळीने, वसाहतवादी कालखंडात वनीकरणाच्या मानवी समाजाशी असलेल्या संबंधातील परिवर्तनांविषयी जाणून घेण्यास इतिहासकारांना व समाजशास्त्रांना प्रवृत्त केले. तेव्हापासून पर्यावरणवादी चळवळीचा अभूतपूर्व सैद्धांतिक व संख्यात्मक विकास होऊ लागला.

भारतासंबंधी ब्रिटिशांच्या वनसंवर्धन धोरणाचा अभ्यास करणारी दोन पुस्तके उपलब्ध आहेत : पहिले, पर्यावरणवादी शास्त्रज्ञ माधव गाडगीळ व इतिहासकार रामचंद्र गुहा या जोडगोळीने लिहिलेले 'धिस फिशर्ड लॅण्ड ॲण्ड इकॉलॉजिकल हिस्टरी ऑफ इंडिया' या शीर्षकाचे भारतीय पर्यावरणवादी इतिहासाचा नवा दृष्टिकोन देणारे पुस्तक, तर दुसरे रिचर्ड ग्रोव या इतिहासकाराचे पुस्तक.[१७]

'ब्रिटिश वसाहतवाद भारताच्या पर्यावरण इतिहासातील एक मैलाचा दगड होता', असे गाडगीळ व गुहा यांचे प्रतिपादन आहे. भारतातील एक पंचमांश जमिनीचे मालक असलेले वनखाते १९ व्या शतकाच्या उत्तरार्धातील सर्वात मोठे भूधारक होते. तसेच लोहमार्ग बांधणीच्या गरजेतूनच हिमालयीन वनराजी उद्ध्वस्त केली गेली, तर याउलट वसाहतपूर्व युगात पर्यावरण संतुलन अधिक चांगल्याप्रकारे साधले जात होते, असे त्यांचे म्हणणे आहे. पर्यावरण संतुलन ढळू न देता जातिव्यवस्थेद्वारे आपले पर्यावरणविषयक व्यवहार उत्तमप्रकारे करणारे ग्रामस्थ त्यांच्या विवेचनाच्या केन्द्रस्थानी आहेत. भारतीय वनराजीवर हल्ले करून प्रामुख्याने ब्रिटिशांनीच पर्यावरणीय संतुलन बिघडवले. नौकाबांधणीसाठी १८०६ मध्ये मलबारमधून लाकूड हस्तगत करण्याच्या मोहिमेत वसाहतवाद्यांच्या वनीकरणाच्या धोरणाचे मूळ आहे, तथापि लोहमार्ग बांधणीसाठी सतत लागणाऱ्या लाकडाच्या पुरवठ्यातूनच १८६४ साली वनखात्याची उभारणी झाली.[१८]

इंग्रजांच्या राक्षसी वननियंत्रणाच्या परिणामांचा मुद्दा पटवून देण्यासाठी वरील

असंतुलनवादी सिद्धांतावर भिस्त ठेवण्याची खरोखरच गरज आहे का? रोमिला थापर यांच्या मते, असेच काही म्हणता येणार नाही. भारतीय परंपरा वनसंवर्धनावर भर देत आली आहे. पर्यायाने असे म्हणता येईल की, त्यांना पर्यावरणशास्त्राची फारशी समज होती असे नाही. कधी कधी काही वने राखण्यात आली तर काही नष्ट करण्यात आली.[१९] याच्या अगदी विरुद्ध दृष्टिकोनातून आंतरराष्ट्रीय कीर्तीचे एक विद्वान रिचर्ड ग्रोव यांनी लिहिलेले एक सुंदर पुस्तक म्हणजे 'इकॉलॉजी, क्लायमेट ॲण्ड एम्पायर : द इंडियन लीगसी इन ग्लोबल एनव्हायरनमेंटल हिस्टरी-१५००-१९४०' (१९९८).

वसाहतवाद्यांच्या वनसंवर्धनाच्या स्वरूपाविषयीच्या रामचंद्र गुहांच्या विवेचनास ग्रोव यांनी आव्हान दिले आहे. भारतासारख्या उष्ण कटिबंधीय देशातील वनसंवर्धनवादी विचारप्रणालीच्या वैचारिक उगमावर त्यांनी आपल्या पुस्तकात भर दिला आहे. शिवाय त्यांची विचारसरणी वनविच्छेदनाचा, पावसाच्या घटत्या प्रमाणाशी व दुष्काळी घटनांशी संबंध प्रस्थापित करणाऱ्या परिशोषवादी (Desiccationist) सिद्धांतावर आधारलेली होती. त्यांच्या मते, ब्रिटिशांच्या वनीकरणाच्या सुरुवातीच्या कालखंडात, वैद्यकीय व वनस्पतिशास्त्रातील निष्णात अधिकाऱ्यांनी वनविच्छेदनामुळे पर्यावरणाची हानी होते, याच प्रमुख तत्त्वावर आधारलेले वनसंवर्धनाचे धोरण आखण्यात महत्त्वाची भूमिका बजावली. वनसवंर्धन हाच त्यांच्या चिंतनाचा प्रमुख विषय होता. निरोगी पर्यावरण कायम ठेवण्यास व जमिनीची धूप थांबवण्यास ते उत्सुक होते. वनांचा ताबा त्यांच्या हाती देण्यात आला होता. भारतीय वनराजीच्या शास्त्रशुद्ध संवर्धनाची सुरुवातही त्यांनीच केली. दुष्काळाने आणि सामाजिक असंतोषाने ग्रस्त झालेल्या सरकारने पर्यावरणाच्या रक्षणासाठी व संवर्धनासाठी वैद्यकीय जगतातील लब्धप्रतिष्ठित शास्त्रज्ञांनी मांडलेल्या क्रांतिकारी संकल्पना स्वीकारण्याची तयारी दर्शविली.

वनखात्याच्या उभारणीमागे परिशोषवादी सिद्धांत (Desiccationist Theory) प्रमुख असल्याचा देखावा केला गेला तरीही, वनांपासून अधिकाधिक महसूल गोळा करणे व वनांवर आपले आधिपत्य प्रस्थापित करणे, हाच त्याचा हेतू होता. ग्रोव यांनी प्रतिपादिलेल्या, पर्यावरण धोक्यात असल्याच्या मनोरंजक सिद्धांतामुळे १८४७ मध्ये मुंबई इलाख्यात वनखात्याची स्थापना झाली.

दुसरे एक रंजक पुस्तक म्हणजे सुमित गुहा[२०] लिखित, 'एनव्हायरनमेंट ॲण्ड एथनीसिटी इन इंडिया : १२००-१९९१' (१९९१). भारतातील वन्य जमातींचा इतिहास लिहिण्यासाठी तसेच एका प्राचीन व कृषीप्रधान संस्कृतीच्या अस्मिताविषयक व पर्यावरणविषयक प्रश्नांची उकल करण्यासाठी, त्यांनी या पुस्तकात अनेक प्रकारच्या साधनांचा वापर केला आहे. एतद्देशीय संस्कृतीच्या सिद्धांताचा उगम, त्यांच्या मते १९ व्या शतकातील वंशवादी मानववंशशास्त्रात आहे. पुढे जाऊन ते असे सिद्ध करू पाहतात

की, मोठ्या संस्कृतीच्या संपर्कामुळे प्राचीन वांशिकतेत उत्क्रांती झाली. वरील प्रक्रियेत या समाजांनी आपल्या अस्मितेची व्याख्या कशी केली, इतरांशी आपल्या संबंधाची मांडणी कशी केली तसेच प्रागैतिहासिक काळापासून ते १९ व्या शतकापर्यंतची नैसर्गिक परिस्थिती कशी बदलली, याचे त्यांनी दर्शन घडविले आहे. या सिद्धांतावरून आग्नेय आशिया व आफ्रिका संबंधीच्या चर्चा, प्रतिचर्चा झडत आहेत. तथापि पुराव्यांवर आधारलेला दक्षिण आशियावरील हा एक महत्त्वाचा अभ्यास आहे. मध्ययुगीन व समकालीन जगतातील समाज, राजकारण व पर्यावरण याविषयीच्या आपल्या आकलनात सुमित गुहांच्या वरील पुस्तकाने मोठेच योगदान दिले आहे.

संदर्भ व टिपा

१. Arupjyot Saika, *Jungles, Reserves, Wildlife: A History of Forests in Assam Wildlife Areas*, Development and Welfare Trust, Assam, 2005, pp. 2, 3.

२. Arvind Ganachari, 'The Annales School: History Beyond Traditional Frontiers - Total History, in K.K.Shah, Meherjyoti Sangle (Eds.), *Historiography: Past And Present,* Rawat publishers, Jaipur, 2005, pp. 86 – 101.

३. Fernand Braudel, 'History and the Social Sciences – The *Longue Durée'* , in Maurice Aymard and Harbans Mukhia (Eds.) *French Studies in History, The Inheritance*, Vol. I, Orient Longmans, New Delhi, 1988, p. 81.

४. Arvind Ganachari, *op. cit.*

५. हा ग्रंथ १९४९ मध्ये प्रसिद्ध झाला आणि त्याचा इंग्रजी अनुवाद १९७२-७३ साली प्रसिद्ध झाला. ११०० पृष्ठांच्या या ग्रंथामध्ये २८ पृष्ठांची संदर्भग्रंथसूची आहे. पाहा - Fernand Braudel, *The Mediterranean and the Mediterranean World in the Age of Philip II,* University of California Press, Berkeley, 1996.

६. Fernand Braudel, *op. cit.*, pp. 81-88.

७. प्रथम खंड १९६७ साली 'सिव्हिलायझेशन मतेरियल एत कॅपितालिझम' या फ्रेंच शीर्षकाने प्रसिद्ध झाला - ज्याचे मरियम कोचन यांनी कॅपिटॅलिझम ॲण्ड मरिटीयल लाईफ, १४००-१८०० या शीर्षकाखाली इंग्रजीत भाषांतर केले. १९७९ मधे ब्रॉदेल यांनी त्यामध्ये व्यापक बदल करून सिव्हिलायझेशन मतेरियल इकोनॉमी एम कॅपितालिझम या फ्रेंच शीर्षकाने तीन खंडांत प्रसिद्ध केला. याचे एस. रेमंड यांनी सिव्हिलायझेशन ॲण्ड कॅपिटॅलिझम, १५००-१८०० या शीर्षकाखाली इंग्रजीत भाषांतर केले आहे.

८. Fernand Braudel, Preface of the first volume – *the Structure of Everyday Life*, Ibid.

९. Trainan Stoianovich, 'Theoretical Implications of Braudel's *Civilization Materielle'* (Review article), *The Journal of Modern History*, Vol. 41, No.1, March 1969, pp. 68-81.
१०. Immanual Wallerstein, 'Review Article: Braudel on Capitalism, or Everything Upside Down', Paper presented at *Southern Historical Association* in New Orleans, November 11-14, 1987, pp. 354-361.
११. William H. McNeill, 'Review: Fernand Braudel, Historian', *The Journal of Modern History*, Vol. 73, No.1, March 2001, pp. 143-145.
१२. Samuel Kinser, 'Capitalism Enshrined: Braudel's Triptych of Modern Economic History' in *The Journal of Modern History*, No.4, December 1981.
१३. Michael Harsgor, 'Total History: The Annales School', *Journal of Contemporary History*, Vol.13, No. 1, January 1978, pp. 1-13.
१४. Donald Worster (Ed.), *The Ends of the Earth: Perspectives on Modern Environmental History*, Cambridge University Press, Cambridge, 1988.
१५. Roderick Nash, 'The State of Environmental History', in Bass, H. J. (Ed.) *The State of American History*, Organization of American Historians and Quadrangle Books, Chicago, 1970.
१६. Roderick Nash, 'American Environmental History: A New Teaching Frontier'. *Pacific Historical Review,* 41 (3), 1972, pp. 362–372.
१७. १) M.Gadgil and Ramchandra Guha, *This Fissured Land: An Ecological History of India,* Oxford University Press, Delhi, 1992.
   २) Richard Grove, *Ecology, Climate and Empire : The Indian Legacy in Global Environmental History 1500 – 1940,* Oxford University Press, Delhi, 1998.
१८. Mahesh Rangarajan, 'Imperial Agendas and India's Forests: The Early History of Indian Forestry, 1800-1878', *The Indian Economic and Social History Review*, Vol. 31, No. 2, April – June, 1994, p. 148.
१९. Romila Thapar, 'Perceiving the Forest : Early India', *Studies in History*, Vol. 17, No. 1, 2001, Sage Publications, New Delhi, p. 16.
२०. Sumit Guha, *Environment and Ethnicity in India 1200 – 1991*, Cambridge University Press, Cambridge, 1999.

प्राच्य-प्रणाली आणि इतिहास[१]

डॉ. राजा दीक्षित

'ओरिएंटॅलिझम' हा एक अत्यंत व्यापक आणि तितकाच जटिल विषय आहे. त्याची जडणघडण सांस्कृतिक व राजकीय आहे. स्थूल परिचय करून देणाऱ्या एका छोट्या लेखाच्या मर्यादेत त्याला सामावून घेण्याचा प्रयत्न करणे म्हणजे तारेवरची कसरत आहे. या विषयाबाबत मुळातच परिभाषेची समस्या उभी राहू शकते. कारण या संकल्पनेच्या अर्थच्छटांगणिक वेगवेगळे शब्दप्रयोग संभवनीय आहेत. 'ओरिएंटॅलिझम' या शब्दासाठी विविध पर्यायांचा विचार करून 'प्राच्य-प्रणाली' असा शब्दप्रयोग येथे योजलेला आहे. त्यामध्ये प्राच्य-विद्या (Oriental Study / Studies), (द्वैती) विचारव्यूह / परिभाषित (Discourse) आणि प्रभुत्व-साधन (Instrument of hegemony) या तिन्ही गोष्टी एकवटलेल्या आहेत.

प्राच्य-प्रणालीकार (Orientalists) कोणाला म्हणावे हासुद्धा एक यक्षप्रश्न आहे. काही वेळा १८ व्या-१९ व्या शतकातील विल्यम जोन्स[२], चार्लस् विल्किन्स[३], हेन्री थॉमस कोलब्रुक[४], एफ्. मॅक्स मुल्लर[५] इ. 'प्राच्य-विद्याभ्यासकां'ना / भारतविद्याभ्यासकांना (Orientalist scholars / Indologists) उद्देशून हा शब्दप्रयोग केला जातो. त्यांनी पूर्वेविषयीच्या जिज्ञासेने आणि त्यांपैकी बहुतेकांनी ब्रिटिशांच्या प्रशासकीय गरजेपोटीसुद्धा पूर्वेचा संशोधनपर अभ्यास आरंभला; किंबहुना प्राच्य-विद्येची, विशेषत: भारत-विद्येची (Indology) स्वतंत्र ज्ञान-शाखाच विकसित केली.

भारतात ब्रिटिश सत्तेची घडी बसत असताना परकीय सत्ताधारी गोटात प्रशासन आणि शिक्षणाबाबत विभिन्न मतसंप्रदाय होते. त्यातील एक संप्रदाय म्हणजे उपरोल्लेखित प्राच्य-विद्याभ्यासकांचा संप्रदाय की, जो भारतीय सांस्कृतिक परंपरेविषयी काही आदर बाळगून होता. तसेच भारतीयांना लोकभाषांद्वारे नवे शिक्षण देण्यास तो अनुकूल होता. भारतात घडवून आणण्याच्या बदलांबाबत तो इंग्लंडमधील एडमंड बर्कसारख्या परंपरावादी

(Conservative) विचारवंतांशी सहमत होता. वेगाने कृत्रिम बदल लादण्याऐवजी भारतातील संस्था-परंपरांमधील काही आशय टिकवून व त्यांचा पाश्चिमात्य संस्था-परंपरांशी गरजेनुरूप मेळ घालून धीमेपणाने सुधारणा राबवण्यास तो अनुकूल होता. टॉमस मन्रो, माऊंट स्टुअर्ट एलफिन्स्टन, चार्लस् मेटकाफ आदि भारतातील इंग्रज प्रशासकांचा कलसुद्धा या भूमिकेकडेच होता. आरंभकालीन प्राच्य-विद्याभ्यासकांच्या गटावर तत्कालीन स्वच्छंदतावादाचा तथा निसर्गवादाचा (Romanticism चा) सुद्धा प्रभाव होता.

दुसरा संप्रदाय 'आंग्लवादी' (Anglicist) म्हणून ओळखला जातो. जेम्स मिल, लॉर्ड विल्यम बेंटिंक, लॉर्ड टॉमस बॅबिंग्टन मेकॉले यांच्यासारख्यांचा समावेश आंग्लवाद्यांमध्ये करता येईल. हे आंग्लवादी भारताला, भारतीय संस्कृतीला, एकंदरीत पौर्वात्य परंपरेला हीन लेखणारे होते. 'हिंदू संस्कृती ही मुळात समृद्ध आहे, पण आता ती क्षीण व मलिन झालेली आहे', असे आरंभकालीन प्राच्य-विद्याभ्यासक मानत असत, तर ती मुळातच क्षीण व मलिन असल्याचा आंग्लवाद्यांचा दावा होता. इंग्रजी शिक्षणाद्वारे पाश्चात्त्य ज्ञान-विज्ञानाचा प्रसार भारतात करून या देशाला वेगाने सुसंस्कृत व आधुनिक बनवले पाहिजे; येथे पाश्चात्त्य मूल्ये, परंपरा व संस्था रुजवल्या पाहिजेत; भारतीयांचे आंग्लीकरण केले पाहिजे, अशी त्यांची ठाम धारणा होती. विशेषत: जेम्स मिलचा 'भारताचा इतिहास'(१८१८) आणि लॉर्ड मेकॉलेचे 'शिक्षणविषयक टिपण' (१८३५) यांतून त्यांच्या भूमिकेचा प्रत्यय येतो. मेकॉलेने २ फेब्रुवारी १८३५ रोजी म्हटल्याप्रमाणे, ब्रिटिश राज्यकर्ते आणि भारतीय जनता यांच्यातील मध्यस्थांचा असा वर्ग निर्माण करणे ब्रिटिशांना अभिप्रेत होते की, 'जो वर्ग रक्ताने व रंगाने भारतीय असेल, पण त्याच्या आवडीनिवडी, मते, नीतिनियम आणि बुद्धिमत्ता या गोष्टी इंग्रजी वळणाच्या असतील.'[६] आंग्लवादी भूमिका मांडणारे विचारवंत, प्रशासक हे मूलत: 'उदारमतवाद' (Liberalism) आणि 'उपयुक्ततावाद' (Utilitarianism) या तात्त्विक विचारप्रणालींचे[७] उपासक होते.

तिसरा संप्रदाय म्हणजे 'शुभवर्तमानवादी' (Evangelical) संप्रदाय होय. हा मुख्यत: ख्रिस्ती मिशनऱ्यांचा संप्रदाय होता. खुद्द इंग्लंडमध्ये शुभवर्तमानवाद्यांचे उदारमतवादी-उपयुक्ततावादी संप्रदायाशी बरेच मतभेद होते. परंतु भारतात मात्र ब्रिटिश साम्राज्यवादाच्या छत्राखाली या दोन गटांच्या अनुक्रमे धार्मिक व आर्थिक हितसंबंधांची युती घडून आली.[८] भारतीय संस्कृती व धर्म (विशेषत: हिंदू व मुस्लीम धर्म) हे चार्लस् ग्रँट, विल्यम विल्बरफोर्स, अलेक्झांडर डफ इ. शुभवर्तमानवाद्यांच्या टीकेचे प्रमुख लक्ष्य होते. या बाबतीत आंग्लवाद्यांशी त्यांचा मेळ होता. किंबहुना शुभवर्तमानवाद्यांचा भारतविषयक दृष्टिकोन आंग्लिकरणवादीच होता.

एकंदरीत, (१) प्राच्य-विद्याभ्यासक, आणि (२) आंग्लवादी (उदारमतवादी, उपयुक्ततावादी, शुभवर्तमानवादी) - असे दोन ठळक गट मानले तर त्यांच्या पूर्वेविषयीच्या

(अर्थातच भारताविषयीच्यासुद्धा) दृष्टिकोनांमध्ये भिन्नता होती. परंतु मूलत: हे दोन्ही गट पाश्चात्त्य साम्राज्यवादाचे प्रतिनिधी होते, समर्थक होते. पूर्वेकडे पाहण्यासाठी पश्चिमी वर्चस्ववादाचा चष्मा त्यांनी लावलेला होता. त्यामुळे प्राच्य-प्रणालीकारांमध्ये (Orientalists) या सर्वांचाच समावेश एडवर्ड सैद (Edward Said) सारखा अभ्यासक[९] करतो. एवढेच नव्हे, तर सैद आणि प्राच्य-प्रणालीचे अन्य काही भाष्यकार भारताच्या स्थगिततेविषयी भाष्य करणाऱ्या हेगेल व मार्क्सलासुद्धा प्राच्य-प्रणालीकारांच्या परंपरेत नेऊन बसवतात. पश्चिमी दृष्टिकोनातून पूर्वेचा अभ्यास करणारे पश्चिमी अभ्यासक, विचारवंत, साम्राज्यवादी प्रशासक, लेखक-कलावंत, धर्मप्रसारक इ. सर्वांचाच समावेश प्राच्य-प्रणालीकारांमध्ये केला जातो. प्राच्य-प्रणाली आणि साम्राज्यवाद यांच्या युतीवर एडवर्ड सैद यांनी प्रकाश टाकलेला आहे. सैद यांच्या *ओरिएंटॅलिझम* या ग्रंथामुळे प्राच्य-प्रणाली आणि प्राच्य-प्रणालीकार या शब्दांना विशिष्ट अर्थ प्राप्त झाला आहे. अल्बर्ट हौरानी यांनी म्हटल्याप्रमाणे, सैद यांच्या ग्रंथामुळे प्राच्य-प्रणाली हा शब्द इतका आरोप वा शिवीमय (a term of abuse) झालेला आहे की त्याचा सर्वसामान्य वा तटस्थ अर्थाने (neutral sense) वापर करणे दुरापास्त झाले आहे.[१०] एकोणिसाव्या व विसाव्या शतकात पूर्व-विषयक व भारत-विषयक अभ्यासपूर्ण मांडणी करणाऱ्या भारतातील राष्ट्रवादी, मार्क्सवादी, वंचित-वादी (सबाल्टर्न), विद्रोही प्रतिसंस्कृतिवादी परंपरांची दखल भारतीय इतिहासलेखनशास्त्रीय अभ्यासात घेणे आवश्यक आहे. या मुद्याची सविस्तर चर्चा येथे अभिप्रेत नाही. परंतु या संदर्भात 'In-house Orientalism' (देशांतर्गत प्राच्य-प्रणाली) या शब्दाचा निर्देश आवश्यक वाटतो. म्हणजे प्राच्य-प्रणालीसुद्धा दारची आणि घरची अशी वेगवेगळी लक्षात घ्यावी लागेल. कारण देशांतर्गत प्राच्य-प्रणालीकारांचा दृष्टिकोन पाश्चात्त्य प्राच्य-प्रणालीकारांपेक्षा निश्चितच भिन्न होता.

प्राच्य-प्रणालीचा विचार करताना एडवर्ड सैद यांचे विवेचन लक्षात घेणे गरजेचे आहे. ते असे नमूद करतात की, 'प्राच्य-प्रणालीचा ज्ञानकोशीय वर्णनात्मक इतिहास लिहू पाहणे, हे मला मूर्खपणाचे वाटत आले आहे'.[११] त्यांचे विवेचन मुख्यत: अरब जगत आणि इस्लामच्या आंग्ल-फ्रेंच-अमेरिकी अनुभवावर आधारित आहे. त्या संदर्भातील गरजेनुरूपच ते पर्शिया (इराण), भारत इ. पौर्वात्य प्रदेशांचा विचार करतात. त्यामुळे त्यांच्या विवेचनातील अनेक तपशील व उदाहरणे प्रस्तुत लेखासंदर्भात उपयुक्त नसली तरी प्राच्य-प्रणालीविषयक त्यांचे सर्वसाधारण भाष्य मात्र महत्त्वाचे आहे. त्यामुळे या भाष्याची निदान गोळा-बेरीज तरी वाचकांपुढे ठेवण्याचा प्रयत्न येथे केलेला आहे.

(१) ज्ञान-सत्ता सहयोगाची कल्पना (Knowledge-power relationship), (२) पूर्व-पश्चिम द्वि-ध्रुवीयतेचा (binary opposition) विचार, (३) मिशेल फुको (Michel Foucault) ची परिभाषिताची / विचारव्यूहाची (discourse) कल्पना, आणि

(४) आंतोनिओ ग्रामची (Antonio Gramsci) याची धुरीणत्वाची / प्रभुत्वाची (hegemony) कल्पना - हे सर्व सैद यांच्या विवेचनाला आधारभूत आहे. केट क्यूरी यांनी असे मत व्यक्त केले आहे की, सैद यांच्यावर फुकोइतकाच ग्रामचीचा प्रभाव पडलेला आहे.[१२]

झियाउद्दिन सरदार यांच्या प्रतिपादनानुसार, 'पूर्व वा पश्चिम या दोन्ही एकसंध गोष्टी नव्हेत; त्या दोन्ही व्यामिश्र, संदिग्ध आणि विविधतापूर्ण आहेत. इस्लामी, चिनी, भारतीय व जपानी अशा, पश्चिमेच्या पूर्वेला असणाऱ्या, श्रेष्ठ संस्कृतींचा समावेश 'पूर्वे'त होत होता व आहे. खुद्द पश्चिम ही काही सदैव 'पश्चिम' नव्हती. एक राजकीय बाब म्हणून पश्चिम ही कल्पना सोळाव्या शतकापर्यंत मागे नेता येते. त्यापूर्वी होते ते ख्रिस्ती जगत (Christendom). हे ख्रिस्ती जगत आणि त्याचे निकटतम शेजारी असे इस्लामी जगत यांच्या संघर्षात प्राच्य-प्रणाली आणि तिचा इतिहास यांचा उद्‌गम आढळतो. ख्रिस्ती जगताच्या दृष्टीने इस्लाम म्हणजे युरोपच्या अगदी विरुद्ध अशी असंस्कृत चीज होती. १७ व्या-१८ व्या शतकापर्यंत 'पश्चिम' ही निव्वळ भौगोलिक संज्ञा असून ती युरोपच्या समानार्थी होती. पण १९ व्या शतकात मात्र साम्राज्यवादी युरोप आणि 'नवे जग' म्हणून एके काळी ओळखली गेलेली अमेरिका यांचा एकत्रित निर्देश 'पश्चिम' म्हणून सुरू झाला आणि या पश्चिमेची ठोस राजकीय भूमिका दिसून येऊ लागली. आधीच्या ख्रिस्ती जगताप्रमाणे आताची पश्चिम ही पौर्वात्य सभ्यता व संस्कृती यांच्यासाठीची मोजपट्टी ठरली. पूर्व-पश्चिमेचे द्वैत उभे राहिले. जे पश्चिमेत अनुस्यूत नाही असे सर्व आणि जे पश्चिमेला हवे आहे असे काही पूर्वेद्वारे सूचित केले जाऊ लागले.'[१३]

पूर्व ही प्राचीन काळापासून पाश्चात्त्यांसाठी एक स्वप्नभूमी होती.[१४] आधुनिक युगाच्या आरंभकाळात पाश्चिमात्यांनी ही भूमी अंकित केली. पूर्वेवरील प्रभुत्व-संपादनाच्या प्रक्रियेतच प्राच्य-प्रणाली अंतर्भूत होती; किंबहुना पूर्व हा जवळपास एक युरोपीय शोधच होता. पूर्व आणि पश्चिम या निव्वळ भौगोलिक दिशा नव्हेत. ती एक मानसिक-सांस्कृतिक निर्मिती आहे; ते एक कल्पित वास्तव आहे. पूर्व ही पश्चिमेची विभेदी (विरोधी) प्रतिमा आहे. पूर्व-प्रणाली ही पूर्व व पश्चिम यांच्यातील अस्तित्वशास्त्रीय (ontological) आणि ज्ञानशास्त्रीय (epistemological) विभेदावर आधारित विचारशैली आहे.[१५] पूर्वेशी व्यवहार करण्याची ती एक सामुदायिक संस्थाच (corporate institution) आहे. पूर्वेवरील प्रभुत्व, पूर्वेची पुनर्घडण आणि पूर्वेवरील सत्ता यांची ती पाश्चात्त्य शैली आहे. ज्याच्याद्वारे पाश्चात्त्य संस्कृतीने राजकीय, समाजशास्त्रीय, लष्करी, प्रणालीय, शास्त्रीय व प्रातिभ रितींनी ज्ञानोदयोत्तर काळात (post-enlightenment period) पूर्वेशी व्यवहार केला, किंबहुना पूर्व निर्माण केली असा विचारव्यूह (discourse) म्हणजे प्राच्य-प्रणाली होय. प्राच्य-प्रणाली हा मुख्यतः आंग्ल व फ्रेंच सांस्कृतिक उद्योग होता. १९ व्या शतकाच्या आरंभापासून

दुसऱ्या महायुद्धापर्यंत इंग्लंड व फ्रान्सने पूर्वेवर व पूर्वविषयक प्रणालीवर सत्ता गाजवली. दुसऱ्या महायुद्धानंतर हे प्रभुत्व अमेरिकेकडे जाऊ लागले. पश्चिमेचे पूर्वेशी असणारे नाते सत्तेचे, वर्चस्वाचे, धुरीणत्वाचे नाते होते. 'आशिया आणि पाश्चात्त्य प्रभुत्व' (*Asia and Western Dominance*) हे के. एम. पणिक्कर यांच्या ग्रंथाचे शीर्षक त्या नात्याचाच निर्देश करणारे आहे. अशा नात्याने निर्धारित केलेल्या नजरेतून पूर्वेची निर्मिती घडलेली होती. म्हणजेच एका अर्थी 'पूर्वेचे पौर्वात्यीकरण' (orientalization of the orient)[१६] झालेले होते. प्राच्य-प्रणाली ही काही निव्वळ पाश्चात्त्य भूलथापांची चळत नव्हती. ती काही पूर्वेबद्दलची अद्‌भुतरम्य कथा नव्हती. ती सिद्धांत आणि व्यवहाराची एक घडीव देहाकृती होती. तिच्यामध्ये पाश्चात्त्यांच्या काही पिढ्यांनी भलीथोरली भौतिक गुंतवणूक केलेली होती. प्राच्य-प्रणाली हे पाश्चिमात्यांच्या पूर्वेवरील सांस्कृतिक धुरीणत्वाचे साधन होते. प्रत्येक प्राच्य-प्रणालीकार हा पूर्वेमध्ये निश्चित स्वरुपाचे हितसंबंध गुंतलेल्या सत्तेचा प्रतिनिधी होता आणि हे अगदी होमरच्या काळापासूनच खरे होते. युरोपचे व नंतर अमेरिकेचे पूर्वेतील हितसंबंध राजकीय होते, हे उघड दिसते. परंतु खरे तर त्यांच्या संस्कृतीने हे हितसंबंध निर्धारित केले होते आणि पाशवी अशा राजकीय, आर्थिक व लष्करी समर्थनांबरोबरच सांस्कृतिक समर्थनाचा जो गतिशील खेळ चालू होता, त्यातूनच पूर्व हा प्रणाली-क्षेत्रातील विविधतापूर्ण व व्यामिश्र अवकाश बनला. प्राच्य-प्रणाली हे आधुनिक राजकीय-बौद्धिक संस्कृतीचेच एक ठसठशीत रूप बनले. प्राच्य-प्रणाली हा आंग्ल-फ्रेंच व अमेरिकी साम्राज्यांमुळे आकाराला आलेले राजकीय हेतू आणि व्यक्तिगत लेखक यांच्यातील गतिशील विनिमय होता. या तीन साम्राज्यांच्या बौद्धिक व काल्पनिक अवकाशातच प्राच्य-प्रणालीय लेखन झालेले होते. एकंदरीत, प्राच्य-प्रणालीचा गृहीताधार बाह्यकेंद्री आहे (premised on exteriority). प्राच्य-प्रणालीकार हा तन-मनाने पूर्वेच्या बाहेरचा असतो. त्यामुळे प्राच्य-प्रणालीद्वारे पूर्वेचे उपरे दर्शन वा चित्रण घडते. अशा उपऱ्या सांस्कृतिक विचारव्यूहातून वितरित केले जाते ते सत्य नसते, तर ते बहुविध चित्रण असते. प्राच्य-प्रणालीच्या आरंभीच्या (१८ व्या शतकातील) टप्प्यापेक्षा आधुनिक टप्प्यात अशा प्रातिनिधिक चित्रणांचा रंगपट प्रचंड विस्तारला. पाश्चिमात्य संस्कृतीवर प्रभाव गाजवणाऱ्या कल्पना, सिद्धांत आणि प्रवाह यांच्याकडून प्राच्य-प्रणालीने खूप काही ग्रहण केले. त्यामुळे पूर्व ही भाषाशास्त्रीय पूर्व, फ्रॉइडी पूर्व, स्पेंग्लरी पूर्व, डार्विनी पूर्व इत्यादी होती आणि आहे; पण ती कधीही निर्भेळ, अनिर्बंध आणि अभौतिक पूर्व मात्र नव्हती.

प्राच्य-प्रणाली म्हणजे केवळ कल्पना वा विचारांचा इतिहास नव्हे, तर तिचे भौतिक अंगही महत्त्वाचे आहे, असे सैद यांना वाटते. म्हणूनच त्यांनी असेही नमूद केले आहे की, 'माझा दृष्टिकोन हा इतिहास व मानवशास्त्र (anthropology) यांचा संकरित दृष्टिकोन आहे. त्यामध्ये विद्वानांच्या ग्रंथांप्रमाणे साहित्य, राजकीय ग्रंथ, वृत्तपत्रीय लेखन, प्रवासवर्णने

आणि धार्मिक व तत्त्वज्ञानात्मक अभ्यास या सर्वांचीच दखल घेतलेली आहे.'[१७] सैदवर फुकोचा प्रभाव असला तरी फुकोपेक्षा एका बाबतीत सैदची विचारभिन्नता आहे. एरवी निनावी संहिता-संग्रहातून साकारणाऱ्या प्राच्य-प्रणालीसारख्या विवेचक निर्मितीवर सैदच्या मते मात्र काही लेखकांचा व्यक्तिशः ठसा उमटलेला आहे. तरीही सैद भल्यामोठ्या संहिता-संभाराचे विश्लेषण अशासाठी करतात की या संहिता परस्पर-संदर्भ देणाऱ्या आहेत. त्यांच्या मते, प्राच्यप्रणाली ही ग्रंथ व ग्रंथकारांच्या उद्धृतांची एक व्यवस्था आहे. लेखकाचे व्यक्तिगत लेखन वा एखादा ग्रंथ आणि त्याला सामावणारा एकत्रित संहिता-संभार यांच्यातील द्वंद्वात्मकतेचा शोध सैदला महत्त्वाचा वाटतो. अर्थात सैदच्या मते, अनेक ग्रंथकारांचा परामर्श घेऊनही त्यांचा प्राच्य-प्रणालीवरील ग्रंथ म्हणजे काही परिपूर्ण इतिहास वा प्राच्य-प्रणालीचा सर्वसाधारण पर्याप्त आढावा नव्हे. प्राच्य-प्रणालीरूपी एका समृद्ध दीर्घायुषी अर्थसंपृक्त विचारव्यूहाचा अंशात्मक वेध घेण्याचा प्रयत्न आपण केल्याचे सैद नमूद करतात. आपला ग्रंथ म्हणजे या विषयाच्या एका दीर्घ चर्चा-प्रक्रियेचा एक हप्ता असल्याचे समाधान ते मानून घेतात. या साऱ्या उद्योगाचा सैद यांनी नमूद केलेला उद्देश फार व्यापक आहे आणि इतिहासलेखनशास्त्रीय दृष्ट्या तो मोलाचाही आहे. पूर्व-पश्चिमेच्या द्वंद्वात्मक द्वैताची मांडणी ही त्यांच्या मते दिशाभूल करणारी आणि अप्रिय आहे. परद्वेषी राष्ट्रवादाला (xenophobic nationalism) विरोध करून ते बहुसंस्कृतीवादाचा (multiculturalism) पुरस्कार करतात. सैद यांचा प्रमुख उद्देश म्हणजे प्राच्य-प्रणालीला असा एक समकालीन पर्याय उभा करणे की जो एका उन्मुक्त, दमनरहित, निष्कपट दृष्टिकोनातून परक्या संस्कृतींचा व जनसमूहांचा अभ्यास करू शकेल. मात्र या उद्दिष्टपूर्तीच्या अधुरेपणाने आलेले अवघडलेपणही सैद नमूद करतात.

आपल्या स्वत्वात नाव-गाव-विरहित अनंत पाऊलखुणा पेरणाऱ्या ऐतिहासिक प्रक्रियेचा वेध घेऊन त्याद्वारे आत्मशोधाचा जागर करणे हा कोणत्याही चिकित्सक विवेचनाचा आरंभबिंदू असतो, असे ग्रामची मानतो. मात्र त्यासाठी पाऊलखुणांची शोधिका तयार करणे त्याला गरजेचे वाटते. सैदच्या मते, त्यांनी केलेला प्राच्य-प्रणालीचा अभ्यास म्हणजे अशी एक आत्मशोधिकाच आहे.[१८]

सैद ज्यांना प्राच्य-प्रणालीकार म्हणतात त्यांचा इतिहास-विषयक दृष्टिकोन साम्राज्यवादी (imperialist) होता. पश्चिमी 'स्व' (Western 'self') आणि पौर्वात्य 'पर' (Oriental / Indian 'other') यांच्यात विषम द्वैत निर्माण करणारा असा हा दृष्टिकोन होता. पाश्चात्त्य म्हणजे श्रेष्ठ, उद्योगी, आधुनिक तर पौर्वात्य म्हणजे हीन, आळशी, मागासलेले अशी त्यांची धारणा होती. 'भारत आणि अरेबियातील एकत्रित ज्ञानभांडारापेक्षा युरोपीय ग्रंथसंग्रहाचे एखादे कपाटसुद्धा अधिक श्रेष्ठ होय'[१९], ही मेकॉलेची दर्पोक्ती प्रातिनिधिक म्हणावी लागेल. 'मागासलेल्यांना सुसंस्कृत बनवण्याचे जीवितध्येय'

(Civilizing mission) किंवा रुडयार्ड किपलिंगची 'गोऱ्या माणसावरील ओझे' (White man's burden) ही संकल्पना म्हणजे अशाच पश्चिमी अहंभावाचे गोंडस गौरवीकरण म्हणता येईल. प्राच्य-प्रणालीकारांनी केलेला प्राच्य-विद्या-व्यासंगाचा खटाटोप ही काही निरागस, निरुपद्रवी ज्ञानसाधना नव्हती. बर्नार्ड कोन्ह यांनी म्हटल्याप्रमाणे 'प्रभुत्वाची भाषा' निर्माण करण्यासाठी त्यांनी देशी 'भाषांवर प्रभुत्व'[२०] प्राप्त केले होते; किंबहुना पौर्वात्य भाषा, इतिहास, संस्कृती, कायदा यांवरील प्रभुत्वाद्वारे त्यांना प्रभुत्वाची भाषा, प्रभुत्वदायी इतिहास, प्रभुत्वदायी संस्कृती व प्रभुत्वदायी कायदा निर्माण करायचा होता. प्राच्य-प्रणालीकार हा जणू दुर्बोधता, परात्मता आणि विचित्रपणातून पूर्वेची मुक्तता करणारा नायक आणि नव्या जगाचा ऐहिक निर्माताच होता.[२१] इतिहासहीन पूर्वेला इतिहास दिल्याचा त्यांचा दावा होता. प्राच्य-प्रणालीकारांच्या दृष्टीने इतिहास हे पूर्वेवरील सांस्कृतिक धुरीणत्वाचे साधन होते. या इतिहासाद्वारे पाश्चिमात्यांचे श्रेष्ठत्व आणि पौर्वात्यांचे हीनत्व अधोरेखित करण्याचा आणि भारतीयांमध्ये दुहीची बीजे पेरण्याचा प्रयत्न त्यांनी केला. प्राच्य-विद्याकारांनी केलेल्या 'शाकुंतला'दि ग्रंथांच्या भाषांतरांवरील व्हिक्टोरियन मूल्यांचे आवरण, जेम्स मिलने केलेली भारतीय इतिहासाची कालविभागणी (हिंदू कालखंड, मुस्लीम कालखंड व ब्रिटिश कालखंड) व त्याद्वारे पेरलेली दुहीची बीजे, ग्रँट डफने मराठ्यांच्या उदयाबाबत मांडलेला 'वणवा-सिद्धांत', ही सारी उदाहरणे त्याचीच द्योतक म्हटली पाहिजेत. प्राच्य-प्रणालीकारांनी पूर्वेचा इतिहास नुसता 'शोधला' नाही, तर हिंदू-मुस्लीम द्वैत अधोरेखित करणारा इतिहास त्यांनी रचला. हिंदूंचे सुवर्णयुग आणि मुस्लीम आक्रमकांची जुलूमशाही त्यांनी रंगवली. नागरी समाजाच्या अभावातून पौर्वात्य जुलूमशाही (oriental despotism) उद्भवल्याचे व आर्थिक स्थगितता आल्याचे चित्र त्यांनी उभे केले.[२२] गौरी विश्वनाथन यांचा शब्दप्रयोग वापरून असे म्हणता येईल की, प्राच्य-प्रणालीकारांचा इतिहास म्हणजे विजयासाठीचा व प्रभुत्वाचा मुखवटा होता.[२३] प्राच्य-प्रणालीकारांच्या इतिहास-लेखन-परंपरेविरुद्ध भारतात राष्ट्रवादी इतिहास-लेखन-परंपरेच्या रूपाने तीव्र प्रतिक्रिया उमटली. प्राच्य-प्रणालीकारांच्या इतिहास-लेखनाचा जो प्रतिवाद तिने केला तो स्वातंत्र्यपूर्वकाळातील राष्ट्रवादी उद्रेकाचा व भूमिका-युद्धाचा एक भाग म्हणता येईल. 'साचेबंद भारतीय समाज'(Stagnant Indian Society) हे हेगेल व मार्क्सप्रणीत प्रतिमान अलीकडच्या काळातील भारतीय अभ्यासक नाकारू लागले आहेत. भारतीय इतिहासलेखनशास्त्राच्या क्षेत्रात उफाळून आलेला 'अठराव्या शतकाविषयीचा वादंग' (Eighteenth Century Debate)[२४] हा या दृष्टीने अर्थपूर्ण आहे.

प्राच्य-प्रणालीकारांच्या विचारव्यूहाची, तसेच एडवर्ड सैद व ब्रायन टर्नर[२५] यांसारख्यांनी प्राच्य-प्रणालीबाबत केलेल्या मांडणीची सखोल व विविधांगी समीक्षा अनेकांनी केलेली आहे. विशेषतः 'शिकागो संप्रदाया'चे या संदर्भातील योगदान उल्लेखनीय

आहे. प्राच्य-प्रणालीची एकसंध रूपात मांडणी (monolithic presentation) आणि द्वि-ध्रुवीयतेच्या संकल्पनेत अभिप्रेत असलेला एकसाची दृष्टिकोन (essentialist approach implied in the concept of 'binary opposition') यांवर टीका केली गेली आहे. याआधी उल्लेखिल्यानुसार हेगेल-मार्क्सप्रणीत भारतीय समाजाच्या स्थगिततेचे मिथकसुद्धा आता नाकारले जाऊ लागले आहे. उत्तराधुनिकतावादी (post-modernist), वंचित-वादी (subaltern) आणि स्त्री-वादी (feminist) संप्रदायांनीसुद्धा आपापले मुद्दे जोरकसपणे मांडलेले आहेत. केट क्यूरीलिखित *Beyond Orientalism* यासारख्या ग्रंथाद्वारे[२६] या प्रति-मीमांसा-प्रवाहांचे दर्शन घडू शकते. झियाउद्दिन सरदार यांनी दाखवून दिल्यानुसार विद्याव्यासंग आणि वाङ्मयीन कल्पकता या क्षेत्रांकडून आता चित्रपट, दूरचित्रवाणी आणि सीडी-रॉमसारखी क्षेत्रे पादाक्रांत करण्याकडे प्राच्य-प्रणालीने आपला मोर्चा वळवला आहे.[२७] एकंदरीत, प्राच्य-प्रणालीचा महा-सिद्धांत आणि महा-चर्चाविषय इतिहासलेखनशास्त्रीय आणि सांस्कृतिक क्षेत्रातील चर्चा व वादंगांना चालना देत राहील, असे दिसते.

संदर्भ व टिपा

१. मुंबई येथील श्रीमती नाथीबाई दामोदर ठाकरसी (S.N.D.T.) महिला विद्यापीठाच्या इतिहास-विभागाने दि. १४-१५ ऑक्टोबर २००३ या कालावधीत 'Historiography : Changing Paradigms and Parameters' या विषयावर एक चर्चासत्र आयोजित केले होते. सदर चर्चासत्रात संयोजकांच्या विनंतीनुसार माझा निबंध मी मराठीत सादर केला होता. या निबंधाच्या मूळ मराठी मसुद्यावरून एक इंग्रजी निबंध तयार करून द्यावा, अशी विनंती पुढे संयोजकांनी केली. हा इंग्रजी निबंध संबंधित ग्रंथात समाविष्ट करण्यात आला. त्याचे तपशील पुढीलप्रमाणे -
Raja Dixit, 'Orientalism and History', in Kirit K. Shah and Meherjyoti Sangle (ed.), *Historiography : Past and Present*, Rawat Publications, Jaipur, 2005, pp. 62-71.
उपरोल्लेखित मराठी मसुदा व इंग्रजी निबंध यांच्यावर प्रस्तुत लेख आधारित आहे; पण ते इंग्रजी निबंधाचे शब्दशः मराठी भाषांतर मात्र नव्हे. मूळ मराठी-इंग्रजी निबंधांच्या एकत्रित आशयात काही भरसुद्धा टाकलेली आहे. (उपरोल्लेखित चर्चासत्र / ग्रंथ यांच्या संयोजक / संपादकांचा मी आभारी आहे - लेखक).

२. **सर विल्यम जोन्स** (१७४६-१७९४) : हा संस्कृतचा ख्यातनाम अभ्यासक होता. अरबी व फारसी भाषांवरही त्याचे प्रभुत्व होते. १७७१ मध्ये त्याने फारसी भाषेच्या व्याकरणावर ग्रंथ लिहिला होता. त्याने केलेले कालिदासाच्या 'शाकुंतला'चे इंग्रजी भाषांतर (१७८९)

विशेष प्रसिध्द आहे. भारतीय संगीताविषयीसुद्धा त्याला आकर्षण होते. 'प्राच्यविद्येचा सर्वमान्य संस्थापक' या ए. जे. अर्बेरी (Arberry) कृत वर्णनात त्याची ख्याती सामावलेली आहे. 'अन्य कोणत्याही युरोपीय व्यक्तीपेक्षा भारताचा अधिक चांगला जाणकार' बनणे, ही त्याची महत्त्वाकांक्षा होती.

३. **चार्लस् विल्किन्स** (१७४९-१८३६) : हा ईस्ट इंडिया कंपनीचा अधिकारी आणि 'भगवद्‌गीते'चे पहिले इंग्रजी भाषांतर (१७८५) करणारा अभ्यासक होता. 'हितोपदेशा'चेसुद्धा त्याने सटीप भाषांतर केले.

४. **हेन्री थॉमस कोलब्रुक** (१७६५-१८३७) : हा रॉयल एशियाटिक सोसायटीचा (१८२३) संस्थापक होता.

५. **फ्रेडरिक मॅक्स मुल्लर** (१८२३-१९००) : हा संस्कृत विद्येचा ख्यातनाम जर्मन अभ्यासक होता. पाली भाषेचाही त्याला चांगला परिचय होता. वेदकालीन धर्माविषयीच्या लेखन-परंपरेवर त्याचा बराच प्रभाव पडला. 'भट्ट मॅक्समुल्लर' असा स्वत:चा उल्लेख काही वेळा त्याने केला होता. भारताला एकदा तरी भेट देऊन गंगास्नान करण्याची त्याची इच्छा अपुरी राहिली. त्याच्या मृत्यूनंतर लोकमान्य टिळकांनी त्याच्यावर श्रद्धांजलीपर लेख लिहिला होता.

६. "We must at present do our best to form a class who may be interpreters between us and the millions whom we govern - a class of persons Indian in blood and colour, but English in tastes, in opinions, in morals and in intellect." – Macaulay cited in B. B. Misra, *The Indian Middle Classes : Their Growth in Modern Times*, Oxford University Press, New Delhi, 1978, pp. 11 and 154. (मराठी रूपांतर लेखकाचे).

७. मूलतः व्यक्तिवादाची कास धरणाऱ्या या विचारप्रणाली लोकशाही, राष्ट्रवाद व बुद्धिवादाला पोषक होत्या; पण त्यांनी भांडवलशाहीलासुद्धा हातभार लावला. भांडवालशाहीला पूरक असे 'अनिर्बंध अर्थरचने'चे तथा 'खुल्या व्यापाराचे तत्त्वज्ञान' (Laissez Faire) म्हणजे या विचारप्रणालींचाच आर्थिक आविष्कार होता. ब्रिटिशांच्या साम्राज्यवादी धोरणावर त्याचा प्रभाव होता. हे तत्त्व ॲडॅम स्मिथने त्याच्या *वेल्थ ऑफ नेशन्स* (१७७६) या ग्रंथात मांडले. स्मिथच्या 'अभिजात अर्थशास्त्रीय' परंपरेतील जेरेमी बेंथॅम (१७४८-१८३२) हा 'उपयुक्ततावादाचा जनक' मानला जातो. 'जास्तीत जास्त लोकांचे जास्तीत जास्त सुख' (Greatest good of the greatest number) हे त्याचे तत्त्व प्रसिद्ध आहे. भारतात महसूल-व्यवस्था, न्याय-व्यवस्था व शिक्षण-व्यवस्था यांवर बेंथॅमचा प्रभाव पडला.

८. अधिक तपशिलांसाठी पाहा -

(1) Eric Stokes, *The English Utilitarians and India*, Oxford University Press, New Delhi, (1959), Oxford India paperbacks, 1989, pp. 25-47.

(2) Francis G. Hutchins, *The Illusion of Permanence : British Imperialism in India*, Princenton University Press, 1967, pp. 3-17.

९. **एडवर्ड डब्ल्यू. सैद** (१९३५-२००३) : हे प्राच्य-प्रणालीवरील अत्यंत महत्त्वाचे भाष्यकार

होते. ब्रिटिशांच्या ताब्यातील जेरुसलेममध्ये त्यांचा जन्म झाला. ते जन्माने अरब-वंशी पॅलेस्टिनी व धर्माने प्रॉटेस्टंट ख्रिस्ती होते. लेबेनान, इजिप्त आणि अमेरिकेत त्यांचे शिक्षण झाले. अमेरिकी विद्यापीठांमध्ये त्यांनी तौलनिक साहित्याचे अध्यापन केले. एक व्यासंगी सांस्कृतिक क्रांतिकारक म्हणून ते ओळखले जातात. स्वतंत्र, सार्वभौम पॅलेस्टाईनच्या निर्मितीचे ते पुरस्कर्ते होते; पण हा सार्वभौम देश अरब-ज्यू-ख्रिस्ती यांचा बहुधार्मिक, बहुसांस्कृतिक देश असावा, असे त्यांचे मत होते. पॅलेस्टिनी राष्ट्रीय परिषदेचे ते सदस्य होते; पण यासिर आराफत यांच्याशी मतभेद झाल्यावर त्यांनी या परिषदेच्या सदस्यत्वाचा राजीनामा दिला. पाश्चात्त्य-अमेरिकी नवसाम्राज्यवादाला त्यांनी विरोध केला. या विरोधाचा वैचारिक आविष्कार प्राच्य-प्रणालीतून दिसून येतो. या संदर्भात त्यांचे दोन ग्रंथ विशेष महत्त्वाचे आहेत - (1) *Orientalism* (1978) आणि (2) *Culture and Imperialism* (1993). २५ सप्टेंबर २००३ रोजी न्यूयॉर्क येथे एडवर्ड सैद यांचे निधन झाले.

१०. Cited in Edward W. Said, *Orientalism*, Penguin Books India, New Delhi, 2001, 'Afterword to the 1995 printing,' p. 341.

११. कित्ता, पृ. १६.

१२. "While the Foucauldian notion of discourse has enabled Said to identify Orientalism, it is the Gramscian notion of cultural hegemony operating within civil society that gives Orientalism its durability. The influence of the Italian Marxist Gramsci on Said is as powerful as that of Foucault. Indeed Said's search for a 'critical consciousness' : a space between the dominant culture and totalising forms of critical systems owes more to Gramsci than Foucault."

- Kate Currie, *Beyond Orientalism : An Exploration of some Recent Themes in Indian History and Society,* K. P. Bagchi & Company, Calcutta, 1996, p. 11.

१३. Ziauddin Sardar, *Orientalism*, Viva Books Pvt. Ltd., New Delhi, 2002, pp. 2-3. (मराठी रूपांतर लेखकाचे).

१४. हा आणि यानंतरचा अशा दोन परिच्छेदांमधील चर्चा प्रामुख्याने पुढील संदर्भावर आधारित आहे - Said, op.cit., Introduction, pp. 1-28.

अगदी आवश्यक वाटलेल्या जागीच संबंधित पृष्ठांचे संदर्भ दिलेले आहेत.

१५. कित्ता, पृ. २.

१६. कित्ता, पृ. ५, ४९.

१७. कित्ता, पृ. २३.

१८. कित्ता, पृ. २५-२६.

१९. Cited in Tara Chand, *History of the Freedom Movement in India, Vol. II.*, Publications Division, Ministry of Information and Broadcasting, Government of India, New Delhi, 1983, p. 193.

२०. 'The Command of Language and the Language of Command', Bernard S. Cohn, *Colonialism and its Forms of Knowledge*, Oxford University Press, New Delhi, 1997.

२१. Said, op.cit., p. 121.

२२. पाहा - कित्ता, पृ. ७-८.

२३. Gauri Viswanathan, *Masks of Conquest : Literary Study and British Rule in India*, Faber and faber, London, 1990.

२४. अधिक तपशिलांसाठी पाहा -
Seema Alavi (ed.), *The Eighteenth Century in India*, Oxford University Press, New Delhi, 2002.

२५. **ब्रायन टर्नर** : प्राच्य-प्रणालीचे एक भाष्यकार. *Weber and Islam, a Critical Study* (1974), *Marx and the End of Orientalism* (1978) आणि *For Weber* (1981) हे त्यांचे ग्रंथ प्रसिद्ध आहेत. टर्नरविषयी केट क्यूरी म्हणतात, "Turner, like Said, centres his analysis of Orientalist constructions on what he designates as the Middle East (West Asia) and North Africa. In part, Turner's work at the time [in 1978] was a neo-Althusserian critique of Hegelian Marxism, in part, a 'work of personal decolonisation'... from his earlier Weberian Orientalist heritage". १९७८ मधील टर्नरचा पवित्रा १९९४ मध्ये आणखी बदलल्याचे त्या नमूद करतात. पाहा - Kate Currie, op.cit., pp. 11-12, 27, 43, 57.

२६. Ibid.
प्राच्यप्रणालीच्या समीक्षेसंदर्भात पुढील संदर्भसुद्धा पाहा - Ziauddin Sardar, op.cit., Chapter IV.

२७. Ziauddin Sardar, op.cit., Preface, p.vii; For details, see Chapter V : 'The Postmodern Future.'

पौर्वात्यवाद

डॉ. श्रद्धा कुंभोजकर

पौर्वात्यवाद अथवा ओरिएंटॅलिझम ही 'पूर्व' या संकल्पनेमध्ये अंतर्भूत असणाऱ्या सर्व गोष्टींचा विचार करण्याची एक पद्धत आहे. मार्क्सवाद, साम्राज्यवाद किंवा अनात्मवाद असा आपण जेव्हा एखाद्या 'वादा'बद्दल विचार करतो, तेव्हा त्या त्या विचाराला केंद्रस्थानी ठेवून त्यानुसार विचार व आचरण करणे असा अर्थ ध्वनित होत असतो. पौर्वात्यवाद या शब्दाला १९७८ पर्यंत साधारण असाच अर्थ होता. प्रस्थापित पद्धतीनुसार युरोप हे जगाच्या मध्यावर मानून त्याच्या मानाने पूर्वेला असणाऱ्या विविध संस्कृतींच्या विविध अंगांचा विचार आणि अभ्यास करणे याला ढोबळपणे पौर्वात्य अभ्यास किंवा पौर्वात्यवाद म्हटले जाई आणि या विषयाच्या अभ्यासकांना पौर्वात्यवादी अभ्यासक असे म्हटले जाई.

पाश्चिमात्य विचारविश्वात पूर्वेचा प्रवेश केव्हापासून झाला याचा तपास केला तर असे लक्षात येते की, इसवीसनपूर्व दुसऱ्या सहस्रकात भारतासारख्या पूर्वेकडील देशांचे पश्चिमेतील बाबिलोनियन व सुमेरियन संस्कृतींबरोबर आर्थिक आणि अर्थातच सांस्कृतिकही संबंध होते. यानंतरच्या काळात अनेक ग्रीक-रोमन इतिहासकारांच्या इतिहासलेखनात पूर्व आणि विशेषत: भारत हा अतिशय समृद्ध आणि विलक्षण स्वरूपाचा भूप्रदेश म्हणून वर्णिलेला आढळतो. तत्कालीन टॉलेमी, मेगॅस्थेनीस आदी लेखकांनी केलेल्या भारताच्या वर्णनांचा वापर खुद्द भारतीय इतिहासाची बांधणी करण्यासाठी आवश्यक ठरतो. लॅटिन भाषेतील ओरिएनस् अर्थात् उगवतीची दिशा या शब्दावरून ओरिएंट हे पूर्वेकडील भूप्रदेशाचे नाव आधुनिक युरोपीय भाषांमध्ये रुळलेले दिसून येते. बायबलमध्ये ख्रिस्ताच्या जन्माचे शकुन ज्यांना दिसले, अशा पूर्वेकडील तीन शहाण्या लोकांचा उल्लेख केलेला आढळतो. त्यांच्या वर्णनावरून असे लक्षात येते की, हे पौर्वात्य लोक म्हणजे जेरूसलेमच्या पूर्वेकडील अर्थात अरब लोक होते. पूर्वेबद्दलची पाश्चात्त्य जगाची भौगोलिक जाणीव ही पूर्वेबद्दलच्या ज्ञानात जसजशी भर पडली तसतशी विस्तारत

गेलेली दिसते. जसजसे भारत, चीन, जावा, सुमात्रा आदी भूप्रदेश पाश्चात्त्यांना माहीत होऊ लागले, तसतसे पौर्वात्य कशाला म्हणावे, याची व्याख्या रुंदावत गेलेली दिसते. बायबलच्या काळात अरबी लोकांना उद्देशून वापरलेले पौर्वात्य हे विशेषण पूर्वेबरोबर होणारा मसाल्यांच्या व रेशीम आदी वस्तूंचा व्यापार, इस्लामचा उदय व धर्मयुद्धे या घटकांमुळे अधिकाधिक पूर्वेकडच्या म्हणजेच भारतीय, चिनी आणि आग्नेय आशियाई प्रदेशांतील लोकांसाठीदेखील वापरले जाऊ लागले.

मध्ययुग आणि सामंतशाही संपून आधुनिक कालखंडात पाश्चात्त्य संस्कृतीचे पाऊल पडण्यामध्ये पूर्व आणि पौर्वात्य संस्कृतीचा महत्त्वाचा सहभाग नाकारणे शक्य नाही. पूर्वेमधील विलक्षण संपत्तीबद्दलच्या पाश्चात्त्य वर्णनांमुळे साहसी दर्यावर्दी लोकांसाठी पूर्वेकडील भूप्रदेश हे एक निश्चित लक्ष्य झालेले होते. इंग्लंड, डेन्मार्क, हॉलंड आणि फ्रान्स या चारही देशांतून सतराव्या शतकातच सामान्य लोकांच्या अतिरिक्त पुंजीच्या भांडवलाच्या मदतीने ईस्ट इंडिया कंपन्यांची स्थापना झाली होती. या कंपन्यांच्या व्यापाराच्या माध्यमातून पूर्व आणि पश्चिम यांच्यात मोठया प्रमाणावर आर्थिक संबंध निर्माण झाले खरे; पण लवकरच त्यांचे स्वरूप परस्परपूरक न राहता पश्चिमेने चालविलेल्या पूर्वेच्या शोषणावर आधारलेले असे झाले आणि पुढे तर पूर्वेच्या आर्थिक आणि राजकीय पारतंत्र्याचा परिणाम म्हणून पूर्व आणि पश्चिम यांच्यामध्ये दोन ध्रुवांसारखे अनुल्लंघनीय अंतर निर्माण झाले. १८९२ मध्ये प्रसिद्ध झालेल्या रडयार्ड किपलिंगच्या 'बरॅक रूम बॅलडस्'मधील शब्दांत सांगायचे झाले, तर "पूर्व ही पूर्व आहे आणि पश्चिम म्हणजे पश्चिम. त्या दोघींची गळाभेट कधीच होणार नाही." तात्पर्य म्हणजे, पूर्व आणि पश्चिम यांच्यात जसजसे शोषित आणि शोषक संबंध निर्माण झाले, तसतसे त्यांचे ध्रुवीकरण होऊन त्यांच्यातील विषमता आणि अंतर वाढतच गेले.

पूर्व आणि पश्चिम यांमधील सर्व प्रकारच्या संवादांमध्ये त्यांच्यातील शोषित आणि शोषक हे नाते कळीची भूमिका निभावत असे. पूर्वेकडील वसाहतींच्या संपर्कात असणाऱ्या अनेक वासाहतिक प्रशासनकर्त्यांनी वसाहतींच्या संस्कृतीबद्दल विविध मार्गांनी ज्ञान प्राप्त करण्यास सुरुवात केली आणि स्थानिक लोकांच्या साहाय्याने प्रावीण्यही मिळविले. वसाहतींमधील विविध भाषांचे, लिपींचे ज्ञान मिळविणे, लोकांचा धर्म, त्यांचे विचार, चालीरीती यांचे ज्ञान मिळविणे, त्यांच्या भाषांचे व्याकरण तयार करणे, त्यांच्या प्रदेशाची भौगोलिक माहिती मिळविणे; वसाहतीतील झाडे, प्राणी, पक्षी, दगड, माती, खनिजे... म्हणाल त्या विषयांवर पाश्चात्त्यांनी अभ्यास करायला सुरुवात केली. चीनमध्ये ख्रिस्ती धर्मप्रसारास साहाय्यभूत व्हावे म्हणून इटलीतील नेपल्स् येथे पौर्वात्य अभ्यासाचे युरोपमधील सर्वांत जुने विद्यास्थान पोपच्या प्रोत्साहनाने १७३२ मध्येच स्थापन करण्यात आले होते. भारताच्या संदर्भात पाहिले तर विल्यम जोन्स, जॉन विल्सन, मॅक्स मुल्लर

यांसारख्या अभ्यासकांनी केलेला भारताचा अभ्यास तत्कालीन पाश्चात्त्यांनाच नव्हे, तर आजवरच्या भारतीयांपर्यंत सर्वांनाच ज्ञान आणि प्रेरणा देणारा ठरला. पूर्वेमधील अनेक विषयांच्या संदर्भात पाश्चात्त्यांनी अशाच स्वरूपाचे अनेक अभ्यास केले आणि यातून पूर्वेबद्दलच्या ज्ञानात मोलाची भर घातली. त्यांच्या अतुलनीय ज्ञानलालसेमुळे पौर्वात्यवादी म्हणजे पूर्वेचे ऋषितुल्य अभ्यासक अशी त्यांची प्रतिमा रूढ झाली.

या काळात कलाक्षेत्रातही पूर्व हा एक महत्त्वाचा प्रभावकारी घटक होता. विल्यम हॉजेस्ने १७८० च्या सुमारास भारतात काही वर्षे वास्तव्य करून भारतातील विविध स्थळांची जलरंगात निसर्गचित्रे काढून त्यांचे जे प्रदर्शन लंडनमध्ये भरवले, ते अतिशय लोकप्रिय झाले होते. भारतात प्रत्यक्ष राहून येथील जीवनाचे चित्रण करणारा तो पहिलाच इंग्लिश चित्रकार होता. १७८४ मध्ये भारतात येऊन थॉमस दानिएलनेही 'ओरिएंटल सीनरी' या नावाने आपल्या भारतविषयक चित्रांचा संग्रह लंडनला परतल्यावर प्रसिद्ध केला. १८०५ मध्ये ईस्ट इंडिया कंपनीतील नोकरी पूर्ण करून इंग्लंडला परतलेल्या कॉकरेल बंधूंनी ग्लॉस्टरशायरमध्ये सेझिनकोट या पौर्वात्य-मुघलकालीन धाटणीच्या वाड्याचे काम पूर्ण केले आणि इंग्लंड, तसेच युरोपातील स्थापत्यशास्त्रात पौर्वात्य धाटणीच्या शिल्पकृती आणि इमारती लोकप्रिय करण्यात महत्त्वाची भूमिका बजावली. या काळातील पश्चिमेचे संगीत, काव्य, नाट्य, स्थापत्य इतकेच काय, पण स्वयंपाक करण्याच्या पद्धतीतही पूर्वेचा प्रभाव जाणवल्याशिवाय राहात नाही.

१९५०-६० च्या दशकामध्ये अनेक आफ्रो-आशियाई देश पारतंत्र्यातून मुक्त होऊन आपली स्वतंत्र वाटचाल करू लागले आणि पश्चिम आणि पूर्व यांच्यातील जित आणि जेते संबंधांचे सावट पश्चिमेने निर्माण केलेल्या पूर्वेच्या प्रतिमेवर पडलेले आहे, याकडे अभ्यासक लक्ष वेधू लागले. अर्थात तत्पूर्वीच्या वासाहतिक कालखंडातही आपल्या परवशतेच्या ज्ञानात्मक स्वरूपाची जाणीव वासाहतिक विचारवंतांना ठायी ठायी जाणवत होतीच. उदा. नेपोलियनने १७८९ मध्ये केलेली इजिप्तवरची स्वारी ही फक्त लष्करी मोहीम नसून तिला ज्ञानात्मक अधिष्ठान होते, हे तत्कालीन बखरकार अब्देल रहमान अल् जाबार्ती यांनी आपल्या बखरीत नोंदविले आहे. भारतीय संदर्भातही लोकहितवादींनी आपल्या 'ज्ञान हाच पराक्रम' या लेखातून आणि इतर 'शतपत्रां'तून इंग्रजी सत्ता ही निव्वळ लष्करी सामर्थ्यामुळे नव्हे तर त्यांनी प्राप्त केलेल्या ज्ञानाच्या जोरावर टिकून उभी आहे, हे मत आग्रहपूर्वक मांडलेले आढळते. वसाहती स्वतंत्र झाल्यानंतरच्या काळात व्ही.जी. कीरनान, बर्नार्ड कोहन आणि अन्वर अब्देल मलेक यांसारख्या विचारवंतांनी पाश्चात्त्यांच्या पूर्वेबद्दलच्या ज्ञानावर जेते-जित संबंधांचा असणारा प्रभाव अधोरेखित केला होता.

या पार्श्वभूमीवर १९७८ मध्ये एडवर्ड सैद या मूळच्या पॅलेस्टाईनमधून आलेल्या

अमेरिकन प्राध्यापकाने आपले 'ओरिएंटॅलिझम' हे पुस्तक प्रसिद्ध केले आणि पोस्टकलोनिअल स्टडीज् अर्थात वसाहतोत्तर अभ्यासाचे एक ज्ञानक्षेत्र नव्याने निर्माण केले. सैद यांच्या 'ओरिएंटॅलिझम' आणि त्यानंतरच्या पुस्तकांमधून त्यांनी पौर्वात्यवाद या संकल्पनेचे जे स्वरूप वाचकांसमोर मांडले, ते पुढीलप्रमाणे विशद करता येईल.

सैद यांच्या मते, पाश्चात्त्यांनी केलेले पूर्वेमधील सर्व विषयांचे अभ्यास हे त्याच्या पूर्वेबरोबर असणाऱ्या जेते-जित संबंधांमुळे प्रभावित झालेले असतात. त्यामुळे पूर्वेबद्दलच्या तथाकथित निष्पक्षपाती लिखाणातूनही पूर्वेबद्दलचे पूर्वग्रहदूषित विचारच मांडले जातात. या प्रकारच्या पाश्चात्त्यांनी केलेल्या पूर्वेबद्दलच्या विचारांना, अभ्यासांना, वर्णनांना पश्चिमेच्या सत्तेचा दर्प असल्यामुळे सत्याचा दर्जा देणे शक्य नाही. ते लिखाण पूर्वेचे प्रतिनिधित्व करण्याचा आव आणते; पण ते केवळ दूषित लिखाण असते.

पौर्वात्यवाद म्हणजे विचार आणि अभ्यास करण्याच्या एका संबंधपद्धतीने अभिव्यक्त केलेली पूर्वेची प्रतिमा होय. पौर्वात्यवाद म्हणजे अशी राजकीय विचारसरणी आहे, की जी पूर्व वेगळी आहे म्हणूनच नि:सत्त्व, दुर्बल आहे असे दाखविण्याचा प्रयत्न करते. सांस्कृतिक हत्यार म्हणून पौर्वात्यवाद म्हणजे आक्रमण, कर्तेपणा, निवाडा करण्याची सत्ता, ज्ञान आणि सत्याची तहान, लिखाण, दृष्टी आणि अभ्यास करण्याची एक अंगवळणी पडलेली पद्धत, की जिच्यावर वरवर पाहता पूर्वेला सोईस्कर असणारी काही बंधने, परिप्रेक्ष्ये आणि मूल्याधिष्ठित पूर्वग्रह यांचा प्रभाव आहे, असे सैद म्हणतात.

पूर्व म्हणजे पश्चिमेचा अभ्यासविषय म्हणून पूर्व निर्माण करणाऱ्या राजकीय प्रेरणांमधून तयार झालेली प्रतिनिधित्व करण्याची पद्धत. पाश्चात्त्यांसाठी जे स्वेतर आहे, अनोळखी, परके आहे, ते सगळे पूर्व शब्दाने ध्वनित होते. पौर्वात्य व्यक्ती म्हणजे अशा विचारप्रणालीतून दर्शविली जाणारी व्यक्ती. पौर्वात्य पुरुष म्हणजे दुर्बल, बायकीपण, विचित्रपणे घातक असे त्याचे चित्रण केले जाते, कारण तो गोऱ्या स्त्रीसाठी धोकादायक असू शकतो. पौर्वात्य स्त्री म्हणजे ठळकपणे परकीय पण आकर्षक असते. तिच्यावर हुकमत गाजविली जावी, अशी तिची इच्छा असते. पौर्वात्य ही एकच एक प्रतिमा म्हणजे अगदीच ढोबळ आणि सार्वजनिक चित्रण आहे. असंख्य सांस्कृतिक आणि राष्ट्रीय सीमांना धुडकावून लावणारा हा एक साचेबंद चित्रणाचा प्रकार आहे, असे सैद सांगतात.

सैद यांच्या मते, पौर्वात्यवादी विचारवंतांचे सर्वांत मोठे यश म्हणजे त्यांनी निर्माण केलेली पूर्व ही संकल्पना होय. अनेकविध संस्कृती आणि देशांना एकवटून त्या सर्वांचे वैविध्य नाकारून त्यांना पूर्व नावाच्या एका साच्यात बसवून त्याचा अभ्यास करता येतो, असा समज निर्माण करणे हेच पौर्वात्यवादाचे मोठे यश होय. शारीरिकदृष्टया दुबळा, सांस्कृतिकदृष्टया मागास, विक्षिप्त, साचेबंद अशा पौर्वात्य माणसाचे सत्ता आणि वासनावाचक शब्दांनी वर्णन केले जाते. पौर्वात्यवादाची भाषा, विचारव्यूह आणि दृश्य

प्रतिमा यांवर सत्तासंकल्पना आणि हुकमतीच्या कल्पनांचा प्रभाव असतो. कारण सुरुवातीला तरी ते पश्चिमेच्या वासाहतिक महत्त्वाकांक्षेला खतपाणी घालण्यासाठी निर्माण झालेले आहेत आणि नंतरच्या काळात अनेक धोरणे आणि विचारव्यूहांतून त्याला बळकटी दिली गेली आहे. या संरचनेमध्ये भाषेची भूमिका अटीतटीची आहे. एखाद्या अबला स्त्रीसारखी पूर्व ही पश्चिमेकडून हुकमत गाजवून घेण्यासाठी आसुसलेली आहे, तिचं सबंध अस्तित्वच जणू निराधार आणि बुद्धिमंद अशा बाईसारखं, तिच्या पाश्चात्त्य सोबत्यासाठी आणि त्यांच्यापुरतं मर्यादित आहे. या सगळ्या संरचनेचं महत्त्व असं आहे की, पूर्वेकडील असंख्य संस्कृती व देशांची विविधता नाकारून पूर्व म्हणजे एक साचेबंद आणि एकजिनसी असा अभ्यासविषय आहे, हा समज दृढमूल करण्याचे काम या पौर्वात्यवादी विचारसरणीने अतिशय यशस्वीपणे केले आहे. अशी थिजलेली आणि साचेबंद पूर्व ही केवळ तिला हे स्वरूप देणाऱ्या पौर्वात्यवादी अभ्यासकांपुरतीच अस्तित्वात असते, असे सैद यांचे म्हणणे आहे आणि पूर्वेची अशी प्रतिमा निर्माण करण्याला ते ‘ओरिएंटलायझिंग द ओरिएंट’ म्हणजेच पूर्वेचे पूर्वीकरण करणे असे नाव देतात.

एडवर्ड सैद यांच्या या विचारांमुळे पूर्वेकडील विषयांचा अभ्यास करणाऱ्या जगात मोठीच खळबळ निर्माण झाली. पौर्वात्यवाद या शब्दाला एखाद्या शिवीसारखे अत्यंत नकारात्मक स्वरूप प्राप्त झाले. पौर्वात्यवादी अभ्यासक म्हणजे आक्रमकांच्या औद्धत्याने पूर्वेचे ज्ञान मिळवून त्याच्या जोरावर पूर्वेला आपल्या टाचेखाली आणणारा पाश्चात्त्य माणूस अशी प्रतिमा निर्माण झाली. आपल्या मूळ अभ्यासात जरी पूर्व हा शब्द सैद यांनी अरब जगाला उद्देशून वापरला असला, तरीही पाश्चात्त्य आधिपत्याखालून नुकत्याच बाहेर पडलेल्या अनेक वसाहतोत्तर देशांतील अभ्यासक, विचारवंत आणि कार्यकर्त्यांना सैदचे सिद्धांतन म्हणजे पाश्चात्त्य जगाला आरोपीच्या पिंजऱ्यात खेचून आणण्यासाठीचे जणू काही आरोपपत्रच हातात तयार मिळाले. त्यामुळे इजिप्त, सीरिया, लेबानॉनसारख्या अरब राष्ट्रवादी देशांत, इस्लामिक मूलतत्त्ववादी कार्यकर्त्यांत, भारत, पाकिस्तान, व्हिएतनाम, चीन यांसारख्या पाश्चात्त्य वसाहतवादाचे चटके सोसलेल्या देशांत आणि पहिल्या जगात राहणाऱ्या पण पूर्वेकडील संस्कृतींना मिळणाऱ्या सापत्नभावाबद्दल आक्षेप घेणाऱ्या सैद यांच्यासारखीच पार्श्वभूमी असणाऱ्या होमी भाभा, गायत्री चक्रवर्ती स्पिव्हाक, रणजित गुहा अशा अनेक विचारवंतांनीही पौर्वात्यवादाबद्दलच्या सैद यांच्या विवेचनाने नवे विचारमंथन सुरू केले. या सर्व प्रकारांत ज्यांना आरोपीच्या पिंजऱ्यात उभे केले गेले होते, त्या पाश्चात्त्य विचारवंतांमध्येही तीव्र प्रतिक्रिया उमटल्या.

बर्नार्ड लुईस, जॉर्ज लॅण्डाउ, टी. आसाद, ग्यान प्रकाश अशा अनेकविविध अभ्यासकांनी आपापल्या दृष्टिकोनानुसार सैद यांच्या विचारांवर टीका केली. त्यांतील काही प्रमुख मुद्दे असे सांगता येतील.

• सैद यांनी मुख्यत्वेकरून इजिप्त, मध्यपूर्व, पॅलेस्टाईन यांचे संदर्भ दिले. सर्वांत यशस्वी वसाहत असणाऱ्या भारताबद्दल, पूर्व आशिया, दक्षिण पूर्व आशियातील वसाहतींबद्दल विशेष काही लिहिले नाही.

• पूर्वेचा अभ्यास करणाऱ्यांमध्ये जर्मन अभ्यासकांचे योगदान महत्त्वाचे असूनही त्यांनी त्यांचा विचार केला नाही, कारण जर्मनीच्या वसाहती नव्हत्या, त्यामुळे जर्मन अभ्यासकांच्या अभ्यासावर वसाहतवादी हेतूंचा आरोप करता येत नाही, हे सत्य त्यांच्या सोयीचे नव्हते.

• पूर्वेच्या एकजिनसीकरणाविरुद्ध आवाज उठविताना त्यांनी पश्चिमेच्या बाबतीत तोच गुन्हा केला आणि इंग्लंड, अमेरिका, जर्मनी, फ्रान्स अशा विविध राजकीय पार्श्वभूमी असणाऱ्या राष्ट्रांमधील, विविध हेतूंनी अभ्यास करणाऱ्या सर्व अभ्यासकांना दुष्ट पौर्वात्यवादी ठरविले.

• पाश्चात्त्यांनी पूर्व म्हणजे एक धोकादायक स्वेतर (परका) अशा भावाने पाहिले हे अधोरेखित करताना सैद यांनी पूर्वेकडील लोकांनीदेखील पाश्चात्त्यांकडे परकेपणाने आणि स्वेतर म्हणूनच पाहिले या मुद्याकडे लक्ष दिलेले नाही.

• पूर्वेकडील संस्कृतीवर पडलेल्या पाश्चात्त्य संस्कृतीच्या प्रभावाबद्दल सैद बोलतात; पण प्रत्यक्षात हा प्रभाव केवळ एकाच दिशेने पडला नव्हता. पूर्वेचा पश्चिमेवरील प्रभाव तसेच पूर्वेकडील संस्कृतींचा एकमेकींवर पडलेला प्रभाव व त्यांचे अंतःसंबंध यांची दखल सैद यांनी घेतली नाही. उदा. रशिया-जपान युद्धात जपानच्या विजयाने आशियाई देशांच्या स्वातंत्र्याकांक्षेला मिळालेले पाठबळ.

• सैद यांनी पाश्चात्त्येतर राष्ट्रांच्या साम्राज्यवादाकडे, अरबांशिवायच्या आशियाई वसाहतींकडे आणि लिंगभावासारख्या महत्त्वाच्या मुद्याकडे सोईस्कर दुर्लक्ष केले.

• सैद यांनी ज्ञानशास्त्रीयदृष्ट्या केलेले महत्पाप म्हणजे या विषयावर इतर अभ्यासकांच्या मतांची त्यांनी दखल घेतलेली नाही.

• काही अभ्यासकांनी सैद यांच्या स्वतःच्या गर्भश्रीमंत पार्श्वभूमीवर प्रश्नचिन्ह ठेवत ते खरोखरच पूर्वेचे प्रतिनिधित्व करू शकतात का असा मुद्दा उपस्थित केला आहे. कारण सैद हे पूर्वेमधील ज्या अत्यंत अभिजन आणि उच्चभ्रू शाळा-कॉलेजांत शिकले, त्यांचे वर्णन करताना त्यांनी स्वतःच असे म्हटले आहे की, तेथील विद्यार्थी हे निसर्गतःच पाश्चात्त्य संस्कृतीशी नाळ जुळलेले असत. त्यामुळे अर्थातच ज्या व्यवस्थेने पश्चिमेने केलेल्या पूर्वेच्या शोषणाला साहाय्य केले, त्या व्यवस्थेचे ते टीकाकार न ठरता पाईक असण्याचीच शक्यता अधिक आहे.

• याखेरीज आपल्या मुद्याला सोईचे जावे या हेतूने किंवा अनवधानाने सैद यांनी अनेक तपशिलांत चुका केल्या आहेत. उदा. त्यांनी म्हटले आहे की, १७ व्या शतकाच्या

शेवटी भूमध्य समुद्राच्या पूर्वेच्या प्रदेशावर इंग्लिश व फ्रेंचांची निरंकुश सत्ता होती; परंतु प्रत्यक्षात या भागात पाश्चात्त्यांना सुलतानाच्या परवानगीशिवाय प्रवेशही दुरापास्त होता, हे त्यांना माहीत नव्हते असे नाही, तसेच पश्चिमेने पूर्वेवर २००० वर्षे राज्य केले हे मत खरे नाही.

● बर्नार्ड लुईस यांनी तर सैद यांच्या विचारांना इतकी लोकप्रियता का मिळाली याचे उत्तर देताना असेही म्हटले आहे की, ''कॉलेजच्या पुस्तकांच्या दुकानात जाऊन आलेल्या कुणालाही हे पटेल, की अवघड विषय एकदम सोपा करून दाखविणाऱ्या पुस्तकांना नेहमीच भरपूर मागणी असते.'' म्हणजेच पश्चिमी विचारवंतांनी केलेल्या पूर्वेच्या अभ्यासाचे आणि चित्रणाचे सैद यांनी केलेले ढोबळ आणि एकांगी वर्णन हे वाचायला चटकदार वाटले, तरी त्यात ज्ञानाच्या सखोलपणाचा अभावच आहे, असे लुईस यांनी म्हटले आहे.

या सर्व मतमतांतरांतूनही काही गोष्टी वादातीत आहेत. एक म्हणजे सैद यांच्या पुस्तकामुळे पूर्व आणि पश्चिम हे एकमेकांना समजून घेतात, ही केवळ माहिती गोळा करण्याइतकी निरुपद्रवी गोष्ट नाही, तर त्याला सत्तासंबंधाचे, ज्ञानात्मकतेचे अधिष्ठान आहे, हे सर्वमान्य झाले. सैद यांच्या लिखाणामुळे वसाहतोत्तर अभ्यास हे नवे ज्ञानक्षेत्र निर्माण झाले. यातून जगभरातल्या नवस्वतंत्र देशांतील अभ्यासकांना निश्चितच एक नवे सैद्धांतिक हत्यार मिळाले. पूर्व आणि पश्चिम यांच्यातील संवादाच्या राजकीयतेचे स्वरूप विविध भाषाशास्त्रीय, ऐतिहासिक, समाजशास्त्रीय, साहित्यिक, सौंदर्यशास्त्रीय अभ्यासांमधून अधोरेखित केले गेले.

तात्पर्य म्हणजे पाश्चात्त्य अभ्यासकांनी केलेले पूर्वेतील विषयांचे अभ्यास हे वरकरणी वाटतात तितके निरुपद्रवी नाहीत. त्यांत जेतेपणाचा आणि आपल्या वसाहतींवर असणाऱ्या आपल्या सत्तेसाठी समर्थन मिळवून देण्याचा उद्देश स्पष्ट आहे. पाश्चात्त्य संस्कृती ही पाश्चात्त्यांनी ठरविलेल्या निकषांवर आपोआपच पुढारलेली ठरते आणि पौर्वात्य संस्कृती ही अर्थातच या निकषांवर मागास ठरते, त्यामुळे पूर्वेला पुढे आणण्याची 'गोऱ्या माणसाची जबाबदारी' पार पाडणे आणि त्यासाठी पूर्वेकडील संस्कृतीवर गरज पडेल, तर घाव घालूनही तिची पश्चिमेला योग्य वाटेल अशी काटछाट करणे असा साम्राज्यवादाचा आणि वसाहतवादाचा संपूर्ण कार्यक्रम पाश्चात्त्यांनी मिळविलेल्या पूर्वेबद्दलच्या ज्ञानाच्या मुळाशी दडलेला आहे. या सर्व बाबी सैद यांच्या लिखाणामुळे अधोरेखित झाल्या. त्यातून व्याकरण, भाषा, सौंदर्यशास्त्र आणि गुणात्मक पायावर आधारलेल्या सर्वच विचारांमध्ये आपण मान्य केलेले निकष तपासून पाहण्याची म्हणजेच आत्मपरीक्षणाची आकांक्षा निर्माण झाली. उदाहरणार्थ, भारतीयांनी शारीरिक सौंदर्याचे निकष ठरविताना गोरेपणा हा निकष मानावा की नाही, हा विचारही आपले निकष परक्यांनी घालून दिलेले

आहेत की काय, हे तपासण्याच्या इच्छेतूनच पुढे आला आहे. उत्तरसंरचनावादी आणि उत्तराधुनिक विचारांमध्ये तर वरवर पाहता सोईसाठी विचारांना घालून दिलेल्या चौकटी आणि व्यवस्था ज्यांच्या आधारावर उभ्या असतात, अशा संरचनांचा विध्वंस करून कसलीही बंधने न मानता यादृच्छिकतेचे तत्त्व स्वीकारून विचारांना मोकळा श्वास घेऊ द्यावा, असा जहाल विचार पुढे आला. मानवी व्यक्तिमत्त्व आणि स्वत:ची अस्मिता हीही अशा सत्ताधिष्ठित पायावर उभी आहे काय आणि असल्यास त्यास समतावादी अधिष्ठान येणे गरजेचे आहे, हे जाणवून अस्मितांच्या अभ्यासाचेही नवे क्षेत्र उदयाला आले.

तेव्हा पौर्वात्यवाद हा विचार मांडताना एडवर्ड सैद यांच्या व्यक्तिगत आणि वैचारिक मर्यादा विचारात घेतल्या तरीही हा विचार विसाव्या शतकातला एक मूलभूत विचार आहे, हे कोणालाही नाकारता येणार नाही. त्याचे सार सांगताना सैद म्हणतात, "पूर्व हा काही एकजिनसी एकच एक अभ्यासविषय आहे आणि तो पाश्चात्त्यांनी नीट अभ्यासला नाही, ही माझी मूळ तक्रार नाही; पण प्रतिनिधित्वाचे दावे करणाऱ्या इतर अनेक विचारप्रणालींसारखाच पौर्वात्यवाद हा हेतुपुरस्सर, एका विशिष्ट कलाने होणारा, विशिष्ट ऐतिहासिक, वैचारिक आणि आर्थिकही परिस्थितीमुळे आकाराला आलेला असतो." अर्थात सैद यांच्या विचारासकट दुसऱ्याचे प्रतिनिधित्व करणाऱ्या सर्वच विचारांच्या या सर्व मर्यादा तपासून पाहणे हे त्या त्या विषयाचे साकल्याने आकलन होण्यासाठी गरजेचे असते, हे पौर्वात्यवादाच्या सर्वच अभ्यासकांनी लक्षात घेणे गरजेचे आहे.

संदर्भग्रंथसूची

१. Asad. T., 'Review (of Said, Orientalism),' *English Historical Review,* Vol. 95, 1980.

२. Ashcroft, B., & Ahluwalia, P., *Edward Said : The Paradox of ldentity*, Routledge, New York, 1999.

३. Bhabha, H., *The Location of Culture*, Routledge, London. 1994.

४. G. Prakash, 'Can the Subaltern Ride?', A Reply to O'Hanlon and Washbrook',*Comparative Studies in Society and History,* 1992.

५. Heehs, P. 'Shades of Orientalism: Paradoxes and Problems in Indian Historiograbhy', *History & Theory,* 42, 2003.

६. Inden, R., *Imagining India*, OUP, Oxford, 1990.

७. Kennedy, V., *Edward Said: A Critical Introduction*, Oxford, Polity, 2000.

८. Landow, George P., 'Edward W. Said's Orientalism' in http://

www.postcolonialweb.org/poldiscourse/said/orient14.html

९. Lewis, B., 'The Question of Orientalism (Review of Said, Orientalism)', *New York Review of Books* 29:11, 24 June 1982.

१०. Sprinker, M. (ed.), *Edward Said : A Critical Reader*, Oxford, Blackwell, 1992.

११. William Grimes, 'Dangerous Knowledge, (A Critique of 'Orientalism')' in the *New York Times*, November 1, 2006.

१२. Williams, P. (ed.), *Edward Said*, 4 Vols, London, Sage, 2001.

स्त्रीवाद

प्रा. जास्वंदी वांबूरकर

स्त्रीवाद[१] हा स्त्रीस्वातंत्र्याचा उद्‌घोष करणारा एक राजकीय दृष्टिकोन आहे; स्त्रीवाद ही एक तत्त्वप्रणाली आहे. ऐतिहासिक कालक्रमामध्ये स्त्रियांना दास्यत्व किंवा दुय्यमत्व का व कसे प्राप्त झाले, याची कारणमीमांसा करणे आणि या दास्य निवारणार्थ चळवळ उभारणे, हे स्त्रीवादाच्या कक्षेत येते. केवळ स्त्री-पुरुष-समतेवर आधारित समाजाचे स्वप्न स्त्रीवाद पाहात नाही; तर संपूर्णपणे शोषणरहित समाज हे स्त्रीवादाचे ध्येय आहे. त्याअर्थाने स्त्रीवादी लढा हा मानवमुक्तीचा लढा आहे.

स्त्रीवाद हा एकसाची दृष्टिकोन नाही, तर त्यामध्ये अनेक प्रवाह आहेत. यातील प्रत्येक प्रवाह काळाच्या एकेका टप्प्यावर उदय पावला व त्याने स्त्रीप्रश्नावरील सैद्धान्तीकरण अधिक समृद्ध केले. या प्रवाहांनी विकसित केलेल्या लिंगभाव, लैंगिकता, पितृसत्ता यांसारख्या संकल्पनांच्या आधारे राज्य, अर्थव्यवस्था, समाजव्यवस्था, धर्म, विकास प्रक्रिया, ज्ञाननिर्मिती, कला यांविषयीचे नवे विश्लेषण केले गेले.

स्त्रियांच्या हक्कांसाठी झगडणाऱ्या सर्व चळवळींना स्त्रीवादी चळवळी म्हटले पाहिजे, अशी बहुतांश पाश्चात्त्य स्त्रीवादी इतिहासकारांची भूमिका आहे. (त्या चळवळींनी 'स्त्रीवाद' ही संज्ञा वापरली असेल अथवा नसेल.) स्त्रीवादी चळवळींचा/प्रवाहांचा इतिहास पाहिल्यास त्या काळाच्या वेगवेगळ्या टप्प्यावर उदयाला आल्या, जोमाने बहरल्या आणि काही काळानंतर मंदावल्या, असे दिसते. म्हणूनच स्त्रीवादी इतिहासकारांनी या टप्प्यांचे वर्णन 'स्त्रीवादी चळवळीतील लाटा' असे केले आहे. स्त्रीवादाची पहिली लाट १९ व्या शतकात व विसाव्या शतकाच्या प्रारंभीच्या दशकांमध्ये विकसित झाली. स्त्रीवादाची दुसरी लाट १९६०-८० या दशकांमध्ये अतिशय जोरकसपणे व प्रभावीपणे उसळली. स्त्रीवादाची तिसरी लाट १९९० मध्ये विकसित झाली आणि आजतागायत अस्तित्वात आहे.

स्त्रीवादी चळवळीची पहिली लाट

समाजशास्त्रज्ञ रोबेटी हॅमिल्टन[२] यांनी म्हटल्याप्रमाणे सरंजामशाही ते भांडवलशाही या स्थित्यंतराचा काळ हा स्त्रियांच्या दर्जातील ठळक बदलाचा आरंभबिंदू मानता येईल.

उदारमतवादी स्त्रीवाद[३] (Liberal Feminism)

व्यक्तीचे हित साध्य करण्यासाठी राज्यसंस्था, समाजव्यवस्था, रूढी, परंपरा, धर्म यांचे कमीतकमी नियंत्रण व्यक्तीवर असावे, असे उदारमतवादाने मांडले. त्यामुळे सामाजिक निर्बंधामुळे ग्रासलेल्या स्त्रीजीवनाकडे साहजिकच उदारमतवादी विचारवंतांचे लक्ष गेले.

१८ व्या शतकात भांडवलशाहीच्या उदयानंतर कुटुंब हे आर्थिक घटक म्हणून हळूहळू नष्ट पावले. स्त्रीने शिक्षण घेतले पाहिजे, मात्र उत्तम गृहिणी व माता हेच ध्येय उराशी बाळगले पाहिजे, ती नवऱ्याची सहचरी असली पाहिजे, असे स्त्रीत्वाचे आदर्श त्या काळात प्रसृत झाले होते. स्त्री ही नाजूक, हळवी, अविवेकी असते तर पुरुष हा कणखर, विवेकी असतो, अशी कप्पेबंद मांडणी त्या काळात केली जात होती. मेरी वोल्टनस्क्राफ्ट, जॉन स्ट्युअर्ट मिल व हॅरिएट टेलर यांनी या साचेबंद प्रतिमांविरुद्ध जोरदार आवाज चढविला.

मेरी वोल्टनस्क्राफ्ट (१७५९-१७९९) हिचा 'ए व्हिण्डिकेशन ऑफ दि राईटस् ऑफ वूमन' (१७९२) हा उदारमतवादी विचारधारेतील आद्य ग्रंथ होय. तिने स्त्रीस्वातंत्र्याचा व स्त्री- पुरुष-समतेचा जोरदार पुरस्कार केला. तिच्या विचारांची शक्तीस्थाने म्हणजे स्त्री ही तिचा पती व मुले यांची गुलाम असू नये; ती निर्णयक्षम झाली पाहिजे आणि यासाठी तिला पुरुषाप्रमाणेच नागरिकत्वाचे अधिकार मिळाले पाहिजेत, हे तिने जोरकसपणे मांडले.

जॉन स्टयुअर्ट मिल व हॅरिएट टेलर[४] या दोघांनीही स्त्री-पुरुषांना सारखेच शिक्षण दिले पाहिजे, तसेच स्त्रीला पुरुषाच्या बरोबरीने नागरी हक्क व आर्थिक संधीही मिळाल्या पाहिजेत, अशी भूमिका घेतली. जॉन स्टयुअर्ट मिलचा 'द सब्जेक्शन ऑफ वूमेन'[५] (१८६९) हा ग्रंथ उदारमतवादी स्त्रीवादातील महत्त्वाचा ग्रंथ म्हणून गणला जातो. पत्नी व माता म्हणून स्त्रियांना कराव्या लागणाऱ्या कामामध्ये स्त्रियांची बहुतांश शक्ती व वेळ खर्ची होतो. बौद्धिक कामे करण्यासाठी लागणारी उसंत व एकाग्रता ही सततच्या कामांमुळे स्त्रियांकडून हिरावून घेतली जाते. विवाह हा स्त्री-पुरुषांमधला मुक्त करार असावा, स्त्रियांना घटस्फोटाचा अधिकार असावा, स्त्रियांना घराबाहेर जाऊन नोकरी करण्याचे स्वातंत्र्य असावे अशी भूमिका मिलने घेतली. इंग्लंडच्या लोकसभेत स्त्रियांना मतदानाचा अधिकार असावा, ही मागणी त्याने केली. सततच्या बाळंतपणांमुळे स्त्रीचे आयुष्य

गांजलेले असते; यासाठी त्याने ठामपणे कुटुंबनियोजनाचा पुरस्कार केला.

स्त्रीला मालमत्ता धारण करण्याचा अधिकार असला पाहिजे, मतदानाचा अधिकार असला पाहिजे आणि त्यासाठी कायद्यात सुधारणा करण्याचे धोरण उदारमतवादी स्त्रीवाद्यांनी अवलंबिले, मात्र मेरी वोल्टनस्क्राफ्ट, मिल व टेलर यांच्या विचारविश्वातील स्त्री ही प्रामुख्याने 'मध्यमवर्गीय विवाहित स्त्री' होती; ही एकापरीने त्यांच्या विचारांची मर्यादाच होती. या काळातील कामगार वर्गातील स्त्रीची परिस्थिती अतिशय शोचनीय होती. मात्र त्यांविषयीचा विचार त्यांच्या लेखनात आला नाही.

एकोणिसाव्या शतकात एमिली डेव्हिस, फ्लोरेन्स नाइटेंगल, फ्रान्सिस पॉवर कॉल, जोसेफाईन बटलर, मिलिसेंट गॅरेट फॉसेट या स्त्रियांनीही स्त्री-स्वातंत्र्याचा जोरदार पुरस्कार केला.

मार्क्सवादी स्त्रीवाद (Marxist Feminism)

मार्क्सवादी स्त्रीवादाने उदारमतवादी स्त्रीवादी विचारधारेतील उणिवांची चिकित्सा करीत स्त्रीवादी विचार अधिक प्रगल्भ केला. मार्क्सवादी स्त्रीवादी परंपरेत स्वप्नाळू (utopian) समाजवादी विचारवंत फुरिअर, साँ सीमाँ, रॉबर्ट ओवेन तसेच विल्यम थॉम्प्सन, अॅन व्हीलर यांनी स्त्रीप्रश्नाच्या संदर्भात मौलिक विचारमंथन केले.

भांडवलशाही ही मूलभूतपणे शोषक सत्तासंबंधांवर आधारलेली आहे, या व अशा अनेक सिद्धान्तांचा उपयोग लिंगभावसत्तासंबंध आणि समाजातील उत्पादनाच्या व पुनरुत्पादनाच्या प्रक्रियेत स्त्रियांचे शोषण कसे होते, याचे विश्लेषण करण्यासाठी मार्क्सवादी स्त्रीवाद्यांनी केला. वर्ग हा मार्क्सवादी स्त्रीवाद्यांना स्त्रियांना दुय्यम स्थान प्रदान करणारा कारक (determinant) वाटतो. भांडवलशाही अवतरण्यापूर्वीपासूनच पितृसत्तेच्या गर्तेत स्त्रियांचे शोषण होत आले आहे, अशी त्यांची धारणा आहे.

फ्रेडरिक एंगल्स[६] याचा 'द ओरिजिन ऑफ द फॅमेली, प्रायव्हेट प्रॉपर्टी अॅण्ड द स्टेट' (१८४५) हा मार्क्सवादी स्त्रीवादी विचारधारेतील महत्त्वपूर्ण ग्रंथ होय. एंगल्सने या पुस्तकात, ऐतिहासिक भौतिकवादाच्या आधारे, स्त्रियांचे शोषण हे निसर्गदत्त नसून ऐतिहासिक कालक्रमात कुटुंबसंस्था, खाजगी मालमत्ता व राज्यसंस्था यांच्या उदयाबरोबरच कसे सुरू झाले, याची मीमांसा केली. म्हणून वर्गव्यवस्थेचे उच्चाटन झाल्यावरच स्त्रीचे पुरुषावरील आर्थिक उत्तरदायित्व नष्ट होईल आणि प्रेमसंबंधांवर आधारलेले वैवाहिक संबंध स्त्रीपुरुषांमध्ये निर्माण होतील, असा त्याचा विश्वास होता. स्त्रियांच्या शोषणाचे हे पहिले मार्क्सवादी विश्लेषण फार महत्त्वपूर्ण होते.

समकालीन मार्क्सवादी स्त्रीवाद्यांनी इतर काही स्त्रीप्रश्नांची उकल केली.

भांडवलशाही अंतर्गत कुटुंब : पुनरुत्पादन म्हणजे कामगारवर्गाचे उत्पादन हे अतिशय महत्त्वपूर्ण काम स्त्रिया करत असूनही त्याकडे अनुत्पादक म्हणून बघितले जाते. भांडवली अर्थव्यवस्थेत स्त्रिया घरी जे काम करतात, त्याचे वेतन त्यांना मिळत नाही. घराबाहेर त्या जे काम करतात, ते काम म्हणजे घरातील त्यांच्या कामांचे विस्तारीकरण असते. उदा., नर्सिंग, परिचारिका, शिक्षिका, टंकलेखिका ही कामे तसेच युद्धजन्य परिस्थितीमध्ये स्त्रियांकडे कामगारांची राखीव फौज म्हणून बघितले जाते.

स्त्रिया घरामध्ये स्वयंपाक, स्वच्छता व अपत्यसंगोपन हे काम करतात. ते त्यांना बाजारपेठेत विकता येत नाही. जोपर्यंत या कामांचे सामाजिक दृष्ट्या उत्तरदायित्व घेतले जात नाही, तोपर्यंत स्त्रियांचा सार्वजनिक क्षेत्रातील प्रवेश केवळ विदारक ठरेल. ही कामे सार्वजनिक रितीने केली गेली म्हणजे स्त्रीकडे परोपजीवी (Parasite) म्हणून बघणे बंद होईल आणि तिची सामाजिक प्रतिष्ठा वाढेल, असे मार्गारेटने मांडले.

मार्क्सवादी स्त्रीवाद्यांनी मांडलेला दुसरा महत्त्वाचा मुद्दा म्हणजे गृहकामाच्या वेतनाचा होता. मॅरीअरोसा डाला कोस्टा व सेलमा जेम्स या दोन मार्क्सवादी स्त्रीवाद्यांनी गृहकामाच्या वेतनाचा मुद्दा जोरदारपणे मांडला. स्त्रिया घरी जे काम करतात, ते बाजारपेठेत विकता येत नसले तरी त्या कामामुळेच बाजारपेठेत 'अतिरिक्त मूल्य' निर्माण होते आणि म्हणून स्त्रियांना त्या मोबदल्यात वेतन द्यायला हवे, अशी त्यांची मागणी होती.

मार्क्सवादी स्त्रीवाद्यांनी मांडलेला तिसरा महत्त्वाचा मुद्दा म्हणजे समान कामासाठी स्त्री-पुरुषांना वेगवेगळे वेतन मिळते. ज्यावेळेस स्त्री सार्वजनिक क्षेत्रात काम करते, त्यावेळी शिक्षिका, परिचारिका, कारकून, स्वयंपाक, शिवणकाम अशी 'बायकी' कामेच त्यांना मिळतात. घराप्रमाणेच बाहेरही त्यांचे काम कमी महत्त्वाचे मानले जाते आणि पुरुषाच्या तुलनेत त्यांना कमी वेतन (२/३) मिळते.

मार्क्सवादी स्त्रीवादी विचारधारेने 'वर्ग' ही कळीची संकल्पना मानली; त्यामुळे लिंगभाव या कारकाकडे दुर्लक्ष झाले, अशी टीका ॲलिसन जॅगर यांनी केली.

अस्तित्ववादी स्त्रीवाद[७] (Existentialist Feminism)

सिमाँ दि बोवुआ या विदुषीचे 'द सेकंड सेक्स' (१९४९) हे पुस्तक स्त्रीवादी विचारधारेतील अभिजात पुस्तक मानले जाते. तिने असे जाहीर केले की, सुरुवातीपासूनच पुरुषाने स्वतःला, 'मी' आणि स्त्रीला दुय्यम/अन्य असे संबोधले. अहम् व इतर/अन्य कल्पनांमुळे स्त्रीत्व हे पिढयान्-पिढया 'निष्क्रिय व बायकी' घडविले जाते. विवाहातून स्त्रीला जे समाधान, शांती व सुरक्षितता मिळते, त्याबदल्यात थोरत्वाची क्षमता असलेले आपले स्वत्व स्त्री पणाला लावते, किंबहुना ते निःसत्त्व करून टाकते. विवाहामुळे स्त्रीला ही फारच मोठी किंमत मोजावी लागते. पुरुषाला मात्र विवाहामुळे असे काहीही गमवावे

लागत नाही.

स्त्री ही पुरुषाइतकीच सचेतन, जाणिवेसकट जगणारी स्वयंभू व्यक्ती आहे, हे आता पुरुषांनी ओळखले पाहिजे, असे बोवुआ यांनी ठामपणे १९४९ साली मांडले, हे विशेष! कारण स्त्रीवादी चळवळीची पहिली लाट या काळात अस्तित्वात नव्हती आणि स्त्रीवादी चळवळीच्या दुसऱ्या लाटेची चिन्हे कुठे दिसत नव्हती. स्त्री ही स्वतःची प्रतिमा स्वतः घडवण्यास समर्थ आहे; कारण स्त्रीत्वाचे म्हणून काही शाश्वत असे सारतत्त्व अस्तित्वात नाही. स्त्रीने घराबाहेर पडून काम केले पाहिजे. यातूनच स्त्रीला श्रेयस व लौकिक (Transcendence) प्राप्त होईल.तिला स्वतःचे भवितव्य स्वतः घडविता येईल, अशा आशावाद तिने प्रकट केला.

स्त्रीवादी चळवळीतील दुसरी लाट

स्त्रीवादी चळवळीतील दुसरी लाट १९६० ते १९८० या काळात उसळली. स्त्रियांच्या खाजगी आयुष्यातील पैलू अतिशय सखोलपणे राजकीय आहेत, हे भान या लाटेतील विचारवतींनी दिले. पहिल्या लाटेने स्त्रियांसाठी शिक्षणाचा व मतदानाचा अधिकार यावर लक्ष केंद्रित केले. दुसऱ्या लाटेने स्त्री-पुरुष-समतेचा आणि लैंगिक स्वातंत्र्याचा पुरस्कार केला.

जहाल स्त्रीवाद (Radical Feminism)

गेल्या अनेक वर्षांत जहाल स्त्रीवादी विचारधारेने स्त्रियांशी निगडित विविध विषयांचे विश्लेषण करून समाजाविषयीच्या विश्लेषणामध्ये खूपच मौलिक भर घातली आहे. कला, आध्यात्मिकता, अन्न, पर्यावरण, पुनरुत्पादन, मातृत्व, लिंगभाव, लैंगिकता, अश्लील छायाचित्रे याव्यतिरिक्त धर्म, विज्ञान, काव्य, साहित्य, गाणी, नृत्य, पाककला, पर्यटन, वैद्यकशास्त्र, इतिहास या विषयांची स्त्रियांच्या संदर्भात पुनर्मांडणी केली आहे.

पुरुषशाही/पुरुषप्रधानता[८] ही स्त्रीच्या दमनाची यंत्रणा असून ती राज्य, न्यायव्यवस्था, अर्थव्यवस्था, समाजातील विविध सामाजिक संस्था-कुटुंब, विवाह, धर्म, कला, साहित्य, तत्त्वज्ञान इ. संस्कृतीची विविध अंगे-अशा जीवनाच्या सर्व क्षेत्रांना व्यापून असते आणि स्त्रीच्या राजकीय, आर्थिक, सामाजिक, सांस्कृतिक, लैंगिक, भौतिक, ज्ञानात्मक व मानसिक शोषणाला कारणीभूत ठरते. जहाल स्त्रीवादाचे पुरुषप्रधानतेविषयीचे विश्लेषण मार्क्सवादी वा समाजवादी स्त्रीवादापेक्षा अधिक सखोल होते.

शुलामिथ फायरस्टोन[९] या विचारवतीने 'द डायलेक्टिक्स ऑफ सेक्स' (१९७०) या पुस्तकामध्ये पितृसत्ता या व्यवस्थेचे सखोल विश्लेषण केले आहे. फायरस्टोन हिच्या मते, स्त्री व पुरुष हे जगातील आद्य वर्ग आहेत आणि त्यांच्यातील संघर्ष अधिक मूलभूत

आहे. स्त्रियांच्या शोषणाचे मूळ जैविक आहे, म्हणून जैविक क्रांती ही स्त्रीमुक्तीसाठी आवश्यक आहे, असे प्रतिपादन फायरस्टोनने केले. ही जैविक क्रांती तंत्रज्ञानामुळे शक्य होईल, अशी तिची धारणा होती. मुलांचे पुनरुत्पादन व संगोपन ही जबाबदारी स्त्रीकडून एकदा काढून घेतली गेली, तर त्यांना घरी ठेवण्याचे प्रयोजन उरत नाही. त्यामुळे कुटुंब हे एक आर्थिक एकक म्हणून संपुष्टात येईल; वंशसातत्यासाठी भिन्नलिंगी संबंधांची अनिवार्यता अधोरेखित केली जाते, त्याचेही महत्त्व कमी होईल. समलिंगी संबंधही तेवढेच नैसर्गिक म्हणून गणले जातील. भिन्नलिंगी संबंधातील विषमतेवर आघात करण्यासाठी स्त्री-स्त्रीसंबंध (Lesbian) हे एक राजकीय हत्यार म्हणून जहाल स्त्रीवाद्यांनी पुढे आणले.

स्त्रियांच्या शोषणाची मुळे पितृसत्तेच्या लिंगभावव्यवस्थेमध्ये दडलेली आहेत, हे केट मिलेट[१०] या जहाल स्त्रीवादी विचारवतीने सर्वप्रथम मांडले. तिने 'सेक्श्युअल पॉलिटिक्स' (१९७०) या पुस्तकामध्ये, सर्व सत्तासंबंधांच्या मुळाशी स्त्री-पुरुषसंबंध आहेत आणि म्हणून लिंग/लिंगभाव[११] हे मूलभूतपणे राजकीय आहे, अशी भूमिका मांडली.

जहाल स्त्रीवाद्यांचे दुसरे मोठे योगदान म्हणजे लैंगिकतेसंबंधी त्यांचे प्रतिपादन. लैंगिकता ही लिंगभावाप्रमाणेच एक सामाजिक-सांस्कृतिक रचित आहे, अशी त्यांची धारणा आहे. पुरुषप्रधान समाजामध्ये स्त्रियांच्या लैंगिकतेची पुनर्रचना ही पुरुषांच्या गरजेप्रमाणे व इच्छेप्रमाणे केली जाते. स्त्रिया स्वतःच्या शरीराकडे पुरुषनिर्मित निकषांच्या चष्म्यातून बघतात. स्त्रीचे शरीर ही शोषणाची जागा (Site) ठरते, याचे जहाल स्त्रीवाद्यांनी अतिशय गंभीर व सखोल विश्लेषण केले.

लैंगिकतेची जडणघडण समाजामध्ये कशी होते, याची सखोल चिकित्सा जहाल स्त्रीवाद्यांनी केली. अश्लील साहित्य, चित्रपट, दूरदर्शन, जाहिराती एवढेच काय धार्मिक साहित्य, धर्म, कला अशा सर्वच माध्यमांतून व्यक्त होणाऱ्या हिंसक चित्रणामुळे स्त्रीच्या लैंगिक शोषणाचा संदेश समाजात प्रसृत होतो.

मनोविश्लेषणात्मक स्त्रीवाद (Psychoanalytic Feminism)

सिग्मंड फ्रॉईडने (१८५६-१९३९) लैंगिकता या विषयावर सखोल विवेचन केले. लिंगभाव (Gender) ही विभिन्न टप्प्यांमधून झालेली लैंगिक परिपक्वतेची अभिव्यक्ती आहे, असा सिद्धान्त त्याने मांडला; मुलगा व मुलगी यांच्या शारीरिक भिन्नतेमुळे त्यांच्यात विभिन्न प्रकारची लैंगिकता विकसित होते. मुलगी/स्त्री यांमध्ये असलेल्या लिंगमत्सरामुळे ही उणीव भरून काढण्यासाठी मातृत्व तिला हवेहवेसे वाटते. सारांश, 'शरीर हीच नियती' हा सिद्धान्त फ्रॉईडने मांडला. स्त्रियांना प्राप्त असणाऱ्या भिन्न शरीरामुळे त्यांची स्त्रीत्वाची

जडणघडण तसेच लैंगिकतेची जडणघडण पुरुषांच्या जडणघडणीपेक्षा वेगळी असते, असे फ्रॉईडने मांडले.

बेटी फ्रिडन[१२], शुलामिथ फायरस्टोन व केट मिलेट या साठोत्तरी स्त्रीवादी तत्त्वचिंतकांनी फ्रॉईडवर जोरदार टीकास्त्र सोडले. पुरुष निसर्गतःच आक्रमक असतात, या सिद्धान्ताला कोणताही शास्त्रीय आधार नाही. इतर प्राणिमात्रांमध्ये मादीकडून सकारात्मक प्रतिसाद मिळाल्याशिवाय नरमादी मीलन होत नाही, हे केट मिलेटने सप्रमाण सिद्ध केले.

समाजवादी स्त्रीवाद (Socialist Feminism)

मार्क्सवादी स्त्रीवादी विचारधारेतील लिंगांधळेपणामुळे असंतुष्ट झालेल्या मार्क्सवादी विचारवंतांनी समाजवादी स्त्रीवादी विचार विकसित केला. हा विचार ऐतिहासिक भौतिकवादाच्या सैद्धान्तिक चौकटीतच त्यांनी विकसित केला असला, तरी मार्क्सवादी, जहाल व मनोविश्लेषणात्मक स्त्रीवादी विचारप्रणालींचा प्रभाव त्यांच्या विचारधारेवर पडल्याचे दिसून येते.

काही समाजवादी स्त्रीवाद्यांची अशी धारणा आहे की, भांडवलशाही व पुरुषशाही/पुरुषप्रधानता (Patriarchy) या दोन स्वतंत्र व्यवस्था आहेत. त्यांच्या हातमिळवणीतून स्त्रियांचे शोषण होते. ज्युलिएट मिचेल[१३] या समाजवादी स्त्रीवादी विचारवतीने 'वूमन्स इस्टेट' (१९७१) या ग्रंथात भांडवलशाहीविषयी व पितृसत्तेविषयी विश्लेषण केले आहे. भांडवलशाहीला भौतिक पाया आहे, तर पुरुषशाही ही विचारप्रणालीवर आधारलेली आहे. स्त्रीची जननक्षमता, मुलांचे संगोपन व लैंगिकता या गोष्टींची आर्थिक क्षेत्रात गणना करून पोथीनिष्ठ मार्क्सवाद्यांनी घोडचूक केली, असे तिने मांडले. म्हणूनच स्त्रिया उत्पादनव्यवस्थेत उतरल्या, म्हणजे कुटुंबसंस्था आपोआप नष्ट होईल, असा नारा त्यांनी दिला. प्रत्यक्षात मात्र घर व नोकरी/व्यवसाय सांभाळण्याची तारेवरची कसरत स्त्रिया करत आहेत, ते बघता मिचेल यांची मांडणी योग्य वाटते. पुनरुत्पादन, लैंगिकता व मुलांचे संगोपन या बाबींमुळे स्त्रिया उत्पादनक्षेत्रात उतरल्या, तरी पुरुषांच्या मागे पडतात. समाजवादी उत्पादनव्यवस्थेमध्ये कुटुंब हे एक आर्थिक एकक म्हणून नष्ट होते; मात्र वैचारिक व जैव-सामाजिक एकक (Unit) म्हणून नष्ट होत नाही, अन्यथा सर्व समाजवादी देशांमधून कुटुंबव्यवस्था नष्ट झाली असती.

भांडवलशाही नष्ट होण्यासाठी जशी आर्थिक क्रांतीची गरज आहे, तशी पुरुषशाही नष्ट होण्यासाठी सांस्कृतिक-मानसिक क्रांतीची गरज तिने प्रतिपादली. स्त्रीविषयक व पुरुषविषयक धारणा, लिंगदृष्ट्या कामाचे विभाजन यांविषयीच्या धारणा जोपर्यंत बदलत नाहीत, तोपर्यंत स्त्रीपुरुष-समता अस्तित्वात येणार नाही, असे मिचेलने

'सायकोॲनालिसिस ॲण्ड फेमिनिझम' (१९७४) या ग्रंथात मांडले.

हायडी हार्टमन[१४] यांनी पुरुषशाही म्हणजे भौतिक पायावर उभारलेली व्यवस्था असून स्त्रियांची श्रमशक्ती, लैंगिकता व जननक्षमता यांवर असणारे पुरुषी नियंत्रण होय, अशी मांडणी केली. पुरुषशाहीतून समाजातील पुरुषा-पुरुषांमधील सामाजिक संबंध साकारतात; त्यांमध्ये उतरंड असते. या संबंधांतून पुरुषांमध्ये निर्माण होणारे परस्परावलंबित्व व ऐक्यभाव यांमुळे ते स्त्रियांवर वर्चस्व गाजवतात. एकपतिक (monogamus) भिन्नलिंगी विवाहसंस्थेतून स्त्रियांचे श्रम, लैंगिकता व जननक्षमता यांवरील नियंत्रण दृढ होते. म्हणून भांडवलशाही व पुरुषशाही या दोन्ही यंत्रणांचा सामना वेगवेगळ्या साधनांनी केला पाहिजे, असे हायडी हार्टमन यांनी मांडले.

आयरिस यंग[१५] या समाजवादी स्त्रीवादी विचारवतीला दुहेरी-व्यवस्था सिद्धान्तामध्ये अनेक त्रुटी आढळल्या. भांडवलशाही व पितृप्रधानता या एकाच नाण्याच्या दोन बाजू आहेत, असे यंग यांनी मांडले. जोपर्यंत भांडवलशाही नष्ट होत नाही, तोपर्यंत स्त्रियांचे शोषण थांबणार नाही; कारण पितृप्रधानता ही भांडवलशाहीची पूर्वअट आहे, अशी त्यांची भूमिका होती.

काळा स्त्रीवाद (Black Feminism)

"जेव्हा काळ्या समाजाविषयी लोक बोलतात, तेव्हा काळ्या स्त्रियांच्या हितसंबंधांना लैंगिक भेदभाव (Sexism) बाधा आणतो; जेव्हा स्त्रियांविषयी लोक बोलतात, तेव्हा काळ्या स्त्रियांच्या हितसंबंधांना वंशवाद (Racism) बाधा आणतो. जेव्हा काळ्या लोकांबद्दल बोलले जाते, तेव्हा सर्व लक्ष काळ्या पुरुषांवर केंद्रित होते आणि जेव्हा स्त्रियांविषयी बोलले जाते, तेव्हा गोऱ्या स्त्रियांवर लक्ष केंद्रित होते. इतर कोणत्याही गोष्टीपेक्षा समृद्ध स्त्रीवादी साहित्यातून याची अधिक साक्ष पटते."[१६] -बेल हुक्स (१९८२).

बेल हुक्स या काळ्या विचारवतीने मांडलेले हे विचार स्त्रीवादी चळवळ आणि काळ्यांची/कृष्णवर्णीयांची चळवळ यांपासून फारकत घेत काळ्या स्त्रियांनी आपली वेगळी चूल का मांडली, यावर प्रकाश टाकतात. काळ्या स्त्रियांनी एकत्र येऊन अमेरिकेत राष्ट्रीय कृष्णवर्णीय स्त्रीवादी संघटनेची (National Black Feminist Organization-NBFO) स्थापना केली. १९७४ मध्ये ब्रिटनमध्येही कृष्णवर्णीय स्त्रियांचा गट स्थापन झाला.

कृष्णवर्णीय स्त्रिया या कायमच समाजातील अधिक शोषित गट राहिला आहे कारण पितृसत्ता, वंशवाद व वासाहतिक सत्ता अशा तिहेरी पाशांमुळे तो पीडित असतो, अशी काळ्या स्त्रीवादी गटांची भूमिका होती. १९७४ साली 'कोम्बही रिव्हर कलेक्टीव्ह'

या गटाने कृष्णवर्णीय स्त्रियांच्या मुक्तीमुळे वंशवाद, लिंगवाद व वर्गवाद (Racism, Sexism and Classism) यांचा अंत होईल, असे घोषित केले.

या चळवळीतून जन्माला आलेला एक सिद्धान्त म्हणजे 'वूमनिझम' (Womanism). ॲलिस वॉकर व इतर कृष्णवर्णीय स्त्रियांनी असे स्पष्ट केले की, गोऱ्या स्त्रियांपेक्षा काळ्या स्त्रिया भिन्न प्रकारचे व अधिक तीव्र प्रकारचे शोषण अनुभवतात. अँजेला डेविस हिने 'वुमेन, रेस ॲण्ड क्लास' या आपल्या पुस्तकामध्ये वंश, लिंगभाव व वर्ग एकमेकांशी जैविकपणे जोडलेले आहेत, याची चर्चा केली. किम्बर्ले क्रेनशॉ या विचारवतीने 'आंतरविभागीयता' (Intersectionality) या संकल्पनेची मांडणी केली. स्त्रीप्रश्नाचे विश्लेषण करताना वर्ग व वंश या कारकांमधील आंतरसंबंध तपासले पाहिजेत, असे मत तिने व्यक्त केले. कृष्णवर्णीय स्त्रियांच्या व इतर अधिक शोषित स्त्रियांच्या (उदा. भारतातील दलित स्त्रिया) शोषणाचे विश्लेषण करण्याचे एक नवे वैचारिक आयुध यामुळे प्राप्त झाले. गोऱ्या पुरुषांच्या हातात असलेल्या सत्तेचा बीमोड करायचा असल्यास गोऱ्या व कृष्णवर्णीय स्त्रियांना एकत्रितपणे संघर्ष करावा लागेल, अशी भूमिका त्यांनी घेतली. काळ्या स्त्रियांनी तिसऱ्या जगातील स्त्रीवादी गट व उत्तरवसाहतवादी स्त्रीवादी गट यांच्याशी मैत्री साधून पितृसत्ता व गोऱ्या पश्चिमी स्त्रीवादी चळवळींविरुद्ध संघर्ष उभा केला.

पर्यावरणीय स्त्रीवाद (Eco-Feminism)

१९७० च्या दशकात पर्यावरणीय स्त्रीवादी चळवळींना व विचारांना सुरुवात झाली. आपल्या भोवतालचा निसर्ग, त्यातील जैवविविधता, संसाधने (Resources) यांचा उपयोग करून अनादिअनंत काळापासून मानवाने प्रगती केली. मात्र वैज्ञानिक क्रांतीनंतर भांडवलशाहीने निसर्गाची जी लुटालूट गेल्या दोन-अडीचशे वर्षांत केली, त्यामुळे पर्यावरणाचा समतोल ढासळला. यातूनच पर्यावरणाच्या चळवळी उभ्या राहिल्या. या चळवळींमध्ये स्त्रियांचा सहभाग मोठा होता. भांडवलशाहीचे विकासाचे प्रतिमान वरवर फार 'वस्तुनिष्ठ व कल्याणकारी' दिसत असले तरी प्रत्यक्षात या प्रतिमानाचे समाजातील विविध गटांवर/समूहांवर (उदा. आदिवासी गट), तिसऱ्या जगातील राष्ट्रांवर होणारे परिणाम भयावह आहेत.[१७] या प्रतिमानाने पहिल्या जगातील मूठभर गोऱ्या पुरुषांचे वर्चस्व प्रस्थापित होते. भांडवलशाही निसर्ग व स्त्रिया यांवर वर्चस्व गाजवते. भांडवलशाही व पुरुषशाही यांच्या हातमिळवणीतून स्त्रियांचे व निसर्गाचे शोषण होते, ही पर्यावरणीय स्त्रीवादाची भूमिका आहे. वंदना शिवा, मारिया मिस यांसारख्या पर्यावरणीय स्त्रीवाद्यांनी आधुनिक पाश्चात्त्य विज्ञान-तंत्रज्ञानाची सखोल समीक्षा केली.

स्त्रिया त्यांच्या जैविक जडणघडणीमुळे निसर्गतःच भावनाशील, हळव्या असतात;

निसर्गाशी जोडलेल्या असतात; ऋतुचक्र, बाळंतपण, संगोपन या प्रक्रियांशी जोडलेल्या असतात. निसर्गाला न ओरबडता त्या निसर्गाचे संवर्धन करतात. स्त्रियांच्या जननक्षमतेमुळे प्राचीन काळीही त्यांचा मातृदेवता म्हणून गौरव करण्यात येई; परंतु पुरुषसत्तेच्या उदयानंतर स्त्रीचा सामाजिक दर्जा दुय्यम बनला, अशी पर्यावरणीय स्त्रीवादाची धारणा आहे. मात्र अशा मांडणीमुळे लिंगभाव-भेदाला खतपाणी मिळाल्यासारखे होते; कारण स्त्रिया व पुरुष जैविकदृष्ट्या आणि म्हणून स्वभावदृष्ट्या भिन्न आहेत, असे मानल्यावर लिंगदृष्ट्या कामाची विभागणी व त्यातून उद्भवणारी लिंगभाव-विषमता स्वाभाविक व म्हणून अपरिहार्य आहे, अशी मांडणी केली जाऊ शकते. स्त्रिया निसर्गपूजक आणि पुरुष निसर्ग-संहारक अशा द्वैती रचना उद्भवतात.

भांडवलशाहीनंतर आलेल्या व्यापारी जागतिकीकरणाच्या प्रक्रियेत तर कष्टकरी स्त्रिया अधिक भरडल्या जात आहेत. म्हणून विकासाच्या या प्रतिमानाची चिकित्सा व फेरमांडणी स्त्रियांचे हितसंबंध लक्षात घेऊन झाली पाहिजे; तसेच केवळ स्त्रियाच नव्हे, तर बहुजनांच्या हितासाठी शासनाने कल्याणकारी योजना राबवल्या पाहिजेत, अशी भूमिका पर्यावरणीय स्त्रीवाद घेतो.[१८] जनचळवळींतून व्यापक मानवमुक्तीचा लढा उभारत पर्यावरणवादी स्त्रीवादी आगेकूच करताना दिसतात. आफ्रिकेतील वंगारी मथाई वा भारतातील मेधा पाटकर यांसारख्या पर्यावरणवादी नेत्या याचीच उदाहरणे आहेत.

स्त्रीवादी चळवळीतील तिसरी लाट

स्त्रीवादी चळवळीतील तिसरी लाट १९९० च्या दशकामध्ये उसळली. स्त्रीवादी चळवळीतील दुसऱ्या लाटेतून आलेल्या अपयशाची चर्चा करण्यासाठी किंवा या चळवळीविरुद्धची कटू प्रतिक्रिया म्हणून ही तिसरी लाट आली. स्त्रीवादी विचारमंथन हे प्रामुख्याने पहिल्या जगातील मध्यवर्गीय गोऱ्या स्त्रियांच्या अनुभवांवर आधारलेले होते, अशी जोरदार टीका होऊ लागली. कृष्णवर्णीय स्त्रीवादी नेत्या या चळवळीच्या अग्रस्थानी होत्या. ही लाट स्त्रीवादाच्या महाकथनांना छेद देते आणि सूक्ष्म राजकारणावर (Micropolitics) भर देते. स्थानिक पातळीवर स्त्रीप्रश्न समजावून घेताना स्त्रीवादी विचारधारांपेक्षा स्थानिक पातळीवरील प्रश्नांची बहुआयामी चर्चा केली पाहिजे, अशी धारणा स्त्रीवाद्यांमध्ये बळावू लागली आहे.

१९८० मधील कोपेनहेगन येथील तसेच १९८५ मधील नैरोबी येथील स्त्रीवादी परिषदांनी निदर्शनास आणले की, स्त्रीवादी चळवळींमध्ये अनेक प्रवाहांनुसार विविध अग्रक्रम आहेत; तसेच पहिल्या जगातील विरुद्ध तिसऱ्या जगातील असे अनेक भेद आहेत. नैरोबी येथे झालेल्या परिषदेत असे अधोरेखित केले गेले की, स्त्रीवादामध्ये अनेकविध प्रवाह आहेत आणि असलेच पाहिजेत; कारण प्रदेश, वर्ग, राष्ट्र, वांशिक

गटांनुसार स्त्रियांचे प्रश्न व अग्रक्रम वेगळे आहेत. या वैविध्यातून स्त्रीवादी गटांमधील सामंजस्य व एकोपा वृध्दिंगत व्हायला हवा आणि लिंगभाव-विषमतेविरुद्धचा सर्व स्त्रीवादी गटांचा समान लढा तीव्र व्हायला हवा, असा विचार या परिषदांतून मांडला गेला.

जगभरातील विविध देशांतील विविध गटांगणिक स्त्रियांच्या प्रश्नांची मांडणी होताना दिसते. भारतात महात्मा फुले, गोपाळ गणेश आगरकर, डॉ. बाबासाहेब आंबेडकर, महात्मा गांधी या नेत्यांनी स्त्रीमुक्तीचा विचार विकसित केला. विसाव्या शतकाच्या उत्तरार्धात आचार्य दादा धर्माधिकारी, विनोबा भावे, राम मनोहर लोहिया या विचारवंतांनी स्त्रीवादी विचारधारेत मोलाची भर घातली. १९८० नंतर भारतात दलित स्त्रीवादी चळवळ विकसित झाली. विस्तारभयास्तव त्याची चर्चा येथे शक्य नाही.

स्त्रीवादी विचारधारेने सामाजिक शास्त्रांमधील मुख्यप्रवाही सिद्धांतांना आणि मांडणीलाही आव्हान दिले. इतिहास, राज्यशास्त्र, अर्थशास्त्र, समाजशास्त्र, साहित्य अशा सर्वच विद्याशाखांतर्गत स्त्रीवादी परिप्रेक्ष्यातून नवी मांडणी होत आहे. अशी सुरुवात झाली असली तरी स्त्रीवादी चळवळीला आणि मांडणीलाही अजून मोठा पल्ला गाठायचा आहे, हे निश्चित.

संदर्भ व टिपा

१. या विषयाची चर्चा खालील ग्रंथांच्या आधारे केली आहे -
   अ) Rosemarie Tong, *Feminist Thought A Comprehensive Introduction,* Unwin Hyman, London, 1989.
   ब) Imelda Whelehan, *Modern Feminist Thought From the Second Wave to 'Post-Feminism'*, Edinburgh University Press, Edinturgh, 1998.

२. Roberta Hamilton cited in Preeti Karmarkar, *Feminist Theory and Knowledge : A Primer,* Women's Studies centre, Dept. of Sociology, University of Pune, Pune, 1998.

३. अधिक माहितीसाठी पाहा-
   अ) डॉ. यशवंत सुमंत, 'स्त्री मुक्तीची पहाट', *मिळून साऱ्याजणी*, पुणे, फेब्रुवारी १९९९, पृ. २१-२६.
   ब) प्रा. यशवंत सुमंत, 'उजाडले पण सूर्य कुठाय?', *मिळून साऱ्याजणी,* पुणे, एप्रिल १९९९, पृ. २१-२७.
   क) प्रा. यशवंत सुमंत, 'स्त्रीवाद : उदारमतवादी आणि मार्क्सवादी/समजावादी!', *मिळून साऱ्याजणी,* पुणे, मे १९९९, पृ. ३४-३९.

४. Alice S. Rossi (ed.), *John Stuart Mill and Harriet Taylor Mill : Essays on*

Sex Equality, University of Chicago Press, Chicago, 1970.

५. John Stuart Mill, 'The Subjection of Women' in Alice S. Rossi (ed.), op.cit., pp. 123-242. या पुस्तकाचा मराठी अनुवाद उपलब्ध आहे. पाहा - गोविंद वासुदेव कानिटकर, *स्त्रियांची परवशता*, बाबाजी सखाराम कंपनी, मुंबई, १९०२.

६. Friedrich Engles, *The Origin of the Family, Private Property and the State,* International Publishers, New York, 1972 (First Edition:1884).

७. अधिक माहितीसाठी पाहा-

अ) Simone De Beauvoir, (Translated and Edited by H.M.Parshley), *The Second Sex,* Vintage Books, New York, 1989.

ब) सिमोन द बोव्हुआर (अनुवाद : करुणा गोखले), *द सेकंड सेक्स,* पद्मगंधा प्रकाशन, पुणे, २०१०.

८. Kamla Bhasin, *What is Patriarchy?* Women Unlimited, New Delhi, 2004.

९. Shulamith Firestone, *The Dialectic of Sex,* Bantam Books, New York, 1970.

१०. Kate Millett, *Sexual Politics*, Garden City, New York, 1970.

११. Kamla Bhasin, *Understanding Gender*, Women Unlimited,New Delhi, 2004.

१२. अधिक माहितीसाठी पाहा-

अ) Betty Friedan, *The Feminine Mystique*, Dell, New York, 1974.

ब) Betty Friedan, *The Second Stage*, Summit Books, New York, 1981.

क) डॉ. गीताली वि. मं., 'निमित्त : अमेरिकन पुरुषांची निःशब्द चळवळ', समाविष्ट डॉ. नीलिमा गुंडी (संपा.) *स्त्रीमिती : निवडक 'मिळून साऱ्याजणी'*, मौज प्रकाशन गृह, मुंबई, २०१०, पृ. ११६-१३०.

१३. अधिक माहितीसाठी पाहा-

अ) Juliet Mitchell, *Woman's Estate,* Pantheon Books, New York, 1971.

ब) Juliet Mitchell, *Psychoanalysis and Feminism*, Pengoin Books, Harmondsworth, 1976.

क) Juliet Mitchell, *Women: The Longest Revolution*, Pantheon Books, New York, 1984.

१४. Heidi Hartmann, 'The Unhappy Marriage of Marxism and Feminism: Towards a More Progressive Union', in Lydia Sargent (ed.), *Women and Revolution: A Discussion of The Unhappy Marriage of Marxism and Feminism,* South End Press, Boston, pp. 366-394.

१५. Iris Yoyng, 'Beyond the Unhappy Marriage: A Critique of the Dual Systems Theory', in Lydia Sargent (ed.) op.cit., pp. 51-63.

१६. Bell Hooks cited in Imelda Whelehan, op.cit, p. 106.

१७. अधिक माहितीसाठी पाहा-

अ) Vandana Shiva, *Staying Alive: Women, Ecology and Development*, Zed

Books, London, 1988.

ब) Maria Mies and Vandana Shiva, *Ecofeminism,* Zed Books, London, 1990.

क) Greta Gaard (ed.) *Ecofeminism: Women, Animals, Nature,* Temple University Press, Philadelphia, 1993.

ड) Wangari Maathai, *The Challenge for Africa*, Anchor Books, New York, 2009.

१८. अधिक माहितीसाठी पाहा-

अ) डॉ. सुनीती धारवाडकर, 'पर्यावरण, विकास आणि स्त्रिया', समाविष्ट डॉ. नीलिमा गुंडी (संपा.), पूर्वोक्त, पृ.३२९-३३५.

ब) सुबोध वागळे, 'स्त्रिया, उपजीविका आणि स्त्रिया', समाविष्ट डॉ. नीलिमा गुंडी (संपा.), पूर्वोक्त, पृ. ३३६-३४५.

स्त्रीवादी इतिहास

प्रा. जास्वंदी वांबूरकर

मुख्यप्रवाही इतिहासातून स्त्रियांना वगळण्यात आले. स्त्रिया म्हणजे समस्त मानवजातीचा निम्मा भाग होय. त्यांना वगळून जो मुख्यप्रवाही इतिहास लिहिला गेला, तो पुरुषकेंद्री होता. म्हणून या इतिहासाचे वर्णन 'पुरुषांचा इतिहास' असे केल्यास ते अयोग्य ठरणार नाही, असे स्त्री-अभ्यासाच्या प्रणेत्या गर्दा लर्नर[१] यांनी म्हटले. साठोत्तरी स्त्रीवादी चळवळींना स्त्रिया भूतकाळात काय करत होत्या, हे तपासून पाहण्याची गरज भासली. अनेक स्त्रीवादी विचारवंतांनी इतिहास या ज्ञानशाखेची स्त्रीवादी दृष्टिकोनातून पुनर्मांडणी करण्याचे काम हाती घेतले. आता 'स्त्रियांचा अभ्यास', 'स्त्रियांचा इतिहास', 'स्त्रीवादी इतिहास' अशा अनेक ज्ञानशाखा निर्माण झाल्या आहेत. इतिहासलेखन-शास्त्रातील सर्वात प्रभावी ज्ञानशाखा म्हणून स्त्रीवादी इतिहासाचा उल्लेख करता येईल. मात्र हे एकाएकी घडले नाही. हा एक मोठा प्रदीर्घ प्रवास आहे. स्त्रियांचा इतिहास येथून सुरुवात करून आता स्त्रीवादी इतिहास/लिंगभाव इतिहास या टप्प्यावर तो येऊन पोहोचला आहे. हा प्रवास कसा घडला, याची चर्चा प्रस्तुत लेखामध्ये केली आहे.

स्त्रियांचा इतिहास : पहिला टप्पा : वासाहतिक काल

भारतामध्ये शास्त्रशुद्ध इतिहासलेखनाची परंपरा १८ व्या शतकात ब्रिटिश अमलानंतर सुरू झाली. अनेक ब्रिटिश प्रशासकांनी भारतीय समाज, चालीरिती, परंपरा, धर्म, संस्कृती जाणून घेण्यासाठी भारताचा इतिहास लिहिण्याचे प्रकल्प हाती घेतले. मात्र हे प्रयत्न केवळ ज्ञानलालसेपोटी चालले नव्हते. यामागे एक सूक्ष्म राजकारण होते. कोणतीही सत्ता आपले धुरीणत्व दबाव व संमतीच्या (coercion and consent) आधारे स्थापन करते. 'भारतीय लोक स्वत:वर राज्य करण्याच्या लायकीचे नाहीत,' असे इतिहासातून सिद्ध करून ब्रिटिश राज्य स्वत:च्या राज्याला 'अधिमान्यता' मिळविण्याचा

प्रयत्न करत होते. ‘भारतीय स्त्रियांचा हीन दर्जा’ हे भारतीय सभ्यतेच्या ऱ्हासाचे एक निदर्शक म्हणून त्यांनी वापरले.[२] जेम्स मिल, विलियम जोन्स यांसारख्या इतिहासकारांनी भारतीय स्त्रियांना भूतकाळात किती नगण्य स्थान होते; भारतीय स्त्रिया किती अमानुष चालींच्या बळी होत्या, हे सिद्ध केले.

याउलट पौर्वात्यवादी इतिहासकारांनी ‘वैदिककाळ हा स्त्रियांच्या दृष्टीने सुवर्णकाळ होता,’ अशी मांडणी केली. वैदिककाळात बालविवाह, विधवाविवाहबंदी, सती, केशवपन यांसारख्या जाचक रूढी नव्हत्या आणि म्हणून स्त्रियांचा दर्जा उत्तम होता, असा निष्कर्ष घाईघाईने काढण्यात आला. भारतातील स्त्रियांच्या इतिहासलेखनाला अशी सुरुवात झाली.

वासाहतिक व पौर्वात्यवादी इतिहासलेखनाला प्रत्युत्तर म्हणून विकसित झालेल्या राष्ट्रवादी इतिहासलेखनाने, प्राचीन काळात स्त्रियांचा दर्जा उच्च होता, हे सिद्ध करण्याचा प्रयत्न केला. अ.स. अळतेकर यांचे ‘दि पोझिशन ऑफ वुमेन इन हिंदू सिव्हिलायझेशन’[३] (१९३८) हा त्याचा उत्कृष्ट नमुना होता. रा.गो. भांडारकर, रोमेशचंद्र दत्त, का.प्र. जयस्वाल, रोमेश चंद्र मजुमदार यांसारख्या इतिहासकारांनीही ‘सुवर्ण युगसिद्धान्ताचे मिथक’ शिरोधार्य मानले.

अळतेकर व इतर राष्ट्रवादी इतिहासकारांच्या स्त्रीविषयक ऐतिहासिक संशोधनामध्ये, संशोधनपद्धतीच्या संदर्भात अनेक समस्या होत्या. शालेय/महाविद्यालयीन पाठ्यपुस्तकांतून तोच विकृत (distorted) इतिहास आम्ही घराघरांत पोहोचवला. स्त्रियांच्या इतिहासाविषयी आम्ही चुकीच्या समजुती करून घेतल्या. त्याचा पगडा आजही समाजमानसावर मोठा आहे. राष्ट्रवादी इतिहासलेखनातील उणिवा व दोष साररूपाने असे मांडता येतील.[४]

१) भारतीय स्त्री म्हणून हिंदू स्त्रीविषयीचे लिखाण भारतीय राष्ट्रवादी चळवळीच्या पार्श्वभूमीवर आले. तसेच ते वासाहतिक टीकेला प्रत्युत्तर म्हणून आल्यामुळे भूतकाळाचे अवाजवी उदात्तीकरण हे जणू त्यांच्या स्त्रियांविषयीच्या इतिहासलेखनाचे आवश्यक अंगच बनले.

२) राष्ट्रवादी इतिहासकारांनी वापरलेल्या ‘स्त्रियांचा दर्जा’ या आकृतिबंधाच्या म्हणून काही मर्यादा होत्या. स्त्रियांना यज्ञ-कर्मकांडात स्थान आहे किंवा नाही, यांसारख्या क्षुल्लक गोष्टींवरून त्यांचा सामाजिक दर्जा ठरविण्यात आला. या काळातील स्त्रियांविषयीचे संशोधन प्रामुख्याने स्त्रीसुधारणाविषयक चर्चाविश्वाचा भाग म्हणून विकसित झाले. त्यामुळे विशिष्ट रूढीला (उदा. सती वा केशवपन) समाजमान्यता होती का, ही रूढी नेमकी कधीपासून अस्तित्वात आली, याचा शोध त्यांनी घेतला. वैदिक काळात बालविवाह, विधवाविवाहबंदी, सती, केशवपन यांसारख्या जाचक रूढी नव्हत्या. म्हणजे

स्त्री-पुरुष समतेवर आधारित समाजव्यवस्था होती का? या सर्व जाचक रूढी आजही नाहीत. पण म्हणून आजही स्त्रियांचे शोषण होत नाही, असे आपण म्हणू शकतो का? तेव्हा हे निष्कर्ष अगदी वरवरचे होते, हे लक्षात घ्यायला हवे.

३) राष्ट्रवादी इतिहासकारांनी स्त्रियांचा अभ्यास मुली, पत्नी, माता, विधवा या कोटिक्रमांतून केला. स्त्रियांवर कडक बंधने लादणाऱ्या कायद्यांची, नियमांची, कथांची प्राचीन ग्रंथांमध्ये रेलचेल आहे; याविषयी राष्ट्रवादी इतिहासकारांनी मात्र मौन बाळगले. या अभ्यासांनी केवळ 'उच्चवर्णीय हिंदू स्त्री'वर लक्ष केंद्रित केले. प्राचीन काळात दासीप्रथा होती. या दासी आणि तत्सम स्त्रियांना कोणते अधिकार होते, याविषयीही राष्ट्रवादी संशोधकांनी मौन बाळगले. 'प्राचीन काळात भारतीय स्त्रीला उच्च दर्जा होता,' हे सिद्ध करणे अन्यथा शक्य झाले नसते. राष्ट्रवादी इतिहासमीमांसेची पाळेमुळे तत्कालीन परिस्थितीत सापडतात. वासाहतिक काळात भारतीय शिक्षित मध्यमवर्गीय पुरुषांना स्त्रियांची अवनत अवस्था डाचत होती. त्याविषयीचे उत्तरदायित्व आपले आहे, हे सलत होते. तेव्हा त्यांनी एका बाजूला स्त्रीसुधारणा चळवळ सुरू केली आणि हिंदू स्त्रियांच्या वर्तमानातील दयनीय स्थितीचे हे न पेलवणारे ओझे सुवर्णयुगसिद्धांताच्या मिथकाने हलके करण्याचा प्रयत्न केला. 'हिंदू समाजव्यवस्थेत वैदिककाळी व प्राचीनकाळी स्त्रीला उच्च स्थान होते; मात्र मुस्लीम आक्रमणानंतर स्त्री-रक्षणासाठी तिच्यावर बंधने लादण्यात आली,' अशी चलाख मांडणी करून भारतीय संस्कृतीवरील टीकेच्या भारातून हिंदू पुरुषाने आपली सुटका करून घेतली. हिंदू राष्ट्रवादी परिप्रेक्ष्यातील हे जमातवादी राजकारण भारतातील निधर्मी परंपरेला मारक ठरले.

४) राष्ट्रवादी इतिहासकारांची सारी भिस्त संस्कृत ग्रंथांवर होती. पाली वा प्राकृत भाषेतील साधने त्यांनी वापरली नाहीत. साधन म्हणून वापरलेल्या ग्रंथांमध्ये व्यक्त केलेले विचार त्यांनी शिरोधार्य मानले. हे ग्रंथ कोणी निर्माण केले, त्यामागे कोणते हेतू होते? या ग्रंथातून व्यक्त होणारे विचार आणि समकालीन इतर ग्रंथांतून व्यक्त होणारे विचार यांमध्ये काय संगती आहे, अशी चिकित्सा त्यांनी केली नाही. तसेच आपल्या गृहीतकाला पोषक असणारे संदर्भ त्यांनी या ग्रंथामधून वापरले आणि गृहीतकांशी विसंगती दर्शवणारे संदर्भ टाळले. उदा. प्राचीन काळातील दासीप्रथेविषयी त्यांनी बाळगलेले मौन.

स्त्रियांचा इतिहास : दुसरा टप्पा : स्वातंत्र्योत्तरकालीन चरित्रे

या प्रकारच्या इतिहासलेखनातून जिजाबाई, ताराबाई, चांदबीबी किंवा लक्ष्मीबाई अशा थोर स्त्रियांच्या शौर्याचे वा क्षमतांचे गोडवे गायले गेले. मात्र बहुजनसमाजातील स्त्रियांना यामध्ये स्थान नव्हते. हा इतिहास लिहिताना पारंपरिक इतिहासाची चौकट न मोडता इतिहासाच्या रिक्त अवकाशांमध्ये स्त्रियांना बसवले गेले. ज्या स्त्रिया पुरुषांसारख्या

लढल्या, रणांगणात ज्यांनी शौर्य गाजवले, त्यांनाच यामध्ये स्थान मिळाले. पुरुषसत्ताक मूल्यव्यवस्थेचा गौरव यातून केला गेला. या पातळीवर स्त्रियांची एक घटक म्हणून इतिहासलेखनामध्ये जरी दखल घेतली गेली, तरी पारंपरिक/मुख्य प्रवाहाची चौकट अबाधितच राहिली. या पद्धतीला स्त्रीवादी इतिहासकार उपहासाने 'मिसळा व ढवळा' (add and stir) पद्धत म्हणतात. अशा प्रकारच्या चरित्रांमध्ये स्त्रीवादी दृष्टीचा पूर्णपणे अभाव असतो.

स्त्रियांचा इतिहास : तिसरा टप्पा : स्त्रियांच्या योगदानाचा इतिहास

या टप्प्यामध्ये विविध सामाजिक व राजकीय चळवळी, स्त्रियांच्या हक्कांच्या चळवळी, स्त्री-मतदानाची चळवळ यांमध्ये स्त्रियांनी जे योगदान दिले, त्याचा इतिहास लिहिला गेला. वसाहतवादविरोधी स्वातंत्र्यचळवळीत स्त्रियांचा सहभाग कसा होता, याची चर्चा तिसऱ्या जगातील स्त्रियांच्या संदर्भात केली गेली. याला 'योगदानाचा इतिहास' (contributory history) असे म्हटले जाते.

स्त्रियांचा इतिहास : चौथा टप्पा : स्त्रीवादी इतिहास

१९६० नंतर जगभरात स्त्रीवादी[५] चळवळीची दुसरी लाट अवतरली. 'जे जे खासगी ते ते राजकीय' असा नारा देत जहाल स्त्रीवाद प्रकटला. स्त्रीवादी विचारप्रणालींमुळे सामाजिक शास्त्रांविषयी एक नवे भान आले. प्रस्थापित ज्ञाननिर्मितीची स्त्रीवादी चिकित्सा ही व्यापक बौद्धिक चळवळीची निर्मिती होती. या चळवळीने पारंपरिक सामाजिक शास्त्रे व मानव्यविद्या शाखांतील संशोधनपद्धतीला आव्हान दिले, त्यातील उणिवा दाखविल्या आणि संशोधनासाठी नवीन वैचारिक आयुधे शोधून काढली.

नैसर्गिक विज्ञानाच्या संशोधनपद्धतींचा सामाजिक शास्त्रांसाठी विनियोग करणे शक्य आहे का, याची चिकित्सा स्त्रीवादी विचारवंतांनी[६] केली. मानवी व्यवहारांचा अभ्यास करताना ज्या संज्ञा/संकल्पना वापरल्या जातात, त्यांना दिलेला अर्थ हा मानवी असतो. दुसरे म्हणजे, समाजातील कमी सत्ता असलेले गट (जसे, स्त्रिया, शेतकरी, कामगार, दलित, आदिवासी इत्यादी) यांचे अनुभव ज्ञाननिर्मितीतून वगळले जातात. ज्ञाननिर्मितीसाठी जी साधने वापरली जातात, त्यांना अंगभूत पावित्र्य नसते. ती विशिष्ट काळात विशिष्ट व्यक्ती वा समूह यांनी निर्माण केलेली असतात. ज्यांनी साधने निर्माण केली, त्यांचे विचार, पूर्वग्रह त्यांमध्ये प्रतिबिंबित झालेले असतात. या साधनांची चिकित्सा न करता ती वापरलीत, तर विशिष्ट व्यक्ती वा गटांच्या दृष्टिकोनातून केलेले भूतकाळाचे आकलन साकारते. तेव्हा पारंपरिक वा मुख्यप्रवाही इतिहासातून आम्ही पुरुषप्रधान समाजाचे दृष्टिकोन मांडले. स्त्री व पुरुष समान आहेत आणि त्यांचे अनुभवही समान

आहेत, असे म्हणत मुख्यप्रवाही इतिहासातून पुरुषांचे अनुभव, विचार, कृती यांनाच स्थान मिळाले. इतिहास म्हणजे गतकालीन राजकारण असे म्हणत फक्त सार्वजनिक क्षेत्रातील राजकारणापर्यंतच इतिहास सीमित झाला.

स्त्रीवादी दृष्टिकोनातून इतिहासाचा अन्वयार्थ मांडला, तर भूतकाळाचे खूप वेगळे आकलन होईल, असा विश्वास स्त्रीवादी विचारवंतांनी प्रकट केला. ज्ञान हे वस्तुनिष्ठ असते, हे प्रमेय स्त्रीवादी मीमांसकांनी नाकारले. संशोधकाच्या सामाजिक स्थानानुसार वास्तवाचे आकलन बदलते, असे त्यांनी सिद्ध केले. यालाच भूमिदृष्टी सिद्धांत[७] (standpoint theory) असे म्हटले जाते. समग्र वास्तवाच्या आकलनासाठी विविध सामाजिक स्थानांवरून झालेले आकलन लक्षात घेतले पाहिजे, अशी भूमिका स्त्रीवादी विचारवतींनी घेतली. स्त्रियांचा इतिहास लिहिताना स्त्रियांचे अनुभव केंद्रस्थानी असले पाहिजेत, असा त्यांचा विश्वास होता.

स्त्रीवादी विचारवतींनी मुख्यप्रवाही इतिहासलेखनाविषयी अनेक प्रश्न उपस्थित केले. पारंपरिक इतिहासातून स्त्रियांना का वगळले गेले? स्त्रियांचे उल्लेख त्रोटकपणे का आले? स्त्रियांविषयीचे विचार विकृत (distorted) का होते? लढाया, राजकारण, सार्वजनिक क्षेत्र यांनाच इतिहासात स्थान का असते? जेव्हा पुरुष लढत होते, तेव्हा स्त्रिया काय करत होत्या? त्याची दखल इतिहासात का घेतली गेली नाही? स्त्रिया मुलांना जन्म देतात, त्यांना घडवतात, संस्कृती जपतात, तिचे संवर्धन करतात, अन्ननिर्मिती करतात, शेती-कारखान्यातून उत्पादन करतात... इतिहासात या गोष्टींना स्थान का मिळाले नाही?

इतिहासाची स्त्रीवादी दृष्टिकोनातून मांडणी करणारे संशोधन जगभरात अनेक देशांत सुरू आहे. मात्र स्त्रीवादी ऐतिहासिक संशोधनाच्या बाबतीत ब्रिटन, अमेरिका, ऑस्ट्रेलिया व भारत या चार देशांचे नाव अग्रक्रमाने घेण्यात येते.[८] स्त्रीवादी/लिंगभाव संशोधनाने भारतीय इतिहासलेखनावर आपला खोलवर ठसा उमटवला. भारतीय इतिहासाविषयी एक नवी दृष्टी दिली आणि इतर नव्या अभ्यासांना चालना दिली.

प्रागैतिहासिक काळापासून भारतीय इतिहासावर संशोधन झालेले आहे. तेव्हापासून स्त्रियांचा इतिहास तपासण्याचा प्रयत्न सुरू झाला आणि त्यातून विस्मयकारी आकलन पुढे आले. आदिम काळामध्ये म्हणजे मानवी समाज अन्न गोळा करण्याच्या अवस्थेत असताना शिकार करण्यात स्त्रियांचा महत्त्वाचा वाटा होता.[९] या भटक्या समूहांना लागणाऱ्या अन्नापैकी ६०% अन्न, फळे, कंदमुळे या रूपात स्त्रिया गोळा करीत असत. हे मानववंशशास्त्रज्ञांना कसे कळले? इ. स. पूर्व ५००० मध्ये कोरलेल्या भीमबेटका येथील गुहा-चित्रांतून शिकार करणाऱ्या स्त्रिया चित्रित केल्या आहेत. इतिहासाचा अभ्यास करताना पुष्कळदा आपल्या आजच्या कल्पना, अज्ञात कालासंबंधी ठोकताळे

बांधण्यासाठी आपण वापरत असतो. पुष्कळवेळा प्रागैतिहासिक काळातील स्त्रिया व पुरुष यांचे चित्रण आज लिंगदृष्ट्या कामाचे जे विभाजन आहे, त्यानुसार दाखविले जाते. म्हणजे स्त्रिया मुलांना सांभाळत बसल्या आहेत आणि पुरुष सगळी कामे करतो आहे; हे अनैतिहासिक आहे. तेव्हा ज्या काळाविषयी आपण अभ्यास करतो, त्या साधनांचे पुनर्वाचन केले पाहिजे.

रॉबर्ट बिफ्रॉ, गॉर्डन चाईल्ड, एव्हलीन रीड यांनी जगभरातील आदिम संस्कृतींचा अभ्यास करून अन्न मिळवणे, शेतीचा शोध, भांडी, वस्त्र, अवजारे इ. गोष्टी तयार करण्याचे कौशल्य, घरबांधणी, औषधोपचार या क्षेत्रांत स्त्रियांनी देदीप्यमान कामगिरी केली, हे सिद्ध केले आहे.

भारतात ठिकठिकाणी झालेली उत्खनने, त्यातून मिळालेल्या पुरातत्त्वीय अवशेषांवरून पशूपालक आर्यांचे आगमन होण्यापूर्वी भारतात मातृसत्ताक समूह नांदत होते, हे सिद्ध झाले आहे. डॉ. इरावती कर्वे, डॉ. दा. ध. कोसंबी, डॉ. शरद पाटील, पुरातत्त्वज्ञ डॉ. ह. धी. सांकलिया यांच्या संशोधनाने या मातृसत्ताक समाजात स्त्रिया पुरुषांच्या वर्चस्वाखाली नव्हत्या आणि उत्पादककार्यात महत्त्वाची भूमिका बजावत होत्या, हे अभ्यास पुढे आले. या समूहांमध्ये स्त्रिया काठीच्या साहाय्याने शेती करत असत. शिवाय भांडी बनवणे, बुरूडकाम इ. उद्योग करीत आणि धार्मिक प्रथांचे पौरोहित्य करीत असत. स्त्रियांच्या जननक्षमतेबद्दल या समूहांमध्ये तिला मोठा आदर होता. हे समाज मातृपूजक होते. डॉ. रा. चिं. ढेरे यांनी 'लज्जागौरी' या आपल्या ग्रंथात भारतभरातील मातृदेवतांच्या मूर्तींचा अभ्यास करून विश्वसर्जनाची देवता म्हणून वेदपूर्वकाळापासून भारतात मातृदेवतेची उपासना अस्तित्वात होती, हे अतिशय महत्त्वपूर्ण संशोधन केले आहे. हे सर्व संशोधन या संशोधकांनी कसे केले? इतिहास हा फक्त लिखित साधनांमध्ये नसतो. तो आपल्या वर्तमानात अंशरूपाने जिवंत असतो. तो रूढींमध्ये, प्रथांमध्ये, मिथकांमध्ये दडलेला असतो. तो आपल्या आजूबाजूचा परिसर यांत सामावलेला असतो. पुराणे, लोकसाहित्य, स्थानिक देवतांविषयक कथा यांमध्ये असतो. दुसरे, कोणतीही लिखित साधने जे मांडतात, ते जसेच्या तसे मांडणे म्हणजे इतिहास नव्हे. साधने आपल्याला एक धागादोरा देतात. त्याच्या अनुषंगाने संशोधकाला शोध घ्यावा लागतो.

भारतातील ही मातृव्यवस्था आणि नव्याने आलेली पितृसत्ताक व्यवस्था यांच्यात संघर्ष झाला. शेती व पशुपालनाचा शोध लागल्यानंतर पुरुषांनी त्यावर आपले लक्ष केंद्रित केले; हा पितृसत्तेचा निर्णायक विजय होता, ही मांडणी पुढे आली.

फ्रेडरिक एंगल्स व गर्दा लर्नर या दोन संशोधकांनी[१०] जगभरात पितृसत्ताक कुटुंबपद्धती (patriarchal system) अवतरल्यापासून स्त्रियांच्या दुय्यमत्वाला सुरुवात झाली, हे संशोधन पुढे आणले. भारताच्या संदर्भात नेमके काय घडले? डॉ. उमा चक्रवर्ती,

डॉ. कुमकुम रॉय, डॉ. शरद पाटील, डॉ. लीला दुबे, सुकुमारी भट्टाचार्जी यांसारख्या स्त्रीवादी इतिहासकारांनी प्राचीन भारतीय समाजाचा स्त्रीवादी दृष्टिकोनातून नवा इतिहास मांडला.

याविषयी उमा चक्रवर्ती[११] यांनी 'ब्राह्मणी पितृसत्ता' हिने कोणती ऐतिहासिक कामगिरी बजावली, याची चर्चा आपल्या संशोधनात केली आहे. शेतीच्या उत्पादनासाठी सतत मजूरवर्ग मिळत रहावा म्हणून बहुसंख्य पुरुषांना नियंत्रित करणारी उत्पादनव्यवस्था-जातिव्यवस्था जन्माला आली; मुलांना जन्म देऊन सतत मजूरपुरवठा करणाऱ्या, कुटुंबांच्या खासगी मालमत्तेला 'औरस' वारस देणाऱ्या स्त्रियांवर आणि जातींचे शुद्धत्व राखण्यासाठी त्यांची लैंगिकता व जननक्षमता यांवर नियंत्रण आणणारी ब्राह्मणी पितृसत्ता अस्तित्वात आली. जातिव्यवस्था व ब्राह्मणी पितृसत्ता या दोन व्यवस्था या समांतर प्रक्रिया होत्या आणि त्यांच्यात साटेलोटे होते, हे उमा चक्रवर्तींनी प्रकाशात आणले. वरच्या वर्ण-जातीतील पुरुषांचे हितसंबंध जपणारी ही व्यवस्था बहुसंख्य पुरुषवर्ग व समस्त स्त्रीवर्गाचे शोषण करत उदयाला आली व कालांतराने दृढमूल झाली. 'जात, वर्ग व लिंगभाव' या परिप्रेक्ष्यातून भारतीय इतिहासाच्या त्यांनी केलेल्या विश्लेषणाने एक नवा आकृतिबंध (paradigm) साकारला.

या संशोधनाच्या कितीतरी आधी डॉ. बाबासाहेब आंबेडकरांनी[१२] जातिव्यवस्था व भारतीय स्त्रियांचे प्रश्न यांच्यातील आंतरिक संबंधांची चिकित्सा केली होती, हे आपण लक्षात घेतले पाहिजे. स्त्रिया या जातिव्यवस्थेचे प्रवेशद्वार आहे, हे त्यांच्या स्त्रीप्रश्नविषयक संशोधनाचे सूत्र होते. या सिद्धांताचा विकास करून भारतात स्त्रीवादी इतिहासलेखनाचे नवे अवकाश उपलब्ध झाले.

कोणत्याही काळातील स्त्रियांचा इतिहास तपासायचा असेल तर विशिष्ट प्रथा, अधिकार, दर्जा एवढाच अभ्यास करून कळणार नाही; प्रथा, रूढी या केवळ निदर्शक असतात, स्त्रियांना कोणता दर्जा आहे हे सांगणाऱ्या. उदाहरणार्थ, उत्तर-वैदिककाळापासून नियोगप्रथा दिसते. ही प्रथा का अस्तित्वात आली, याचा शोध घेऊन तत्कालीन उत्पादनव्यवस्था आणि पुनरुत्पादनव्यवस्था यांच्याशी तिचा काय संबंध आहे, याची चिकित्सा झाली पाहिजे. कोणत्याही समाजातील वर्गव्यवस्था-उत्पादनव्यवस्था, पितृसत्ता आणि लिंगभावनिर्मितीची प्रक्रिया यांच्यातील आंतरसंबंध तपासले पाहिजेत, ही नवी दृष्टी या अभ्यासातून मिळाली.

पारंपरिक इतिहासाची कालविभागणी-प्राचीन, मध्ययुगीन, आधुनिक अशी केली जाते. मात्र स्त्रीवादी संशोधनाच्या प्रकाशात असे दिसते की, प्राचीन काळापासून आधुनिक काळापर्यंतचा स्त्रियांचा इतिहास पाहिला असता पुरुषप्रधान व्यवस्थेत स्त्रिया कायम दुय्यम म्हणूनच वाटचाल करीत होत्या. त्यामुळे स्त्रीवादी इतिहासलेखनासाठी प्राचीन,

मध्ययुगीन अशी कप्पेबंद मांडणी निरर्थक ठरते. यापेक्षा ब्राह्मणी परंपरा, बौद्ध-जैन परंपरा, तांत्रिक परंपरा, भक्तीचळवळ व इस्लाम परंपरा यांमध्ये स्त्रियांकडे कसे बघितले जाते, या परंपरा तुलनेने अधिक मुक्तदायी होत्या का, असे अभ्यास पुढे आले आहेत. यांपैकी बऱ्याच परंपरा समकालीन होत्या. तेव्हा परस्परांवर त्या कशा प्रभाव गाजवीत होत्या, असे तुलनात्मक अभ्यासही होत आहेत.

स्त्रियांचा इतिहास लिहायचा तर स्त्रीनिर्मित साधने हवीत. प्राचीन काळाच्या संदर्भात ऋग्वेदातील काही सूक्ते, थेरीगाथा, संगम कवयित्रींच्या रचना असे काही अपवाद सोडले तर स्त्रीरचित साधनेच नाहीत. रामायण-महाभारत आदि महाकाव्ये, पुराणे, मनुस्मृती आदि कायदेग्रंथ यांतून स्त्रीविषयक पुरुषसत्ताक पूर्वग्रह चित्रित होतात. सीता, द्रौपदी या ऐतिहासिक स्त्रिया होत्या की कवींनी चितारलेल्या निव्वळ व्यक्तिरेखा? तेव्हा अभिलेख हे दुर्लक्षित पण महत्त्वपूर्ण साधन वापरून इतिहासकारांनी स्त्रियांचा इतिहास मांडला. डॉ. कुमकुम रॉय, डॉ. उपिंदर सिंग, डॉ. के. के. शहा, डॉ. मृणाल जोशी यांनी बौद्ध-जैन परंपरेच्या संदर्भात विहार, स्तूप, गुहा यांना दान-दक्षिणा देताना स्त्रियांनी जे लेख कोरवून घेतले, त्यांचा उपयोग करून स्त्रियांचा इतिहास लिहिला.

डॉ. सुहासिनी इर्लेकर, डॉ. इंदुमती शेवडे, डॉ. विजया रामस्वामी, डॉ. तारा भवाळकर या अभ्यासकांनी भक्ती चळवळीतून उदयाला आलेल्या तब्बल ७५ संतकवयित्रींचा आणि त्यांच्या सकस लेखनाचा परिचय आपल्या अभ्यासांतून करून दिला. संत कवींनी ज्या स्त्रियांना 'पुरुषांच्या मोक्षमार्गातील धोंड' म्हणून हिणवले, त्या स्त्रियांनाच मोक्षप्राप्तीसाठी पितृप्रधान समाजाशी कसा संघर्ष करावा लागला, याची प्रचिती या अभ्यासांतून येते.

भारतीय परंपरा ही प्रामुख्याने मौखिक परंपरा आहे. स्त्रियांना शिक्षणापासून वंचित ठेवले तरी जात्यावरची ओवी, वेगवेगळ्या सणांना गायली जाणारी गाणी, म्हणी, वाक्प्रचार, मिथककथा, लोककथा यांमध्ये व्यक्त झालेले स्त्रीमनाचे पदर अलगद उलगडून पाहण्याचा प्रयत्न केला गेला पाहिजे.

काळाच्या एखाद्या टप्प्यावर स्त्रीरचित साधने अजिबात सापडत नसतील, तर स्त्रियांच्या या नि:शब्दतेचा अर्थ आपल्याला लावता आला पाहिजे. या काळात पितृसत्तेची चौकट अधिकच बळकट झाली का, स्त्रियांच्या हक्कांवर गंडांतर आले होते का, हे तत्कालीन उपलब्ध ग्रंथ जसे, कायदेग्रंथ, पुरुषनिर्मित साधने/साहित्य यांतून होणारे स्त्रीचित्रण यांच्या विश्लेषणातून तपासले पाहिजे.

आधुनिक भारताचा इतिहास शिकवताना जेव्हा शालेय, महाविद्यालयीन, पदव्युत्तर अभ्यासक्रमांतून १९ व्या शतकातील सुधारणाचळवळीचे गोडवे गाण्यात इतिहासाचा समस्त अध्यापकवर्ग गुंग होता, तेव्हा केवळ पितृसत्ताच नव्हे, तर बदलत्या राजकीय

अर्थशास्त्रामुळे तसेच राष्ट्रवादी परिभाषितातूनही (discourse) स्त्रियांचे पुनर्साचीकरण कसे घडले, याची मांडणी करणारे डॉ. कुमकुम संगारी व सुदेश वैद यांनी संपादित केलेले 'रिकास्टिंग वूमेन : एसेज इन कलोनिअल हिस्ट्री' (१९८९) हे पुस्तक प्रकाशित झाले.

आधुनिक काळातील स्त्रियांच्या लिखाणातून स्त्रियांनी नव्या पितृसत्तेशी कसा संघर्ष दिला, याचे दिग्दर्शन होते. मालविका कार्लेकर, तनिका सरकार, मीरा कोसंबी, विनया खडपेकर, तारा भवाळकर, विद्युत भागवत, जुडीथ वॉल्श या अभ्यासकांनी स्त्रीलिखित साहित्याच्या आधारे आधुनिक बंगालचा/महाराष्ट्राचा स्त्रीवादी दृष्टिकोनातून नवा इतिहास पुढे आणला आहे. सुसी थारू व के. ललिता यांचा 'वुमेन रायटिंग इन इंडिया : ६०० बी. सी. टू द प्रेझेंट' (१९९१) हा द्विखंडात्मक प्रकल्प तसेच साहित्यप्रेमी भगिनी मंडळाने प्रकाशित केलेला 'स्त्री-साहित्याचा मागोवा' (२००२) हा त्रिखंडात्मक प्रकल्प आणि 'भारतीय भाषांतील स्त्रीसाहित्याचा मागोवा' (२००७) हा द्विखंडात्मक प्रकल्प भारतातील स्त्रियांच्या लेखनाच्या समृद्ध वारशाचा ज्ञानकोशच उभा करतात.

१९८० नंतरच्या काळात युरोपात/अमेरिकेत काळा स्त्रीवाद अवतरला. भारतातही दलित स्त्रियांचे प्रश्न -खुद्द दलितमुक्ती आंदोलन आणि मुख्यप्रवाही स्त्रीवादी चळवळ - या दोन्ही चळवळींत दुर्लक्षित झाले, ही जाणीव दलित स्त्रियांना झाली. भगिनीभाव नाकारत दलित स्त्रियांनी आपली वेगळी चूल मांडली. 'सर्व स्त्रिया सारख्याच प्रमाणात शोषित असतात,' हे मिथक बाजूला ठेवून स्त्री हा एकसाची कोटिक्रम नाही; जात, प्रदेश, वर्ग, राष्ट्रपरत्वे स्त्रीच्या वाट्याला येणारे दुय्यमत्व भिन्न प्रकारचे असते, या गृहीतकातून नवे अभ्यास पुढे आले. बहुजन समाजातील स्त्रियांना इतिहासात दृश्यता देणारे अनेक अभ्यास प्रकाशात आले. यामध्ये उर्मिला पवार व मीनाक्षी मून यांच्या 'आम्हीही इतिहास घडवला' (१९८९) या पुस्तकाचे नाव अग्रक्रमाने पुढे येते. तसेच चतुर्भुज साहू, मीना आनंद, बद्री नारायण, शर्मिला रेगे, नारायण भोसले यांची पुस्तके यादृष्टीने महत्त्वपूर्ण आहेत. के. जॉर्डन, आर. के. गुप्ता, प्रियदर्शनी विजयश्री यांचे देवदासी प्रथेतील स्त्रियांविषयीचे ऐतिहासिक संशोधनही फार महत्त्वाचे आहे.

पुरुषप्रधान व्यवस्था (patriarchy) ही एकसंध नसते. प्राचीन ते अगदी विसाव्या शतकापर्यंतचा भारताचा इतिहास पाहिला, तर जात-प्रदेश-धर्म यांनुसार तर ती बदलताना दिसते; तसेच उत्पादनसंबंध बदलतात, त्यानुसारही बदलत जाते. पुरुषप्रधान व्यवस्थेला पोषक असलेली लिंगभाव-जडणघडणीची प्रक्रिया अव्याहतपणे सुरू असते, हे भारताच्या सांस्कृतिक इतिहासाच्या स्त्रीवादी अभ्यासातून पुढे आले. लोकसाहित्य (विविध भारतीय भाषांत निर्माण झालेले), धार्मिक ग्रंथ, रंगचित्रे, साहित्यकृती, छायाचित्रे, दूरदर्शनवरील मालिका, चित्रपट या सर्व माध्यमांतून लिंगभावरचिते (स्त्रीविशिष्ट व पुरुषविशिष्ट) अभिव्यक्त होतात आणि दृढही केली जातात. ज्या काळात ती निर्माण झाली, त्या

काळातील उत्पादनव्यवस्था, पुनरुत्पादनव्यवस्था, राष्ट्रनिर्मितीची प्रक्रिया आणि पुरुषप्रधान व्यवस्था, यांच्याशी त्यांचा संबंध कसा पोहोचतो, यावर प्रकाश टाकणारे अनेक अभ्यास[१३] पुढे आले आहेत. लिंगभावरचितांमध्ये पुरुषत्वाच्या अभ्यासाचाही अंतर्भाव होतो. मात्र भारतातील अभ्यासपूर्ण संशोधनाकडे नजर टाकली असता, स्त्रियांच्या/स्त्रीत्वाच्या लिंगभावनिर्मितीचे अभ्यास इतक्या मोठ्या प्रमाणावर झाले आहेत की, लिंगभाव इतिहास म्हणजे स्त्रियांचा/स्त्रीत्वाच्या जडणघडणीचा इतिहास[१४] अशाच अर्थाने अकादमिक विश्वात तो रूढ झाला आहे. सुधीर कक्कर, आशिष नंदी, रोझलिंड ओ'व्हॅन्लन, मृणालिनी सिन्हा, जोसेफ अल्टर व संजय श्रीवास्तव या विचारवंतांनी पुरुषत्वाच्या जडणघडणीसंदर्भात महत्त्वपूर्ण ऐतिहासिक संशोधन[१५] केले आहे.

हे चित्र सुखावह असले तरी विविध विद्यापीठांच्या इतिहास विषयाच्या अभ्यासक्रमांवर ओझरती नजर टाकली, तर मुख्यप्रवाही इतिहासाची चौकट अबाधित राखत स्त्रियांच्या इतिहासावर एखाद-दुसरा आणि तोही वैकल्पिक विषय म्हणून अंतर्भाव केलेला दिसतो. स्त्रियांच्या इतिहासावर चर्चासत्र आयोजित केले असता भरभरून बोलणारे संशोधक इतर विषयांची चर्चा करताना लिंगांधळा दृष्टिकोनच पत्करताना दिसतात. 'थीम्स इन इंडियन हिस्ट्री' या एनसीईआरटीच्या पाठ्यपुस्तकातून उमा चक्रवर्ती, कुमकुम रॉय व इतर संशोधकांनी लिंगभाव-संवेदनशील पद्धतीने भारतीय इतिहासातील विविध विषयांची मांडणी करण्याचे स्तुत्य प्रयत्न केले आहेत. महाराष्ट्रातही पाठ्यपुस्तकनिर्मितीच्या संदर्भात असे प्रयत्न झाले पाहिजेत.

संदर्भ व टिपा

१. Gerda Lerner, *The Majority Finds its Past: Placing Women in History,* Oxford University Press, New York, 1979, p. 168.

२. अधिक माहितीसाठी पाहा-
Uma Chakravarti, 'Whatever happened to the Vedic Dasi? Orientalism, Nationalism and a script for the past', in Kumkum Sanghari, Sudesh Vaid (ed.) *Recasting Women: Essays in Colonical History,* Kali for Women, New Delhi, 1989, pp. 17-87.

३. A. S. Altekar, *The Position of Women in Hindu Civilization,* Motilal Banarsidas, Delhi, 1983. (First Edition: 1938).

४. अधिक माहितीसाठी पाहा -
१) Uma Chakravarti and Kumkum Roy, 'In Search of Our Past, A Review of the Limitations and Possibilities of the Historiography of Women in

Early India,' *Economic and Political Weekly,* Vol. 23, No. 18, April 30, 1988, pp. 2-10.

२) Uma Chakravarti, 'Beyond the Altekarian Paradigm: Towards a New Understanding of Gender Relations in Early Indian History', *Social Scientist,* Vol. 16, No. 8, 1988, pp. 44-52.

३) Aloka Parasher, 'Women in Nationalist Historiography: The case of Altekar,' in Leela Kasturi and Vina Majumdar, (ed.), *Women and Nationalism,* Vikas, New Delhi, 1994.

५. अधिक माहितीसाठी पाहा -

१) Rosemarie Tong, *Feminist Thought: A Comprehensive Introduction,* West View Press, London, 1989.

२) Jane Pilcher and Imelda Whelehan, *50 Key Concepts in Gender Studies,* Sage, London, 2004.

६. अधिक माहितीसाठी पाहा -

१) Sandra Harding, *The Science Question in Feminism,* Open University Press, Milton Keynes, 1986, pp. 136-162.

२) Joan Wallach Scott, 'Gender: A Useful Category of Historical Analysis,' in Joan Wallach Scott (ed.), *Feminism and History,* OUP, New York, 1996, pp. 152-180.

७. Sandra Harding, op. cit.

८. Leonore Davidoff, Keith McClelland and Eleni Varikas,' 'Preface' in Leonore Davidoff et.al., (ed.), *Gender and History, Retrospect and Prospect,* Blackwell Publishers, Oxford, 1999, p. viii.

९. डॉ. मिलिंद बोकील, 'स्त्रीजन्म म्हणवुनी न व्हावे उदास', समाविष्ट, डॉ. नीलिमा गुंडी (संपा.) *स्त्रीमिती निवडक मिळून साऱ्याजणी,* मौज प्रकाशन गृह, मुंबई, २०१०, पृ. ४१-६१.

१०. अधिक माहितीसाठी पाहा -

१) Friedrich Engles, *The Origin of the Family, Private Property and the State,* International Publishers, New York, 1972 (First Edition: 1884).

२) Gerda Lerner, *The Creation of Patriarchy,* Oxford University Press, New York, 1986.

११. Uma Chakravarti, *Gendering Caste through a Feminist Lens,* Stree, Calcutta, 2006.

१२. प्रतिमा परदेशी, *डॉ. आंबेडकर आणि स्त्रीमुक्ती,* सावित्रीबाई फुले प्रकाशन, पुणे, १९९७.

१३. अधिक माहितीसाठी पाहा -

१) Karlekar, Malavika, *Re-visioning the Past : Early Photography in*

Bengal 1875-1915, Oxford University Press, New Delhi, 2005.

२) Karlekar, Malavika, *Visualizing Indian Women 1875-1947,* Oxford University Press, New Delhi, 2006.

३) Mankekar, Purnima, *Screening Culture, Viewing Politics : Television, Womanhood and Nation in Modern India,* Oxford University Press, New Delhi, 2000.

४) Sen, Geeti, (ed.) *Feminine Fables : Imagining the Indian Woman in Painting, Photography and Cinema,* Mapin Publishing, Ahmedabad, 2002.

१४. अधिक माहितीसाठी पाहा -
जास्वंदी वांबुरकर, 'स्त्रियांचा इतिहास, स्त्रीवादी इतिहास व लिंगभाव इतिहास', समाविष्ट, वंदना भागवत, अनिल सपकाळ, गीताली वि.म. (संपा.), *संदर्भासहित स्त्रीवाद : स्त्रीवादाचे समकालीन चर्चाविश्व,* शब्द पब्लिकेशन, मुंबई, २०१४, पृ. २१९-२३२.

१५. Mangesh Kulkarni, *Exploring Indian Masculinities: A Review of Literature in Social Sciences and Humannities,* Centre for Social Sciences and Humanities, University of Pune, Pune, 2012.

लिंगभाव आणि पुरुषत्वाचा अभ्यास

केदार देशमुख

स्त्रीमुक्ती चळवळीने स्त्री अभ्यास (Women's Studies) या ज्ञानशाखेद्वारे स्त्रियांच्या प्रश्नांची व्यापक मांडणी केली. स्त्रीमुक्ती चळवळीने स्त्री शोषणाच्या अनेक पैलूंचे विश्लेषण करून लिंगाधिष्ठित समाजव्यवस्थेची, पुरुषप्रधान व्यवस्थेची प्रखर चिकित्सा केली आहे. स्त्रीवादाने लिंगभाव हे कसे एक सामाजिक रचित आहे आणि स्त्रीत्वाच्या व पुरुषत्वाच्या चौकटी समाजात कशा निर्माण होतात, याचे विश्लेषण[१] केले आहे. स्त्रीवादी चळवळीने लिंग (Sex) आणि लिंगभाव (Gender) यांतील फरक स्पष्ट करून स्त्री-शोषणाचे भौतिक आधार कोणते आहेत, याची मांडणी केली आहे. ही मांडणी लिंगभाव अभ्यासाचा (Gender Studies) आरंभबिंदू ठरते. लिंगभावीकरणाच्या प्रक्रियेतून पुरुष व पुरुषत्व यांची जडणघडण या विषयाचे संशोधनही लिंगभाव अभ्यासाद्वारे केले जाते. प्रस्तुत लेखात या संशोधनक्षेत्राचा आढावा घेतला आहे.

पुरुष व पुरुषत्वाचा अभ्यास (Studies of Men and Masculinities)

१९७० च्या दशकापासून पुरुष व पुरुषत्व यांचा अभ्यास सुरू झाला. त्यामध्ये तीन प्रमुख प्रवाह दिसून येतात. स्त्रीवाद-समर्थक, पुरुषांच्या हक्कांची मागणी करणारा आणि समलैंगिकताकेंद्री. १९७० च्या दशकात अमेरिकेत पुरुषांच्या मुक्तीची भाषा करणारी पुरुषांची चळवळ सुरू झाली. या चळवळीतून अशी भूमिका मांडली गेली की, पारंपरिक लैंगिक भूमिकेमुळे पुरुषांची कुचंबणा होत आहे. पुरुषांना त्यांच्या पारंपरिक भूमिकेतून बाहेर काढून त्यांना मुक्त केले पाहिजे, असे मत वॉरन फैरेल[२] यांनी मांडले. पुढे त्यांनी स्त्रीवादी चळवळीमुळे पुरुषांची कोंडी होत असल्यामुळे त्यांना सशक्त करण्याची भूमिका घेतली.

१९८०च्या दशकात पुरुषांच्या मुक्तीचा विचार मागे पडत गेला. पुरुषांचे अनेक

गट स्थापन झाले. उदा. पुरुषांच्या हक्कांचे समर्थन करणारे स्त्रीद्वेष्टे गट, मिथोपोएटिक[३] (mythopoetic), स्त्रीवाद-समर्थक गट इ. १९७०-८० च्या दशकात पुरुष व पुरुषत्व या विषयावर अकादमिक चौकटीत मोठया प्रमाणात लिखाण झाले. तसेच या विषयावरची नियतकालिके प्रकाशित झाली. माईकेल फ्लड यांनी ऑस्ट्रेलियात 'एक्स वाय : मेन सेक्स पॉलिटिक्स' नावाचे मासिक सुरू केले. आंतरराष्ट्रीय पातळीवर दोन महत्त्वपूर्ण नियतकालिके सुरू झाली. १९९२ साली 'जर्नल ऑफ मेन्स स्टडीज' आणि १९९८ साली 'मेन अॅण्ड मॅस्क्युलिनिटीज' सुरू झाले. पुरुष व पुरुषत्व या विषयावर रॉबर्ट कॉनेल, माईकेल फ्लड, माईकल मेसनर, माइकेल किमेल व बॉब पिज या अभ्यासकांनी महत्त्वपूर्ण असे संशोधन व लिखाण केले आहे.

माईकेल फ्लड यांनी 'दि मेकिंग ऑफ मॅस्क्युलिनिटीज' (१९८७) या पुस्तकातून पुरुषत्वाच्या अभ्यासाची मांडणी केली. माईकेल किमेल व माईकेल मेसनर[४] यांनी 'दि पॉलिटिक्स ऑफ मॅस्क्युलिनिटीज' (१९९७) या पुस्तकातून पुरुषत्वाच्या राजकारणाचा वेध घेऊन पुरुषत्वाच्या अभ्यासाचे आठ प्रवाह प्रतिपादित केले. रॉबर्ट कॉनेल यांच्या 'मॅस्क्युलिनिटीज' (१९९५) या ग्रंथाने पुरुषत्वाच्या अभ्यासाला सैद्धांतिक बैठक मिळवून दिली. त्यांनी पुरुषत्वाच्या प्रकाराची, पुरुषत्वाच्या राजकारणाच्या विविध प्रवाहांची मांडणी केली. एकंदरीत या सर्व अभ्यासकांच्या लिखाणातून, पुरुषत्व हे एक सामाजिक रचित आहे, या दृष्टिकोनातून पुरुषत्वाचा अभ्यास करणे आवश्यक असल्याचे प्रतिपादन केले गेले.

पुरुषत्व म्हणजे काय?

पुरुषत्व[५] म्हणजे सामाजिक व्यवहार, सामाजिक संस्था, भाषा, संस्कृती यांमधील स्त्रीत्व दुय्यम मानून पुरुषी गुण श्रेष्ठ मानणारे एक सामाजिक रचित होय. पुरुषत्व म्हटले की, पुरुषी गुण : जसे आक्रमकता, शक्तिमान, भावविवशतेला थारा नसणे, भीतीचा लवलेश नसणे, शारीरिक इजेला न घाबरणे इ. लक्षणांचा, गुणांचा अभाव असणाऱ्या पुरुषाला समाज नेभळट, बायकी, स्त्रैण पुरुष, नामर्द ठरवतो. म्हणजेच पुरुषत्व हे सांस्कृतिक आणि सामाजिक रचित आहे. रॉबर्ट कॉनेल[६] असे प्रतिपादन करतात की, लिंगभावात्मक संबंधातील पुरुषत्व हे एक स्थान आहे. विविध प्रकारच्या व्यवहारांतून स्त्री आणि पुरुष त्या स्थानाचा वेध घेतात आणि या सर्व व्यवहारांचे परिणाम शारीरिक अनुभव, संस्कृती, व्यक्तिमत्त्व यांवर दिसून येतात. लिंगभावाधिष्ठित समाजव्यवस्थेत स्त्रीत्व आणि पुरुषत्व यांच्या चौकटी निर्माण होतात आणि त्यांच्या आधारे स्त्री व पुरुष यांमध्ये भेदभाव करणारी समाजव्यवस्था निर्माण होते. अशा समाजव्यवस्थेत पुरुषांना विशेषाधिकार व सत्ता प्राप्त होते. पुरुषसत्ताक समाजव्यस्थेत दोन प्रकारचे सत्तासंबंध निर्माण होतात. एक म्हणजे

स्त्रियांवर पुरुषांचे वर्चस्व आणि दुसरे म्हणजे काही पुरुषांचे इतर पुरुषांवर वर्चस्व. या सत्तासंबंधातून पुरुषत्वाची[७] बांधणी होते.

पुरुषत्वाचे प्रकार

रॉबर्ट कॉनेल[८] यांनी 'मॅस्क्युलिनिटीज' या ग्रंथातून पुरुषत्वाच्या चार प्रकारांची मांडणी केली आहे.

प्रभुत्वशाली पुरुषत्व

प्रभुत्वशाली पुरुषत्व समाजातील सत्तासंबंधातून स्त्रियांवर व इतर पुरुषांवर अधिसत्ता प्रस्थापित करते. स्त्रियांना दुय्यम वागणूक देण्याची, स्त्रियांवर अत्याचार करण्याची पुरुषांची मनोवृत्ती प्रभुत्वशाली पुरुषत्वाच्या चौकटीतून घडत असते. प्रभुत्वशाली पुरुषत्वाच्या सत्तासंबंधातून केवळ स्त्रियांना दुय्यमत्व येत नाही, तर कित्येक पुरुषांना देखील दुय्यमत्व येते. भारतीय संदर्भात प्रस्थापित प्रभुत्वशाली पुरुषत्वाला वर्गीय व जातीय संदर्भसुद्धा आहेत. उच्चवर्गीय, उच्चजातीय पुरुषत्व निम्नवर्गीय व कनिष्ठजातीय पुरुषांवर सत्तासंबंधातून अधिसत्ता प्रस्थापित करण्याचा प्रयत्न करत असते.

दुय्यम पुरुषत्व

पुरुषसत्ताक समाजव्यवस्थेत ज्या पुरुषांना समाजात कनिष्ठत्व प्राप्त होते, त्यांस दुय्यम पुरुषत्व असे म्हणतात. जसे, समलैंगिकतेविषयीच्या तिरस्कारामुळे समलैंगिक पुरुषांना समाजात दुय्यमत्व प्राप्त होते. पुरुषसत्ताक समाजात कित्येक समलैंगिक पुरुषांनी कनिष्ठत्व स्वीकारल्याचे दिसते.

वर्चस्वाकांक्षी पुरुषत्व

वर्चस्वाकांक्षी पुरुषत्व म्हणजे जे प्रभुत्वशाली पुरुषत्वाकडे प्रवास करत असते ते पुरुषत्व. उदा. कुटुंबव्यवस्थेत वडील आपल्या मुलग्यास पुरुषसत्ताक व्यवस्थेचे धडे देत असतात. या प्रक्रियेत मुलगा वर्चस्व प्रस्थापित करण्याची आकांक्षा बाळगून असतो.

सीमांतीकरण

समाजाच्या मुख्य प्रवाहातून ज्या पुरुषांना वंचित ठेवले गेले आहे, त्यास कॉनेल यांनी सीमांतीकरण असे म्हटले आहे. रंग, जात, वंश, प्रदेश यांवरून होणाऱ्या भेदभाव व शोषण यांविरुद्ध वंचित पुरुष संघर्ष करत असतो. जात, वर्ग, वंश इ. च्या आधारे या पुरुषांना समाजाच्या परिघापासून दूर केले जाते. रॉबर्ट कॉनेल यांनी पुरुषत्वाचे वरील प्रकार विशद करून पुरुषत्वाच्या संरचनेत शोषणाच्या कशा विभिन्न उतरंडी निर्माण होतात, याचे विश्लेषण केले आहे.

पुरुषत्वाच्या अभ्यासाचे प्रवाह

माईकेल किमेल असे प्रतिपादन करतात की, विसाव्या शतकात 'पुरुषत्वाची कोंडी' झाली. समाजाचे होणारे आधुनिकीकरण आणि स्त्रीवादी संघटनांचा उदय या गोष्टी पुरुषत्वाच्या कोंडीस कारणीभूत झाल्या; ही कोंडी फोडण्यासाठी तीन वेगवेगळ्या पातळ्यांवर पुरुषांनी संघटित प्रयत्न केले. पुरुषांच्या हक्कांचे संरक्षण करणे, स्त्रीवाद-विरोध आणि स्त्रीवाद-समर्थन अशा तीन प्रतिक्रिया समोर आल्या. या प्रतिक्रियांमधून पुरुषत्वाच्या अभ्यासाचे प्रमुख प्रवाह निर्माण झाले.

पुरुष व पुरुषत्वाच्या अभ्यासांतर्गत असणाऱ्या विविध प्रवाहांचा अभ्यास रॉबर्ट कॉनेल, माईकेल फ्लड, ख्रिस बेसले, माईकेल मेसनर यांनी केला आहे.[९] भारतीय संदर्भात पुरुषत्वाच्या राजकारणाचा अभ्यास तीन प्रवाहांच्या आधारे करणे आवश्यक आहे. स्त्रीवाद-समर्थक पुरुष, पुरुषांच्या अधिकारांच्या संरक्षणाची भाषा करणारे पुरुष आणि समलिंगी पुरुष अशा तीन प्रवाहांच्या आधारे भारतीय पुरुषत्वाच्या राजकारणाच्या चौकटीची मांडणी[१०] करता येईल.

स्त्रीवाद-समर्थक पुरुष

स्त्रीमुक्तीच्या ध्येयाने सामजिक व्यवस्थेची पुनर्रचना करण्याचा प्रयत्न करणारे स्त्रीमुक्ती चळवळीचे भागीदार बनून लिंगभेदभावाची व्यवस्था नष्ट करण्याचा विचार व त्यानुसार कृती करणाऱ्या पुरुषास स्त्रीवाद-समर्थक पुरुष असे म्हणता येईल.

स्त्रीवादाच्या दुसऱ्या लाटेस प्रतिसाद म्हणून अनेक स्त्रीवाद-समर्थक पुरुषांचे गट उदयास आले. स्त्रीवादी चळवळीमुळे पुरुषांमध्ये लिंगभाव-संवदेनशीलता विकसित होत गेली. स्त्रीवादी चळवळीपासून प्रेरणा घेऊन काही संवेदनक्षम पुरुषांनी स्त्रियांवर होणारे अत्याचार थांबविण्यासाठी पुरुषांचे संघटन केले. असे प्रयत्न अनेक देशांत झाले. पाश्चात्त्य राष्ट्रांमध्ये अनेक संघटना स्त्रियांवर होणाऱ्या हिंसेविरोधात सक्रियपणे अभियान चालवितात. अमेरिकेत नोमॅस (NOMAS), कॅनडात व्हाईट रिब्बन कॅम्पेन (WRC), ऑस्ट्रेलियात मासा (MASA) इ. स्त्रीवाद-समर्थक पुरुषांच्या गटांनी पुरुषांना लिंगभाव-संवेदनशील करण्याचे प्रयत्न विविध पातळ्यांवर सुरू केले. असे प्रयत्न भारतात १९८० च्या दशकात सुरू झाल्याचे दिसून येते. पुरुष उवाच, मावा (मेन अगेन्स्ट व्हायोलन्स ॲण्ड अब्यूज), मॅसवा (मेन्स ॲक्शन फॉर स्टॉपिंग व्हायोलन्स अगेन्स्ट वूमन) सम्यक, फोरम टू एन्गेज मेन (FEM) यांसारख्या गटांनी हिंसा, पुरुषत्वाची पुनर्बांधणी, लैंगिकता, लिंगभाव इ. विषयांवर पुरुषांसोबत काम सुरू केले आहे.

पुरुष उवाच

पुरुष उवाच हा स्त्रीवाद-समर्थक पुरुषांचा गट १९८७ साली पुण्यात स्थापन झाला. स्त्री चळवळीतील सहभाग, स्त्रीप्रश्नांबाबत असणारी संवदेनशीलता, स्त्रियांचे प्रश्न केवळ स्त्रियांचे नाहीत तर पुरुषांचेही आहेत, या जाणिवेने स्त्रियांच्या प्रश्नावर पुरुषांसोबत काम करणाऱ्या युवकांच्या विचारातून 'पुरुष उवाच' या गटाची निर्मिती झाली. लिंगभावनिरपेक्ष, स्त्री-पुरुष समानतेवर आधारित समाज निर्माण करण्याचे ध्येय पुरुष उवाच बाळगून आहे.

समाजात लिंगभाव-संवदेनशीलता निर्माण व्हावी, यासाठी अभियान, बैठका, चर्चा, व्याख्याने, भित्तीपत्रके, शिबिरं यांसारखे उपक्रम या गटाने हाती घेतले. समाजात वैचारिक परिपक्वता निर्माण व्हावी, तरुणांच्या मनात परिवर्तनाच्या विचारांची बीजे रुजावीत, यासाठी पुरुष उवाचने मावा (MAVA) सोबत 'पुरुषस्पंदनं' (१९९६-२००६) व २००७ पासून 'पुरुष उवाच' या नावाने दिवाळी विशेषांक प्रकाशित केले आहेत. पुरुष उवाच समाजातील इतर पुरोगामी चळवळी, संघटना, गट यांच्यासोबत पूरक असे काम करीत आहे.

मावा (मेन अगेन्स्ट व्हायोलन्स ॲण्ड ॲब्यूज)

लिंगभेदनिरपेक्ष आणि मानवतावादी समाजव्यवस्था अस्तित्वात आणण्यासाठी मावा (MAVA) ही पुरुषांची संघटना गेल्या १५-१६ वर्षांपासून कार्यरत आहे. स्त्रियांवरील हिंसा थांबविण्यासाठी पुरुषांनी स्त्री-चळवळीशी सख्य साधून कार्य केले पाहिजे, या विचारावर विश्वास ठेवणारी मावा ही संघटना होय. १९९२ साली मुंबईमध्ये स्थापन झालेली ही संघटना, हिंसा, लिंगभेद, स्त्री-पुरुष-समानता अशा वेगवेगळ्या मुद्द्यांवर कार्य करीत आहे. मुख्यत्वे पुरुषांमध्ये लिंगभाव-संवेदनशीलता निर्माण करण्याचा व प्रभुत्वशाली पुरुषत्वाच्या संरचनेला प्रश्नांकित करण्याचा प्रयत्न मावा करत आहे.

मॅसवा (मेन्स ॲक्शन फॉर स्टॉपिंग व्हायोलन्स अगेन्स्ट वूमन)

सहयोग या संस्थेतील लिंगभाव-संवेदनशील असणाऱ्या पुरुषांनी एकत्र येऊन मॅसवा या संघटनेची स्थापना लखनौ येथे २००२ साली केली. मॅसवा 'स्त्री-हिंसा' या विषयावर पुरुषांसोबत उत्तरप्रदेश, मध्यप्रदेश, झारखंड या राज्यांमध्ये काम करत आहे. विविध उपक्रमांद्वारे व अभियानांद्वारे स्त्री-हिंसेच्या प्रश्नाबाबत एकंदर समाजात व विशेषत्वाने पुरुषांमध्ये जाणीव जागृती करण्याचा प्रयत्न मॅसवा करत आहे. 'चुप्पी तोडो हिंसा रोको', 'गालीबंद आंदोलन', 'नये मर्द की नयी सोच', 'अब तो जागो' यांसारखे अभियान, कार्यक्रम मॅसवा राबवत आहे.

सम्यक

सम्यक हा स्त्रीवादसमर्थक पुरुषांचा गट २००७ साली पुण्यात स्थापन झाला. सम्यकने महाराष्ट्रात व महाराष्ट्राबाहेर विविध संस्था, संघटनांच्या साहाय्याने पुरुषत्व, लिंगभाव, आरोग्य या विषयांवर पुरुष व युवकांसोबत काम सुरू केले आहे.

फोरम टू एन्गेज मेन

'फोरम टू एन्गेज मेन' (FEM) हा गट राष्ट्रीय पातळीवर काम करत आहे. २००६ पासून या गटाने देशाच्या विविध भागांत स्थानिक संस्था व संघटनांसोबत लिंगभाव-समानता, पुरुष व पुरुषत्व या विषयांवर काम करण्यास सुरुवात केली आहे. स्त्री-हिंसा, लिंगभाव, पुरुषत्व या विषयांवर काम करणाऱ्या देशातील संस्था व संघटनांचे जाळे तयार करण्याचा प्रयत्न फेम करत आहे.

एकंदरीत, आज अनेक स्त्रीवादी अभ्यासक व स्त्री संघटना पुरुषत्वाच्या मुद्दयावर काम करीत आहेत. पुण्यातील 'तथापि' या संस्थेने 'पुरुषांसोबत काम' नावाचा प्रकल्प महाराष्ट्रातील ग्रामीण भागात सुरू केला आहे. तसेच स्त्रीमुक्ती संघटनेने पुण्यातील महानगरपालिकेच्या शाळेत मुलग्यांसोबत लिंगभाव, स्त्री-हिंसा, पुरुषत्व या विषयांवर काम सुरू केले आहे. पुण्यातील नारी समता मंचने २००८ पासून पुरुष संवाद केंद्र सुरू केले आहे. अशा सर्व उपक्रमांमधून पुरुषांना लिंगभाव-संवेदनशील करण्याचा प्रयत्न विविध पातळ्यांवर होताना दिसून येत आहे.

पुरुषांच्या हक्कांची मागणी करणारे पुरुषांचे गट

पुरुषांच्या हक्कांची मागणी करणारे पुरुषांचे अनेक गट, संस्था, संघटना स्थापन झाल्या आहेत. पाश्चात्त्य राष्ट्रांमध्ये अशा गटांचा प्रभाव अधिक दिसून येतो. या राष्ट्रांमध्ये पुरुषांच्या हक्कांची मागणी करणाऱ्या पुरुषांमध्ये दोन वेगवेगळे प्रवाह दिसून येतात. एक तर पुरुषमुक्तीवादी आणि दुसरा म्हणजे मिथोपोएटिक पुरुष. भारतात पुरुषांच्या हक्कांची मागणी करणारे अनेक गट, संघटना दिसून येतात. पुरुष हक्क संरक्षण समिती, (सेव्ह द इंडियन फॅमिली फाउंडेशन) अहमदाबादस्थित अखिल भारतीय पत्नी अत्याचारविरोधी मंच (ऑल इंडिया फेडरेशन टू अपोज क्राइम बाय वाईव्हज्) अशा संघटना भारतात दिसून येतात. वरील संस्था-संघटनांची अशी भूमिका आहे की, स्त्रीमुक्ती चळवळीच्या प्रभावाने राज्यसंस्थेने स्त्रीकेंद्री कायदे व नियम यांची निर्मिती केल्यामुळे त्यांचा स्त्रिया पुरुषांविरुद्ध गैरवापर करत आहेत. त्यामुळे पुरुषांचे हक्कच धोक्यात आले आहेत. त्यासाठी पुरुषांच्या हक्कांच्या संरक्षणाची आणि पुरुषांच्या मुक्तीची मांडणी वरील पुरुषांचे गट व संस्था करत आहेत.

पुरुष हक्क संरक्षण समिती

पुरुष हक्क संरक्षण समिती १९९६ साली स्थापन झाली. भारतात पुरुषांच्या हक्काची भाषा करणाऱ्या संस्थांचे व संघटनांचे देशाच्या पातळीवर मोठया प्रमाणात जाळे निर्माण झाले आहे. अशा संघटनांचा दबावही शासकीय यंत्रणांवर दिसून येतो. याचे उदाहरण म्हणजे केंद्र शासनाचा विधी मंत्रालयाकडून लिंगभाव निरपेक्ष कायद्याचा प्रस्ताव समोर येत आहे. तसेच सेव्ह द इंडियन फॅमिली फाउंडेशनकडून पुरुष कल्याण मंत्रालयाची मागणी होत आहे. एकंदरीत, अशा संघटनांकडून कोणती कुटुंबसंस्था वाचविण्याची धडपड होत आहे? पुरुषसत्ताक प्रतिगामी अशा कुटुंबसंस्थेचे संरक्षण व संवर्धन करण्याची भूमिका वरील पुरुषांच्या संघटना करत आहेत.

समलिंगी पुरुष

समलिंगी पुरुषांचा अभ्यास पुरुषत्वाच्या अभ्यासांतर्गत केला जात आहे. राष्ट्रीय व आंतरराष्ट्रीय पातळीवर समलिंगी पुरुषांच्या संघटनांनी समलैंगिकतेच्या (Homo Sexuality) प्रश्नांची संवेदनशीलता समोर आणली. भारतात हमसफर ट्रस्ट, पुकार, समपंथी ट्रस्ट, समभावना सोसायटी, नाझ फाउंडेशन यांसारख्या संस्था व संघटना समलिंगी पुरुष तसेच तृतीयपंथी यांच्यासोबत काम करत आहेत आणि त्यांच्या प्रश्नांची मांडणी करत आहेत. लिंगवैचित्र्याच्या (Queer Studies)[११] अभ्यासांतर्गत ट्रान्सजेंडर, ट्रान्ससेक्श्युल, पुरुष वेश्या, तृतीय पंथी यांचा अभ्यास करण्यात येत आहे. अकादमिक चौकटीत 'समलैंगिकता' या विषयावर अनेकविध लिखाण व संशोधन समोर येत आहे.

भारतीय पुरुषत्वाच्या राजकारणाचा वेध

आज सामाजिक शास्त्रातील इतिहास, राज्यशास्त्र, समाजशास्त्र, मानसशास्त्र, मानववंशशास्त्र, या व इतर विषयांत पुरुष व पुरुषत्व या विषयांवर अभ्यास, संशोधन करण्यात येत आहे. विद्यापीठीय पातळीवरील अभ्यासक्रमात पुरुष व पुरुषत्वाच्या अभ्यासाचा समावेश होत आहे. दिल्ली विद्यापीठातील समाजशास्त्र विभागाने एम. फिल. पदवीसाठी 'पुरुष व पुरुषत्वाचा अभ्यास' हा स्वतंत्र विषय सुरू केला आहे. अशा विविध पातळ्यांवर 'पुरुषत्व' या विषयावर लिखाण व संशोधन होत आहे. तेव्हा भारतीय पुरुषत्वाच्या अभ्यासाचे काही संदर्भ पाहणे आवश्यक आहे.

भारतीय पुरुषत्वाच्या राजकारणाचा आढावा अनेक अभ्यासकांनी घेतला आहे. भारतीय पुरुषत्वाची पुनर्बांधणी, पुरुषत्वाचा शोध सुधीर कक्कर, आशिष नंदी, मृणालिनी सिन्हा, रोजलिण्ड ओहॅनलन, संजय श्रीवास्तव, राधिका चोप्रा व मंगेश कुलकर्णी यांनी घेतला आहे.

इतिहासलेखनशास्त्रात पुरुषत्वाचा अभ्यास विशेषतः मृणालिनी सिन्हा, रोजलिण्ड ओहॅनलन यांनी मुगलकाळातील पुरुषत्व आणि वासाहतिक पुरुषत्व यांचा अभ्यास[१२] केला आहे. सुधीर कक्कर[१३] यांनी भारतीय पुरुषांच्या मानसिकतेचे विश्लेषण केले आहे. कुटुंबात आणि समाजात विविध पातळ्यांवर पुरुषी साचे कसे निर्माण होतात, कुटुंबात व समाजात मुलग्यांचे होणारे संगोपन व त्यांतून निर्माण होणाऱ्या पुरुषत्वाच्या चौकटी यांना लैंगिकता, हिंसा, सांप्रदायिकतेचा कसा संदर्भ आहे, याचे विश्लेषण कक्कर यांनी केले आहे.

भारतीय पुरुषत्वाच्या पुनर्बांधणीवर ब्रिटिश साम्राज्याचा प्रभाव कसा पडला याचे विश्लेषण आशिष नंदी[१४] यांनी केले आहे. ब्रिटिशांच्या प्रभावामुळे वासाहतिक भारतीय समाजात पुरुषत्वाच्या 'क्षत्रिय' प्रतिमानाला मध्यवर्ती स्थान प्राप्त झाले. ब्रिटिशांनी क्षत्रियत्व हे पुरुषार्थाचे लक्षण म्हणून स्वीकारले असल्यामुळे पुरुषत्वाच्या क्षत्रिय प्रतिमानाला वसाहतकाळात वलय प्राप्त होत गेले. पुढे आशिष नंदी असे म्हणतात की, वसाहतकाळात ब्रिटिशांनी पुरुषत्व हे स्त्रीत्वापेक्षा श्रेष्ठ आहे, अशी मांडणी केली तर महात्मा गांधी यांनी ब्रिटिशांच्या धोरणांच्या विरोधात पुरुषत्वापेक्षा स्त्रीत्व कसे श्रेष्ठ आहे, यांची मांडणी आपल्या विचारातून केली. मुगल काळातील पुरुषत्वावर रोजलिण्ड ओहॅनलन यांनी लिखाण केले आहे. मुगल समाजातील संस्कृती व परंपरा यांमधून पुरुषत्व कसे प्रतीत होते, याचे विवेचन त्यांनी केले आहे. त्या काळी पुरुषत्वाच्या 'गाझी' (Ghazi) या प्रतिमानाला आदर्श मानले जाई. 'गाझी म्हणजे शूरवीर', स्वयंनियंत्रक, आध्यात्मिक शक्ती असणारा पुरुष होय. अकबराच्या राजवटीत शासकीय सेवा करणाऱ्या पुरुषांमध्ये असणाऱ्या पुरुषी वागणुकीचा संदर्भ रोजलिण्ड ओहॅनलन यांनी घेतला आहे. सद्‌गुणी पुरुषांचे प्रतिमान निर्माण व्हावे, यासाठी अकबराने 'अखलाखी' (Akhlaqi) व साहित्याची निर्मिती केली. यात असे म्हटले होते की, प्रत्येक पुरुष हा स्वतःच्या शरीराचा, कुटुंबाचा आणि साम्राज्याचा नियंत्रक असतो. मुगल साम्राज्यात पुरुषत्वाचे साचे व नियम यांच्या संहिता कशा निर्माण होत गेल्या याचे संदर्भ रोजलिण्ड ओहॅनलन यांच्या लिखाणात मिळतात.

मृणालिनी सिन्हा यांनी 'कलोनियल मॅस्क्युलिनिटी'(१९९७) या ग्रंथात ब्रिटिश साम्राज्याच्या काळातील सामाजिक भूमिकांच्या जडणघडणीत स्त्रैण बंगाली बाबू आणि 'पुरुषी ब्रिटिश' असे द्वंद्व निर्माण करणारी वर्गवारी कशी उद्‌भवली याचे विश्लेषण केले. वासाहतिक काळात इलबर्ट विधेयक (१८८२) व संमतिवयाचा कायदा (१९९१) या दोन विधेयकांमुळे विसंगती निर्माण झाली. अशा पद्धतीने भारतीय पुरुषांनी या विधेयकास दिलेल्या प्रतिसादातून पुढे आलेले पुरुषत्वाचे वासाहतिक स्वरूप मृणालिनी सिन्हा यांनी मांडले आहे.

जोसेफ अल्टर[१५] यांनी देहाधिष्ठित राष्ट्रवाद आणि पुरुषत्व यांच्याविषयी मांडणी केली आहे. जोसेफ अल्टर यांनी उत्तर भारतातील पहिलवानांच्या आखाडयाच्या क्षेत्रीय अभ्यासातून देहाधिष्ठित राष्ट्रवादाचे आविष्करण कसे झाले, याची मांडणी केली आहे. अल्टर यांनी असे प्रतिपादन केले आहे की, 'पुरुषांची किवा आध्यात्मिक सांस्कृतिक शारीरिकता' ही राष्ट्रवादी चर्चाविश्वाचा एक केंद्रबिंदू बनते. हिंदू समाजधारणेतील धार्मिक आश्रमव्यवस्थेचा किंवा आचरण पद्धतीचा एक भाग म्हणून आणि दुसऱ्या बाजूला भोगवादी आधुनिकतेच्या दूषित परिणामांपासून युवकांना दूर ठेवण्याच्या विचारातून 'ब्रह्मचर्य' या विषयावर समकालीन लोकानुरंजनवादी हिंदी साहित्याची निर्मिती होत होती. दुराचारी पाश्चात्त्य विचारांपासून दूर राहणे व मातृभूमीच्या चैतन्यासाठी काम करण्याच्या विचारातून ब्रह्मचर्येची अवधारणा ही देहाधिष्ठित राष्ट्रवादाचा एक महत्त्वपूर्ण भाग बनली. यामुळेच अल्टर असे प्रतिपादन करतात की, पहिलवानांचा आखाडा हे राष्ट्रवादी चर्चाविश्वाचे सूक्ष्मरूप होय.

पार्थ चटर्जी[१६] यांनी केलेल्या राष्ट्रवादाच्या मांडणीमध्ये भारतीय समाजाचे भौतिक व सांस्कृतिक क्षेत्रामध्ये विश्लेषण केले व या विभेदनातून बाह्य जगत विश्व आणि आंतरिक विश्वाच्या द्वैत कल्पना मांडल्या. या द्वैत कल्पनांना प्रश्न निर्माण करणारी मांडणी जोसेफ अल्टर यांच्या लिखाणातून दिसून येते. परंतु अल्टर यांच्या लिखाणातून सांप्रदायिक हिंसेत सहभागी होणाऱ्या पुरुषांविषयी व जमातवादी राजकारणाविषयी मांडणी समोर येत नाही. हिंदुत्ववादी विचारांना पुरुषीपणाचा कसा संदर्भ आहे व हिंदुत्वावादी विचारधारेत स्त्रियांचा सहभाग कसा वाढत आहे, यांचे विवेचन सिकिता बॅनर्जी[१७] यांनी केले आहे. मंगेश कुलकर्णी[१८] यांनी स्त्रीवादसमर्थक पुरुषांच्या गटांचा अभ्यास केला असून सामाजिकशास्त्रांत झालेल्या पुरुष व पुरुषत्व या विषयावरील संशोधनाचा विस्तृत आढावा आपल्या संशोधनातून घेतला आहे. आज सामाजिकशास्त्रातील अनेक विद्याशाखांमध्ये पुरुषत्वावर संशोधन होत आहे, परंतु आवश्यकता आहे ती स्त्रीवादी दृष्टिकोनातून पुरुष व पुरुषत्वाच्या अभ्यासाची चिकित्सा करण्याची.

पुरुष व पुरुषत्व या विषयावर अकादमिक चौकटीबाहेरही संशोधन व लिखाण होत आहे. विशेषतः अनेक स्वयंसेवी संस्था 'पुरुष व पुरुषत्व' या विषयावर काम करत आहेत. कारण आंतरराष्ट्रीय संस्था व संघटनांकडून या विषयावर काम करण्यासाठी मोठ्या प्रमाणात आर्थिक साहाय्य उपलब्ध होत आहे, त्यामुळे काही संस्था सोडल्यास इतर संस्था या 'निधीलक्ष्यी' दिसून येतात.

अकादमिक चौकटीत पुरुष व पुरुषत्व या विषयावर लिखाण व चर्चा होत आहे. 'पुरुषत्व' या विषयात स्वतंत्रपणे अभ्यास व संशोधन करण्यासाठी 'पुरुष अभ्यास केंद्र' पाश्चात्त्य राष्ट्रांत स्थापन झाली आहेत. अशा कृतींमुळे स्त्रीवादी चर्चाविश्वाच्या गाभ्याला

जर धक्का लागत असेल तर तत्त्वतः अशा केंद्रांना विरोधही करणे प्रस्तुत ठरते. 'स्त्री अभ्यास' ही एक आंतरविद्याशाखीय अभ्यासप्रणाली विकसित झाली आहे. त्यामुळे लिंगभावाचे चर्चाविश्व व्यापक बनत आहे. तेव्हा पुरुष व पुरुषत्वाचा अभ्यास लिंगभाव अभ्यासांतर्गत केला जाऊ शकत नाही. आज गरज आहे ती स्त्रीवादी परिप्रेक्ष्यातून पुरुष व पुरुषत्वाचा अभ्यास व चिकित्सा करण्याची.

संदर्भ व टिपा

१. कमला भसीन, *लिंगभाव समजून घेताना,* (अनुवाद : श्रुती तांबे), पुणे विद्यापीठ, पुणे, २००८.

२. पाहा -

अ) Warren Farrell, *The Liberated Men*, Berkley Books, New York, 1974.

आ) Warren Farrell, *The Myth of Male Power: Why Men Are The Disposable Sex*, Berkley Books, New York, 1993.

३. मिथोपोएटिक पुरुषांची चळवळ : मिथोपोएटिक पुरुषांची चळवळ साधारणपणे १९८० च्या दशकात अमेरिकेत सुरू झाली. विशेषतः या चळवळीत अमेरिकेतील उच्च-मध्यम वर्गातील पुरुषांचा सहभाग आहे. रॉबर्ट ब्ले यांच्या 'आयर्न जॉन : अ बुक अबाऊट मेन' (१९९०) या पुस्तकाच्या प्रकाशनानंतर पुरुषांच्या या चळवळीला अधिक प्रसिद्धी मिळाली. मिथ्यकथा विद्येच्या साहाय्याने पुरुषांची शामन परंपरा निर्माण करून पुरुषत्वाची खरी मूल्ये रुजविण्याचा या मिथोपोएटिक पुरुषांचा उद्‌देश आहे. मिथोपोएटिक कार्यक्रम, कार्यशाळेचे आयोजन करून पुरुषांचा अनुबंध निर्माण करण्याचा प्रयत्न केला आहे. एकंदरीत मिथोपोएटिक ही अशा पुरुषांची चळवळ आहे, जे पुरुष पूर्व-आधुनिक, पूर्व-औद्योगिक समाजजीवनातील 'खऱ्या पुरुषत्वाच्या' मूल्यांचा शोध घेण्याचा प्रयत्न निसर्गाच्या सान्निध्यात जाऊन करतात. पाहा -

Michael Messenger, *Politics of Masculinities: Men in Movement,* Sage, Thousand Oaks, 1997.

४. Ibid.

५. Stephen M. Whitehead and Frank J. Barret, (ed.) The Masculinities Reader, Polity Press, London, 2001.

६. अधिक माहितीसाठी पाहा-

अ) Robert W. Connell, *Masculinities* (Second Edition), Allen & Dnwin, Crown Nest, 2005.

आ) R. W. Connell, 'Social Organization of Masculinity', in Whitehead and Barrect, (ed.), *The Masculinities Reader,* op. cit., pp. 30-50.

७. Jeff Hearn & M. Kimmel, 'Changing Studies on Men & Masculinities' in Kathy Davis and et. al. (ed.) *Gender & Women's Studies*, Sage, London, 2006, pp. 53-70.

८. Robert W. Connell, *Masculinities,* op.cit.

९. अधिक तपशिलांसाठी पाहा-

   अ) Michael Flood, 'Four Strands', *XY : Men, Sex, Politics*, Vol.6, No.3, Spring. 1996

   आ) Chris Beasley, *Gender and Sexuality: Critical Theories, Critical Thinkers,* Sage, London, 2005, pp. 175-257.

   ई) Michael Kimmell, 'Men's Responses to Feminism at the Turn of the Century', *Gender and Society*, Vol.1, No.3, Sept. 1987, pp. 261-283.

१०. केदार देशमुख, भारतातील स्त्रीवाद समर्थक पुरुषांचे गट, अप्रकाशित एम.फिल. लघुप्रबंध, राज्यशास्त्र विभाग, पुणे विद्यापीठ, पुणे, २००९.

११. अधिक माहितीसाठी पाहा-

   अ) Mangesh Kulkarni, 'The Dark Subcontinent of Masculinity: Viewing Indian History, through the Lens of Men's Studies' in K. K. Shah, (ed.), *History and Gender,* Rawat Publications, Jaipur, 2005.

   आ) Mangesh Kulkarni, Social Science Research on Indian Masculinities: Retrospect and Prospect [Report Submitted to CSSH], University of Pune, Pune, 2008.

   ई) Rosalind O'Hanlon, 'Manliness and Imperial Service in Mughal North India', *Journal of the Economic and Social History of the Orient,* Vol.42, No.1, 1999, pp. 47-93.

१२. अधिक माहितीसाठी पाहा-

   अ) Mrinalini Sinha, *Colonial Masculinity: The Manly Englishman and the Effeminate Bengali in the Late Nineteenth Century,* Kali for Women, New Delhi, 1997.

   आ) Rosalind O'Hanlon, 'Issues of Masculinity in North Indian History : The Bangash Mawabs of Farrukhabad', *Indian Journal of Gender Studies*, Vol.1, No.1, 1997, pp. 1-19.

१३. अधिक माहितीसाठी पाहा-

   अ) Sudhir Kakar, *The Inner World; A Psycho-analytic Study of Childhood & Society in India*, Oxford University Press, Delhi, 1992.

   आ) Sudhir Kakar, *The Colours of Violence,* Penguin, New Delhi, 1992.

१४. Ashish Nandy, *The Intimate Enemy,* Oxford University Press, New Delhi, 1983.

१५. अधिक माहितीसाठी पाहा-

अ) Joseph Alter, 'Celibacy, Sexuality and the Transformation of Gender into Nationalism in North India', *Journal of Asian Studies,* vol. 53, No.1, 1994, pp. 45-66.

आ) Joseph Alter, 'Somatic Natianalism: Indian Wrestling and Militant Hinduism', *Modern Asian Studies,* Vol.28 No.3, 1994, pp. 557-588.

१६. अधिक माहितीसाठी पाहा-

अ) Partha Chatterjee, *Nationalist Thought and the Colonial World: Derivative Discourses*, Oxford University Press, New Delhi, 1986.

आ) Partha Chatterjee, 'The Nationalist Resolution of Women's Question' in Kumkum Sangari & Sudesh Vaid (ed.), Recasting Women: Essays in Colonial History; Kali for Women, Delhi, 1989.

१७. अधिक माहितीसाठी पाहा-

अ) Sikita Banerjee, Worriors in Politics; Hindu Nationalism, Violence and the Shiv Sena in India, Westview Press, Boudter, 2000.

आ) Sikita Banerjee, 'Gender and Nationalism : The Masculisation of Hinduism and Female Political Participation', in Rehna Ghadially (ed.), *Urban Women in Contemporary India: A Reader Sage*, New Delhi, 2007.

१८. अधिक माहितीसाठी पाहा-

Mangesh Kulkarni, op. cit.

अब्राह्मणी (जातवर्गस्त्रीदास्यान्त) इतिहासमीमांसा

डॉ. नारायण भोसले

प्रस्तुत शोधनिबंधात जातवर्गलिंगभाव कोटीक्रमाद्वारे इतिहासाचे विश्लेषण करण्याचा प्रयत्न केला आहे. इतिहासाला राजाच्या प्रासादातून बाहेर काढून गावकुसाबाहेरच्या जीवनाशी जोडण्याचा हा प्रयत्न आहे. समाजाच्या (स्त्रीशूद्रातिशूद्र) गतानुगतिकतेचे समग्र भान येण्यासाठी इतिहास हा केवळ राजे-रजवाड्यांच्या प्रासादातून वाचायचा नसतो, तर कष्टकरी स्त्री-पुरुषांच्या कष्टांच्या संदर्भात शोधायचा असतो. पितृसत्ताक जातिसंस्थेत तो अस्पृश्य, आदिवासी आणि गावकुसाबाहेर भटकणाऱ्या भटक्या विमुक्तांच्या अवशेषांच्या अस्थाई पालाकडून लिहावयाचा असतो.

सध्या भारतात सहा हजारापेक्षा जास्त जाती-जमाती आणि सहापेक्षा जास्त वांशिक गट असल्याचे विविध आयोग अभ्यास सांगतात. द. आशियाई देश दुभंगण्याचे (फाळणी होण्याचे) धर्माबरोबर जात हेही एक कारण असल्याचे अभ्यासक मांडतात. भारतात ज्या अनुसूचित जाती, अनुसूचित जमाती, विमुक्त जाती-भटक्या जमाती, इतर मागास प्रवर्ग, विशेष मागास प्रवर्ग आहेत, ते प्रायः करून अस्पृश्य, आदिवासी, भटके-विमुक्त, इतर मागास आणि विशेष मागास प्रवर्ग आहेत. ते संख्येने ८५% पेक्षा जास्त असल्याचे विविध सामाजिक संघटना आणि मागासवर्गीय पक्ष सांगतात.[१] आजही इतिहासातून वगळलेले हेच जात घटक आहेत. संख्येने जास्त असलेल्या या शोषित अंकित जनांच्या इतिहासाविषयी शालेय ते महाविद्यालयीन सामाजिक शास्त्राच्या अभ्यासक्रमात फारसे उल्लेखनीय लिहिलेले नसते. तसेच त्यांवर संशोधनही केलेले नसते. म्हणून हा शोध-मीमांसा प्रपंच. आशियाई देशाची आणि भारताची फाळणी धार्मिक आधारावर झालेली असताना मात्र धार्मिक इतिहास शिकवला जातो.[२] परंतु सर्व अर्थांनी जाचक असलेल्या जातिसंस्थेचे विश्लेषण ना अभ्यासक्रमात असते ना चर्चेत.

इतिहास समजून घेण्यासाठी भूतकाळाच्या गर्तेत फार आत जाता येत नाही.

मिथकाच्या पुटांनी तो पुरता वेढलेला आहे. या मिथकांचे विश्लेषण करण्यातच मीमांसकाची खरी कसोटी लागते. 'इतिहास म्हणजे तथ्यांचा संग्रह' मानल्याने वर्तमानातून मागे डोकावताना अमावस्येच्या रात्री काळे मांजर शोधताना बांधाव्या लागणाऱ्या अंदाजापेक्षा जास्त गोंधळाची अवस्था इतिहासलेखकाची आणि पुढे मीमांसकाची होताना दिसते. इतिहासात घडलेल्या सर्वच घटनांची नोंद इतिहासकाराने घेतलेली नसते. ज्याच्या-जिच्या हाती लेखणी होती, त्यांनी त्यांचीच स्मृति-चित्रे रेखाटली. जातिवर्गस्त्रीदास्यग्रस्त समाजात अशा प्रकारचे लेखन सांप्रदायिक (सेक्टरीयन) बनते. सटवीने सांगितलेले सर्वच ब्रह्म्याने चित्रित केले असल्याची शक्यता कमीच आहे.[३] अब्राह्मणी प्रज्ञावान सटवी आणि ब्राह्मणी सांप्रदायिक ब्रह्मा यांच्या वाणी आणि लेखनांतील अंतर शोधायला तटस्थता आवश्यक ठरते. इतिहासकार सामाजिक प्राणी असल्याने (भारतात तो/ती जातिग्रस्त, पितृसत्ताक आणि सर्वहारा) त्याच्यावर/तिच्यावर पूर्व-संस्कारांचा प्रभाव पडतो. त्यामुळे लेखनातील वस्तुनिष्ठता हरवून जाते. म्हणून जात-पितृसत्तेच्या प्रभावात घडलेला इतिहास आणि लिहिलेला इतिहास भिन्न असू शकतो. घडलेला इतिहास लिहिला गेला, तरच त्याला इतिहास म्हणण्याची सर्वसाधारण रीत आहे आणि लिहिलेल्या इतिहासाचीच मीमांसा होते.

'इतिहास म्हणजे पुराव्यांनी निश्चित केलेल्या तथ्यांचा संग्रह' असे सुप्रसिद्ध पाश्चात्त्य इतिहासकार इ. एच.कार यांनी म्हटले आहे.[४] मात्र भारताच्या संदर्भात जात-पितृसत्तेच्या उदरात अनेक पुरावे नष्ट झाले आणि काही नष्टही केले गेले. स्त्रीशूद्रांच्या इतिहासाचे ना पुरावे आहेत ना त्यांच्या तथ्यांचा संग्रह.

ब्राह्मणी इतिहासकाराने साधारणतः पुढील भूमिका घेऊन इतिहासलेखन केल्याचे दिसतेः

१. भारतीय इतिहासाचा गौरवशाली भाग शोधणे. विशिष्ट राजकीय घडामोडीं-विषयी औदासीन्य दाखविणे.
२. भारतीय इतिहासाच्या भौतिक आणि वैचारिक पायास धार्मिक व राजकीय अधिमान्यता प्राप्त करून देणे.
३. 'आर्य भारतीय' असे लिखाण-संशोधन करताना आर्य-अनार्यांच्या संघर्षाचे चित्रण करून गुणकर्मानुसार जाती निर्माण झाल्या असे मानणे. वंशशुद्धतेसाठी 'आर्यां'ना अभारतीय अंटार्क्टिकातील, मध्य युरोपियन मानणे.
४. पुरुषसत्ताक संस्कृती, मूल्ये व वंशश्रेष्ठत्वाचे गौरवीकरण करणे.
५. वैदिक-ब्राह्मणी गौरवीकरण करणे.
६. राम-कृष्णाच्या रूपाने ब्राह्मणी नायकांचे गौरवीकरण करणे. कालीमाता पार्वती, सीता आदि नायिकांचे दैवतीकरण करून त्यांना मिथकाच्या धुक्यात ढकलणे.

७. इतिहासामार्फत सनातन हिंदू धर्माचे संरक्षण करणे. युग, अवतार, मन्वंतर अशा कालविभागांचे निर्देशन करणे.
८. स्त्रीशूद्रातिशूद्रांच्या इतिहासातील स्थानाबाबत विकृत चित्रण करणे व त्यांना कधी-कधी अनुल्लेखाने मारणे.
९. मुस्लीम धर्मीयांविषयी द्वेषपूर्ण लिखाण करणे.
१०. भारताच्या अवनतीचे कारण मुस्लीम आणि ब्रिटिश होत, असे मानणे.
११. इतिहासाकडे भावनात्मक दृष्टिकोनातून पाहणे.
१२. भारताच्या प्राचीन संस्कृतीचे गौरवशाली लिखाण करताना जात-पितृसत्ताकतेकडे दुर्लक्ष करणे.
१३. राजकीय इतिहासलेखनाला प्राधान्य देताना सामाजिक इतिहासलेखनाला दुय्यमत्व देणे.
१४. अवतारवादाचे समर्थन करणारे लेखन करणे.
१५. राजवंशावळी व गुरुपरंपरा यांचे रक्षण करणे.

अशा प्रकारची साधारण चौकट घेऊन इतिहासलेखन करणाऱ्या रोमेशचंद्र दत्त, भगवानलाल इंद्रजीत, राजेंद्रलाल मित्र, भाऊ दाजी लाड, राधाकुमुद मुखर्जी, वामनदास बोस या ब्राह्मणी प्रवाहातील इतिहासकारांनी भारताचा गौरवशाली इतिहास लिहून जेम्स मिलप्रणीत साम्राज्यवादी, वसाहतवादी इतिहासाला पर्याय उभा केला.पण प्राचीन भारतातील चातुर्वर्ण्य व्यवस्था, विषमताधिष्ठित जातिव्यवस्था व आर्थिक-सामाजिक विषमता, यांच्याविषयीचे तपशील दडवण्यात मात्र ब्राह्मणी जाणिवेने कमालीचे चातुर्य दाखविले. याउलट इतिहासावर आत्मनिष्ठ कल्पना न लादता तो आहे तसा ऐतिहासिक दृष्टिकोनातून समजून घेण्याचे आवाहन शरद पाटील करतात.[५]

ब्रिटिशविरोध व ब्राह्मणी धर्माचे पुनरुज्जीवन ब्राह्मणी राष्ट्रवादी इतिहासलेखनाचे सूत्र होते. या इतिहासलेखनात अस्मितानिर्मितीचा प्रयत्न होता. ब्रिटिशांनी भारतावर विजय मिळवल्यानंतर ब्राह्मणी धर्माचा जो काही आत्मप्रतिष्ठा हरवल्याचा प्रत्यय येत होता, त्यातून सावरायला आणि वर्तमानाचे ओझे पेलायला ब्रिटिशांवर दोषारोप करणे, भारतीय शिक्षित मध्यमवर्गीय पुरुषांना आवश्यक वाटत होते. मुस्लीम आणि ब्रिटिश शासनव्यवस्थेला पाय रोवण्याची स्थिती येथील समाजव्यवस्थेतील दोषांमुळे होती, हे नजरेआड करण्याची चलाखी चिपळूणकरादि इतिहासकार करतात. प्राचीन, मध्ययुगीन आणि अर्वाचीन काळातील स्त्रीशूद्रांच्या नागवलेपणाविषयी इतिहासकार मौन बाळगतात किंवा त्यांच्या शौर्याविषयी, संघर्षाविषयी अनुल्लेखाचा कावा करतात.

अब्राह्मणी इतिहासमीमांसा

समाजात ज्याप्रमाणे गरीब-श्रीमंत, शोषक-शोषित असे गट असतात, त्याचप्रमाणे इतिहासलेखनातही शोषकाची तळी उचलणारा 'आहे रे' आणि शोषितांची क्रांतिकारी दखल घेणारा 'नाही रे' असे सापेक्ष गट असतात. विश्वातील सात खंडांपैकी द.आशियाई देशात अस्पृश्यता असल्याने त्यासाठी 'जात' हा कोटिक्रम प्राधान्याने महत्त्वाचा मानणे आवश्यक ठरते. भारतीय संदर्भात वर्गाबरोबर जात महत्त्वाची असल्याने आणि स्त्रीदास्याला पितृसत्तेचे संदर्भ असल्याने जातिव्यवस्थाक पितृसत्ताकतेमुळे शोषित बनलेला 'नाही रे' गट हा येथील बहुसंख्य गट आहे आणि म्हणून त्या 'नाही रे' गटाचा इतिहास हा खऱ्या अर्थाने भारताचा इतिहास आहे. भारतात वर्णजाति-पितृसत्तेने श्रेष्ठत्व भोगत असलेले 'ब्राह्मणी' गट आणि याचमुळे ब्राह्मणी धारणांना विरोध करत संघर्ष करत असलेले शोषित, अंकित जनवादी 'अब्राह्मणी' गट असे सापेक्ष गट दिसतात. जातिवर्गस्त्रीदास्यान्ताचा विचार करणारा, त्यासाठी संघर्ष करणारा आणि तत्त्वज्ञानाची निर्मिती करणारा अब्राह्मणी प्रवाह यांमुळे भारतीय इतिहास संघर्षरत राहिल्याचे प्राच्याविद्यापंडित शरद पाटील यांनी आपल्या समग्र संशोधनात सप्रमाण दाखविले आहे.[६]

१९८० नंतरच्या काळात शरद पाटील, उमा चक्रवर्ती, शर्मिला रेगे, विद्युत भागवत, प्रतिमा परदेशी, दिलीप चव्हाण, उमेश बगाडे, रणजित परदेशी, नारायण भोसले, देवेंद्र इंगळे, सरोज कांबळे आदिंनी ब्राह्मणी-अब्राह्मणी संकल्पनेच्या आधारे इतिहासलेखन आणि इतिहासमीमांसा केली आहे. या संकल्पना जातिवाचक नसून वृत्तीवाचक आणि समाजशास्त्रीय आहेत. हे विभाजन पूर्णतः नवे नाही, तर सापेक्षता नवे आहे. प्रथितयश इतिहासकारांनीही या संकल्पनेचा वापर केल्याचे दिसते.

१. 'अब्राह्मणी स्त्रीवादी इतिहासलेखनाच्या दिशेने' या पुस्तकात विद्युत भागवत आणि प्रतिमा परदेशी यांनी नमूद केले आहे की, ब्राह्मणी-अब्राह्मणी या संकल्पना समाजशास्त्रीय आहेत. त्या जातिवाचक नसून वृत्तीवाचक आहेत. भोवतालच्या समाजातील विषमता, शोषणाविरुद्ध विशेषतः स्त्रीदास्य, कनिष्ठ स्तरात ढकलल्या गेलेल्या जाती, परके मानलेले धार्मिक गट, विकासापासून वंचित असलेले भिन्न पद्धतीने जगणारे आदिवासी इत्यादी वंचितांच्या संदर्भातील भूमिका घेऊन संरचनात्मक परिवर्तनासाठी प्रत्यक्ष-अप्रत्यक्ष लढा देणाऱ्या सर्वच शक्तींना अब्राह्मणी मानले पाहिजे.[७]

२. या संकल्पनेविषयी विशद करताना प्रतिमा परदेशी लिहितात, ब्राह्मणी म्हणजे वर्ण-वर्ग-जाती-स्त्रीदास्य-समर्थक शक्ती आणि अब्राह्मणी म्हणजे वर्ण-वर्ग-जाती-स्त्रीदास्यान्तक शक्ती होय. अर्थात एखादी व्यक्ती जन्मतःच ब्राह्मणी किंवा अब्राह्मणी ठरू शकत नाही. जन्माने, जातीने ब्राह्मणेतर असणारी व्यक्ती, वृत्तीने अब्राह्मणीच असते

असे नाही. ती ब्राह्मणीदेखील असू शकते. तसेच सर्व ब्राह्मण प्रतिगामी किंवा विषमतावादी विचाराचे असतात, असे नाही. त्यातील समताधिष्ठित समाजाचे स्वप्न पाहणारे, त्यासाठी परिवर्तनाच्या लढ्यात सक्रिय सहभाग किंवा परिवर्तनासाठी वैचारिक योगदान देणारे अब्राह्मणीच ठरतात.[८]

३. ज्ञानकोशकर डॉ. श्रीधर व्यंकटेश केतकर, इतिहासाचार्य वि. का. राजवाडे, भारतीय संस्कृतीचे गाढे अभ्यासक शिक्षणतज्ज्ञ डॉ. सर्वपल्ली राधाकृष्णन यांनी भारतीय इतिहासाचे लेखन करताना ब्राह्मणी व अब्राह्मणी या संकल्पना वापरल्याचे दिसते.[९]

जातवर्गस्त्रीदास्यान्ताची भूमिका घेऊन या अब्राह्मणी प्रवाहाने सर्व ज्ञानशाखांच्या, संज्ञा-संकल्पनेच्या कक्षा इतिहासक्रमात कशा लागू होतात, याचा शोध घेतला. जातिव्यवस्था व पितृसत्ता हे हिंदू संस्कृतीचा गाभा असल्याने ब्रिटिशांनी १८७१ च्या जनगणनेपासून १९३१ च्या शेवटच्या जनगणनेपर्यंत जात-आधारित जनगणना चालू ठेवली होती. पुढे राष्ट्रवादी प्रवाहाच्या प्रभावात अशा प्रकारची जनगणना बंद करण्यात येऊन धर्म-आधारित जनगणना मात्र चालूच ठेवण्यात आली. जाति-अस्मिता जागृत होऊन जातीमुळे राष्ट्र दुभंगेल अशी भीती व्यक्त करण्यात आली आणि शालेय अभ्यासक्रमातून जातीचा अभ्यास काढून टाकण्यात आला. परंतु अभिजन पंतोजींनी आपल्या जाणीवनेणिवेत मात्र तिचे संवर्धन चालूच ठेवले. यासाठी शिकण्या-शिकवण्यातील जात-पितृसत्ता पाहिल्यास जे जास्त स्पष्ट होईल.

भारतात पितृसत्ताक जातिव्यवस्थेसंबंधीच्या शोधातून टोळ्या, गण, वर्ण समूहाच्या अस्तित्वाचे संशोधन होत आलेले आहे. प्राचीन वेद, उपनिषदे, पुराण, स्मृती-श्रुती आदि साहित्यात, भारतात येऊन गेलेल्या परकीय प्रवाशांच्या नोंदींमध्ये, भारतासंबंधी अभ्यास करणाऱ्या देशी आणि परकीय अभ्यासकांच्या संशोधनात पितृसत्ताक जातिसंस्थेचा वारंवार उल्लेख आलेला आहे. कित्येकांनी तर त्यावर अभ्यासही केला आहे. प्राचीन जगात भारतासह सर्वत्र गण-टोळ्या होत्या. त्या प्रायः करून स्त्रीसत्ताक होत्या, हे आता पुरेशा अभ्यासाने सिद्ध झाले आहे. या गणसमाजाला आणि स्त्रीसत्ताक समाजाला पराभूत करून जातिसमाजाची पुरुषप्रधानतेची उभारणी करण्याचे काम आर्य आक्रमकांच्या काळात सुरू होऊन बुद्धोत्तर काळापर्यंत जाति-पितृसत्ताक समाज पुरता तयार झाला. सरत्या प्राचीन काळातील सामंती-व्यवस्था मुस्लीमकाळातही पुरती तग धरून राहिली. जातीच्या जाचाने अस्पृश्यांची आणि फायद्याच्या भावनेने अभिजनांची धर्मांतरे करण्याची वहिवाट ब्रिटिश काळापर्यंतही चालूच होती. पुढे ब्रिटिशांनी अकृषकांना शेतकरी आणि कामगार बनविण्याची प्रक्रिया गतिमान केल्यानंतर भारतात वर्ग बनण्याची प्रक्रिया सुरू झाली आणि भारत पुरुषसत्ताक-जातिवर्ग बनला. जातिवर्गस्त्रीदास्याची परिसीमा गाठली गेली. भारतेतर वर्गीय देशातील पुरुष गरिबीमुळे वर्गीयदृष्टया आपल्या मालकाचे गुलाम म्हणून

एकेरी शोषित तर, त्याची स्त्री गुलामाची गुलाम म्हणून दुहेरी शोषित राहते. भारतातील कष्टकरी शूद्र पुरुष त्याच्या मालकाच्या गुलामीत असण्याबरोबर जातीने कनिष्ठ असल्यामुळे दुहेरी गुलाम होतो, तर त्याची स्त्री ही जातवर्ग-पितृसत्तेच्या तिहेरी बेड्यांत बद्ध होते.[१०] भारतातील भटकी-आदिवासी स्त्री या तीनही बेड्यांबरोबर भटकेपणाच्या-आदिमतेच्या सांस्कृतिक वर्चस्वतेमुळे चौपेडी बेडीत बंदिस्त राहते.[११] यांची उकल आपणांला शरद पाटील यांच्या समग्र वाङ्मयाद्वारे होते. त्यांनी हा अभ्यास पुरातत्त्वीय पुराव्यांच्या अभावामुळे निखळ अशा वैदिक आणि तांत्रिक श्रृतींच्या आधारावर उभा केला. त्यांच्या अभ्यासाला रोमिला थापर, हर्बन्स मुखिया, धर्मेंद्रनाथ शास्त्री, गेल ओम्व्हेट, रावसाहेब कसबे आदींनी सहमती दर्शवली.

व्यक्तीला स्वतःच्या सामाजिक अस्तित्वाची व अस्मितांची ओळख जाती-वर्गातून घडण्याची प्रक्रिया आपण पाहात आलो आहे. म्हणून जातिवर्गस्त्रीदास्यान्तासाठी नव्या सामाजिक अस्मितांच्या शोधासाठी इतिहासाची मदत आणि इतिहासाच्या मीमांसेची गरज वाटते. इतिहासातून आणि त्याच्या विश्लेषणातून सामाजिक गतिनियम स्पष्ट होत जातात. म्हणून एखाद्या विषमताधिष्ठित बाबींच्या अंतासाठी घेतलेली भूमिका वस्तुनिष्ठतेला बाधक ठरत नाही. इतिहासकाराला वकिलाची भूमिका करावी लागते, तर मीमांसकाला मात्र न्यायाधीशाची भूमिका अनिवार्य ठरते. यात लोकप्रवादापेक्षा प्रबोधनातून साकारलेल्या सामाजिक न्यायाला महत्त्व देणे आवश्यक ठरते. समाजातील जातपितृसत्ताक वास्तव वर्तमानाला आणि भविष्यालाही प्रभावित करण्याची मनीषा बाळगून असते, हे आपणाला इतिहासाच्या अभ्यासाने पुरेसे ध्यानात यायला वाव आहे. त्यामुळे पितृसत्ताक जातिसंस्थेच्या चिकित्सक अवलोकनाची आवश्यकता सतत निर्माण होत असते. जातिसंस्थेला बळ पुरवणारा भौतिक ढाचा इतिहासाच्या अभ्यासानेच समजावून घेता येतो. शोषित, कष्टकरी कनिष्ठ जाती व प्रभुत्व गाजवणाऱ्या शोषकांच्या वरिष्ठ जातींचे व्यवसाय आणि त्यातून तयार झालेले वरकड मूल्य अभिजनांच्या प्रासादाचा चिरा बनते. पितृसत्ताक जातीयता स्त्रियांच्या शारीरिक श्रमांबरोबर लैंगिकता अंकित करून गबर होण्याची वहिवाट तयार करते. जात आणि लैंगिकता नियंत्रणात आणण्यासाठी पितृसत्ताक धारणा धर्माचा वापर करत असतात. नैसर्गिक क्षमतेचा स्रोत धर्माच्या कृत्रिम कोंदणात बंदिस्त करण्याचे प्रयत्न इतिहासभर ब्राह्मणी इतिहासकारांकडून होत आलेले आहेत.

पितृसत्ताक जातिसंस्थेसंबंधीच्या संशोधनातून भारतीय समाजाच्या अस्तित्वाचे, जडणघडणीचे व समस्यांचे आकलन करून घेण्याचे प्रयत्न होत आलेले आहेत. लोकायत, चार्वाक, बौद्ध, जैन, बसवेश्वर, महानुभव, वारकरी संप्रदायांची कामगिरी या संदर्भात पथदर्शक आहे. ते सर्व प्रकारच्या ऐतिहासिक आणि सामाजिक वास्तवाला प्रभावित

करत असल्याने समता आणू इच्छिणाऱ्या धारणांना प्रभावित करत आले आहेत. पितृसत्ताक जाती उगमाचा आणि जडणघडणीचा शोध घेताना यांना विरोध करणाऱ्या विचारांचा इतिहास शोधण्यातून नवा इतिहास घडवण्याची पूर्वतयारी सुरू होते. शोषणाचे फायदे घेणाऱ्या पितृसत्ताक जातिवर्गांना समग्र मुक्तीअभावी हे फायदे भ्रामक वाटावयास लावणे आणि त्यांची ऐतिहासिक चूक लक्षात आणून देणे हे अब्राह्मणी इतिहासकारांसमोरील आव्हान असले तरी ते अशक्य मात्र नाही.

या अब्राह्मणी इतिहासमीमांसेची काही वैशिष्ट्ये पुढीलप्रमाणे सांगता येतील-

१. जातिव्यवस्था शोषण करते याचे भान ठेवणे.

२. स्त्रीदास्य, स्पृश्य-अस्पृश्यभेद यांकडे सुटे-सुटे न पाहता त्यांच्यातील अंतर्सबंधाचे, संघर्षाचे आणि समतेचे धागेदोरे इतिहासात शोधणे.

३. मानवाचे स्वातंत्र्य, समता नाकारणाऱ्या-स्वीकारणाऱ्या रूढी-परंपरा यांचा शोध घेणे. सर्व प्रकारच्या बंधनांच्या विरोधात भूमिका घेणे.

४. स्त्रीशूद्रातिशूद्रांचा आणि ब्राह्मण्याचा जातिव्यवस्थेशी असणारा संबंध स्पष्ट करणे.

५. इतिहास समजून घेताना आणि इतिहासलेखन करताना भक्कम पुरावा नसेल तेथे दंतकथांचा (Myths) आधार घेणे.

६. दशावतारांच्या कथांचा, मिथककथांचा, प्रतीकांचा नवा अन्वयार्थ लावून भारतातील सामाजिक संघर्ष विशद करणे.

७. चातुर्वर्ण्यातून जाती निर्माण झाल्या, याची मांडणी करणे.

८. खाजगी मालमत्ता बुद्धपूर्व प्राचीन भारतात नव्हती, तर सामूहिक मालकी अस्तित्वात होती. याच काळात कुटुंब हा घटक अस्तित्वात नसून कुल हा घटक अस्तित्वात होता. कुल ही सामंतपूर्वक गणसमाजाची संस्था असून ती समान वाटपावर अस्तित्वात होती. तर कुटुंब ही सामंतप्राथाक समाजाची संस्था होती व ती खाजगी मालमत्तेला उत्तेजन देणारी होती. कुटुंबसंस्थेच्या आणि जातिसंस्थेच्या उदयाने स्त्रियांचे दास्य वाढून त्या पुरुषाच्या दास बनल्या.

महात्मा जोतीबा फुलेंनी स्त्रीशूद्रातिशूद्रांना ब्राह्मणी गुलामगिरीतून मुक्त करण्यासाठी चळवळ उभारली. त्यांनी भारतीय इतिहासाची नवी पर्यायी मांडणी केली. या प्रवाहाला अब्राह्मणी इतिहासलेखनाची पहाट म्हणता येईल. त्यांनी इतिहासाचे पुनर्लेखन करताना समतेवर आधारित बळी राज्याची संकल्पना मांडून जातवर्णस्त्रीदास्यावर आधारित रामराज्याच्या मर्यादा स्पष्ट केल्या.

वसाहतवादी, साम्राज्यवादी, ब्राह्मणी इतिहासकारांचा विदारक अनुभव त्यांच्या समकालीनांप्रमाणेच फुल्यांना आला. थॉमस पेनच्या 'एज ऑफ रिझन' पुस्तकाच्या

आधारे फुल्यांना आपल्या समाजातील दुफळी लक्षात आल्यावर परकीय आक्रमणाच्या संक्रमणकाळत निर्माण झालेल्या समस्या व भारतीय वर्ण, जात, वर्ग दास्यांच्या समस्या सोडविण्यासाठी त्यांना वाट काढावी लागली. नव्या पायावर समाजरचना निर्माण करण्याची निकडही त्यांना जाणवली. त्यामुळे एकीकडे आपल्या अनुभवांच्या आधारे जोतीराव फुले भारतातील जातीच्या उतरंडीच्या रचनेला शह देऊन ब्राह्मणी धर्म, विचार, इतिहास संरचनांमध्ये मूलभूत परिवर्तन हवे, असे सतत आग्रहपूर्वक मांडत होते, तर दुसरीकडे इंग्रज सरकारची व्यापारी दृष्टीही फुल्यांना चांगलीच जाणवत होती. म्हणून त्यांची जातवर्गलिंगभावकेंद्री इतिहासमीमांसा साकार होऊ शकली.

फुले भारताचा इतिहास आर्य-अनार्य संघर्षाचा व ब्राह्मण्य वर्चस्वप्राप्तीचा इतिहास मानतात. 'गुलामगिरी' या ग्रंथाच्या इंग्रजी प्रस्तावनेत ते लिहितात, "थोडक्यात, हा भारतातील ब्राह्मणांच्या वर्चस्वाचा इतिहास आहे."[१२] 'बळीस्थानात जाती कशा निर्माण झाल्या' याचे विश्लेषण करून भारतात दासप्रथेची सुरुवात कशी झाली, याचे सखोल विश्लेषण फुल्यांनी केले. चातुर्वर्ण्य आणि त्यातून जाती दृढ केल्या गेल्या. अशी आक्रमणे अन्यही भागांत होत होती, परंतु तिथे दासप्रथेशिवाय दुसरी अस्पृश्यादी प्रथा का सुरू झाली नाही, असाही प्रश्न फुल्यांना इतिहासक्रमात विचारावासा वाटला. जन्मसिद्ध उच्च-नीचभाव निर्माण करून तिला धर्मशास्त्राचे कायदेशीर रूप देण्यात या आर्य-आक्रमकांनी कमालीची क्रूरता दाखवली असेही फुलेंनी सुचविले आहे.

इतिहास उलगडताना मिथककथांचा, जाणिवांचा, स्मृतींचाही वापर फुल्यांनी केला. बलीप्रतिपदेला ब्राह्मण स्त्रिया काडीने कणकेच्या बळीचे पोट फोडून प्रवेश करतात तर ब्राह्मणेतर स्त्रिया बळीला आयुष्य मागतात. ही आपल्या नायकाप्रति इतिहासातून आलेली जाणीव आणि त्यांच्या स्मृती वर्तमानात प्रतिबिंबित होताना दोन प्रवाह दोन तऱ्हांनी जपताना दिसतात. येथेच इतिहासाचे द्विध्रुवीय सूत्र (ब्राह्मणी-अब्राह्मणी) सापडते.

सावित्रीबाई फुले, सगुणाबाई क्षीरसागर, फातिमा शेख, ताराबाई शिंदे, सिंथिया फरार, मुक्ता साळवे, पंडिता रमाबाई, तानुबाई बिरजे यांसारख्या अब्राह्मणी विचाराच्या स्त्रियांनीही १९व्या शतकातच ब्राह्मणी भूमिकेविरुद्ध लेखणी चालवून आवाज उठविला होता. धर्माच्या माध्यमातून दडपलेला इतिहास शोधणे, भाकडकथांमागे दडलेली सर्वसामान्य माणसाची मूळ प्रतिमा शोधून काढणे, त्यामध्ये शोषणाच्या हेतूने घुसडलेला चमत्काराचा भाग दूर करणे ही या फुले परंपरेतील इतिहासमीमांसेची सापेक्ष वाट होती. हाच धागा पकडून पुढे डॉ. बाबासाहेब आंबेडकरांनी जातीचा शोध, तिची रचना आणि विध्वंसनाचे मार्ग शोधले. शूद्र मूळचे कोण आणि ते असपृश्य कसे बनले? याचाही ऐतिहासिक शोध त्यांनी घेतला. सुरुवातीलाच इतिहास, इतिहासलेखन व इतिहासकार यांवर ते लिहितात, इतिहासकार हा नेमकेपणाने सत्य सांगणारा प्रामाणिक व निःपक्षपाती

असला पाहिजे. कोणताही हितसंबंध, भीती, लोभ आणि क्रोध यांच्या आहारी त्याने जाता कामा नये. त्याने भावनाविवशता टाळणे आवश्यक आहे. सत्य हीच इतिहासाची जननी आहे हे ध्यानात ठेवून, त्याने नेहमी सत्याशी इमान राखले पाहिजे. इतिहासातील प्रमुख घटना समाजाच्या दृष्टिआड होऊ न देता त्यांची स्मृती कायम राहील, याची त्याने काळजी घेतली पाहिजे. तो भूतकाळाचा साक्षीदार आणि भविष्यकाळाचा द्रष्टा असला पाहिजे. थोडक्यात, त्याचे मन नेहमी उघडे असले पाहिजे. पण ते रिकामे असता कामा नये. जो पुरावा त्याच्यासमोर असेल, तो तपासून पाहण्याची त्याची तयारी असली पाहिजे.[१३] अशा प्रकारची भूमिका घेऊन भारतातील जातिसंस्थेसंबंधीचे इतिहासलेखन आणि मीमांसा त्यांनी आरंभली. जातिसंस्थेच्या उगमाविषयी त्यांनी जे ऐतिहासिक संशोधन केले, ते सूत्ररूपाने पुढीलप्रमाणे मांडता येईल.

१. भारतातील लोक हे चार वंशांच्या संमिश्रतेने बनलेले आहेत. (आर्य, द्रविड, मंगोलियन व सिथियन) हे चार वंशांचे लोक सांस्कृतिकदृष्ट्या परस्परांपासून भिन्न होते. प्राचीन काळी भारताबाहेरून विविध दिशांनी हे सर्व लोक (द्रविडांसह) टोळ्यांच्या स्वरूपात भारतात आले.
२. या सर्व लोकांचा परस्परांवर परिणाम होऊन त्यातून एकसमान व एकजीव संस्कृती येथे नंतर निर्माण झाली.
३. या एकजीव समाजाचे नंतर तुकडे होऊन त्यातून जाती निर्माण झाल्या.
४. वर्ण आणि जात या दोन वेगवेगळ्या गोष्टी आहेत. वर्ण हे गुणांवर अवलंबून असतात. ते एक प्रकारचे वर्ग असतात. मात्र जात जन्मावर अवलंबून असते. ब्राह्मण ते शूद्र असे हिंदू समाजातील पूर्वीचे चार वर्ग म्हणजे गुणकर्मावर आधारलेले चार वर्ग होते. व्यक्तीच्या गुणांप्रमाणे वर्णांतर व आंतरवर्णीय विवाह हे त्या समाजाचे वैशिष्ट्य होते.
५. नंतरच्या काळात ब्राह्मण वर्गाने आपल्याच वर्गातील व्यक्तिंशी विवाह करण्याची पद्धत रूढ केली व त्यामुळे ब्राह्मण वर्गाचे रूपांतर जातीत झाले. वर्णाची (वर्गाची) जात बनली.
६. ब्राह्मणेतर वर्णांनीही ब्राह्मणांचे याबातीत अनुकरण केले व त्यांच्याही वर्णांचे रूपांतर जातीत झाले. नंतर क्रमाने चार वर्णांचे तुकडे होऊन चार हजार जाती तयार झाल्या.
७. ही जातिसंस्था टिकवण्यासाठी बालविवाह, विधवापुनर्विवाहबंदी व सतीप्रथा या तीन साधनांचा उपयोग करण्यात आला.

अशा प्रकारे ऐतिहासिक मांडणी केल्यानंतर ‘जातीबाह्य विवाहाची उणीव म्हणजेच

जात्यांतर्गत विवाह हाच खराखुरा जातीचा आत्मा' असल्याचा निष्कर्ष आंबेडकर काढतात. म्हणजे ते 'स्त्रिया या जातिव्यवस्थेचे प्रवेशद्वार आहेत',[१४] असे सांगताना जात-पितृसत्तेचा व्यूह एकत्रितपणे भेदतात.

डॉ. आंबेडकरांचे समग्र वाङ्मय महाराष्ट्र सरकारने २२ खंडांत छापले. आणखी एवढेच खंड छापून होतील एवढे वाङ्मय प्रकाशात येण्याची वाट पाहात आहे. या लेखनात इतिहासाला पथदर्शक ठरेल अशा घटनांची रेलचेल आहे. यातून इतिहासातील वस्तुनिष्ठता, न्यायवादी इतिहासलेखन, सरलतेचा सिद्धांत, इतिहासातील प्रवर्तनशीलता, इतिहासातील निरीश्वरवाद अधोरेखित केला गेला आहे. पिजवनच्या निमित्ताने मिथकाचा अर्थ पर्यायी प्रतीके सांगताना वर्तमानाचे इतिहासाशी असणारे नाते त्यांनी विशद केले.[१५]

जेथे साधनेच नसतील, असलेली साधने याविषयी बोलत नसतील किंवा विकृत चित्रण करीत असतील, तर हितसंबंधाचा विचार करून अशा प्रकारचा इतिहास पुन्हा-पुन्हा तपासावा लागतो. म्हणून इतिहासाचा इतिहास लिहिण्याचा घाट घालावा लागतो. साहित्य, कला, धर्म, संस्कृती यांविषयी उलट तपासणी करून शूद्रांविषयी, त्यांच्या जगण्याविषयी, त्यांच्या शिकवण्याविषयी शोध घेऊन इतिहासाचे पुनर्लेखन आवश्यक ठरते. उत्पादन, जात आणि अभिव्यक्तीचा शोध घेऊन कोणती जात इतिहासाच्या विविध अवस्थांत काय निर्मिती करत होती, त्याचा उत्पादनाशी व पुनरुत्पादनाशी काय संबंध होता, त्याची अभिव्यक्ती काय होती, याविषयी इतिहासात खूपच कमी लिहिले गेले आहे. येथे याविषयी फक्त निकड प्रतिपादन करतो विस्तारभयास्तव!

भारताचा जातवर्गलिंगभावकेंद्री इतिहास आणि त्याची मीमांसा तपासताना दडपलेला इतिहास शोधण्याचा हा प्रयत्न होता. सध्याच्या बाजारू भांडवली पुरुषप्रधानतेत स्त्रियांची अदृश्यता दृश्य करणे एवढाच या निबंधाचा हेतू नाही. त्यासंदर्भातील पितृसत्तेचा शोध घेऊन त्याचे वर्तमानाशी नाते जोडण्याचाही आहे. भारतातील दृश्यरूपात दिसणारी गरीब-श्रीमंत दरी ही प्रायः करून अस्पृश्य जातीतच का आहे? त्या जाती गरीब का राहिल्या? या प्रश्नांचे धागेदोरे वर्णव्यवस्थेच्या मुळापर्यंत जातात. दिवसेंदिवस नव-नव्या जाती-जमातींचा शोध लागून त्या जाती-जमाती संविधानाच्या चौकटीत आरक्षण मागत आहेत. भारतातील ब्राह्मण-बनिया वर्ग नोकऱ्यांच्या अव्वल स्थानावर तर आहेतच, शिवाय मोठया उद्योगधंद्याच्या निर्णायक आसनांवरही आहेत. कारखान्यातील कामगार मात्र अनुक्रमे अस्पृश्य, आदिवासी, भटके, इतर मागास जाती जमातींपैकी आहेत. शैक्षणिक अभ्यासक्रमाच्या पुस्तकात याविषयीचे लिखाण अपवादानेच आले आहे.

१९ व्या शतकात वसाहतवाद्यांनी भारतीय जातिसंस्थेचा केलेला अभ्यास राष्ट्रवादी इतिहासमीमांसकांनी दुर्लक्षिला. जातीच्या विषमतापूर्ण उतरंडीला मोगलकाळ आणि ब्रिटिश काळच राष्ट्रवाद्यांनी जबाबदार धरला. मार्क्सवाद्यांनी जात इमल्याचा भाग मानल्याने

वर्गक्रांतीनंतर जाती नष्ट होतील, याविषयी भाबडा आशावाद बाळगला. सबाल्टर्न इतिहासकारांनी फुले-आंबेडकर-पेरीयार यांचे जातिविध्वंसनाचे काम दुर्लक्षून संशोधन अभिजनवादी वळणावरच नेले. स्त्रीमुक्तीवाद्यांनी 'सर्व स्त्रिया समान शोषित असतात', असा नारा देताना दलित स्त्रियांचे जातिव्यवस्थेतून आलेले प्रश्न अभ्यासण्याची तसदी घेतली नाही.

जातवर्गस्त्रीदास्यान्तक अब्राह्मणी चळवळीसमोर असा कटू अनुभव असल्याने त्यांनी उपरोक्त पाचही प्रवाहांची चिकित्सा आरंभली. स्त्रीसत्ताक, मातृसत्ताक समता परंपरांची दखल घेतली. वर्ण, जात, पितृसत्तेचे बहुप्रवाही ऐतिहासिक भौतिकवाद पद्धतीने विश्लेषण केले. वर्णाची जात, जातीय शोषणाचे पीडन, स्त्रियांच्या शोषण पीडनाचा त्यांनी ऐतिहासिक शोध घेतला. सामंतप्रथाक जातिव्यवस्था, अनुवंशिकता, जन्मसिद्ध व्यवसाय, जातीत रोटीव्यवहार, जातीतच बेटी व्यवहार, जातीची उतरंड, जातवार वस्त्या, जातपंचायत या सात लक्षणांनी जातीय शोषण युक्त आहे, हे या प्रवाहाने मांडले. ब्रिटिश आगमनानंतर भारतात जातिव्यवस्थेचे पोट फाडून वर्गव्यवस्था आली आणि भारत जातवर्गीयपितृसत्ताक बनला.

याविषयी सखोल संशोधन आणि मीमांसा होण्याची गरज प्रतिपादून शोधनिबंध संपवतो.

संदर्भ व टिपा

१. बहुजन समाज पक्ष १९८० च्या पूर्वीपासूनच ब्राह्मणेतर आणि बनियातर जाती ४५% असल्याचे सांगतो आहे. पाहा- काशीराम, *चमचा युग*, (अनु. प्रदीप मोहिते), बामसेफ प्रकाशन, पुणे, २००९, पृ. ५.

२. उदाहरणार्थ, पाहा- भारत-पाकिस्तान फाळणी, भारतवर्षातील इराण-इराक-अफगाणिस्थान देश. शिवाय रशियाचे १४ भागांत झालेले विभाजन जसे, झेकोस्लाव, क्झागिस्थान इत्यादी.

३. आमचे पूर्वज मानत आले आहेत की, जन्माला येणाऱ्या बाळाचे भविष्य पाहून किंवा त्याचे भविष्य सटवी नावाची देवी ब्रह्मदेवाला सांगते आणि ब्रह्मा त्या बालकाचे भविष्य लिहितो. मातृदेवता असलेली सटवी प्रतिभावान असली पाहिजे आणि ब्रह्मा हा तिचा कारकून! पण वर्तमान काळात लिहिलेल्या बखरी आणि धार्मिक ग्रंथ किंवा शेत-जमिनीविषयीच्या नोंदी बदलणारे घालमोडे दादा त्यात कशा प्रकाराचे फेरफार करतात, याचा प्रत्यय आजही येतो.

४. इ. एच. कार, (अनुवाद : वि.गो. लेले), *इतिहास म्हणजे काय?*, कॉण्टिनेण्टल प्रकाशन पुणे, १९९४, पृ. ५.

५. शरद पाटील (संपा.), *सत्यशोधक मार्क्सवादी*, अंक-७-८, धुळे, १९८८, पृ. ९.

६. शरद पाटील यांनी वर्णजातस्त्रीदास्यसमर्थक विचारांना ब्राह्मणी आणि वर्णजातस्त्रीदास्यान्तकवादी विचारांना अब्राह्मणी म्हटले आहे. या संज्ञा त्यांनी पूर्वसूरींच्या इतिहासाच्या अभ्यासातून साकारल्या आहेत.
७. विद्युत भागवत व प्रतिमा परदेशी, (संपा.), *अब्राह्मणी स्त्रीवादी इतिहासलेखनाच्या दिशेने,* पुणे विद्यापीठ, पुणे, १९९९, पृ. ४.
८. प्रतिमा परदेशी, *जातिव्यवस्था आणि स्त्रीमुक्ती,* नाना पाटील अकादमी पुणे, १९९९, पृ. १.
९. पाहा-
   १) श्री. व्यं. केतकर, *शातवाहन पर्व,* भाग-१, महाराष्ट्र ज्ञानकोश मंडळ, पुणे, १९३५, पृ. ८,३००.
   २) वि. का राजवाडे, *राधामाधव विलासचंपू,* चित्रशाळा प्रेस, पुणे, १९२२, पृ. १५५-१५६.
१०. शरद पाटील (संपा.), *सत्यशोधक मार्क्सवादी,* अंक ७-८, धुळे, १९८८, पृ. ६०.
११. नारायण भोसले, *भटक्यांची पितृसत्ताक जातपंचायतः परंपरा आणि संघर्ष,* द ताईची प्रकाशन, पुणे, २००८, पृ. १६.
१२. य. दि. फडके (संपा.), *महात्मा फुले समग्र वाङ्मय,* मुंबई, १९९९, पृ. १२०. (अनुवाद लेखकाचा).
१३. बाबासाहेब आंबेडकर, (अनु. चांगदेव खैरमोडे), *शूद्र पूर्वी कोण होते?,* सुगत प्रकाशन, नागपूर, १९७९, पृ. १८.
१४. बाबासाहेब आंबेडकर, (अनु. महेंद्र गांजरे), *भारतातील जाती,* अशोक प्रकाशन, नागपूर, १९७६, पृ. १७.
१५. बाबासाहेब आंबेडकर, शूद्र पूर्वी कोण होते, पूर्वोक्त, पृ. २०.
भांडारकर संस्थेने संपादित केलेल्या महाभारताच्या विविध आवृत्त्यांच्या आधारावर 'पिजवन या शूद्र राजाचा राज्याभिषेक झाला होता', असा शोध लावला आहे. डॉ. आंबेडकरांच्या मते, प्राचीन भारतात शूद्र ही स्वतंत्र जमात होती. या जमातीशी आर्यांचा संघर्ष होऊन तिला अस्पृश्य बनविण्यात आल्याचा शोध त्यांनी मिथकाचा उलगडा करून लावला.

नवमार्क्सवाद

डॉ. अनू सक्सेना
अनुवाद : प्रा. चित्रा लेले

विसाव्या शतकाच्या मध्यात युरोपमधील मार्क्सवादाचे स्वरूप १९१४ च्या द्वितीय इंटरनॅशनलचा पाडाव आणि त्यानंतरच्या दशकांत पश्चिमी युरोपातील कामगार चळवळीचे पराभव यांमुळे प्रभावित झाले होते. या पाडावानंतर मार्क्सवादी विचारांचे केंद्र सुरुवातीला पूर्वेकडे हलले. मात्र तेथे स्टॅलिनच्या उदयामुळे ते लवकरच दबले गेले. अधिक व्यामिश्र, तरल मार्क्सवादाचे रूप पश्चिमी युरोपात उदयास आले. विकसित भांडवली देशांत संसदीय लोकशाही सर्वमान्य झाली होती. तेथील अर्थव्यवस्थेची नेत्रदीपक वाढ होत होती. त्याकाळात अनेक मार्क्सवादी विचारवंतांत निराशेचे वातावरण पसरले. ही निराशा केवळ सोव्हिएत नोकरशाहीचे दमनकारी स्वरूप लक्षात घेतल्याने वाढली नव्हती. भौगोलिकदृष्ट्या, मार्क्सवादी विचार मोठे साम्यवादी पक्ष असणाऱ्या जर्मनी, फ्रान्स आणि इटली या देशांत केंद्रित झाला. मार्क्स यांनी तत्त्वज्ञानापासून सुरुवात केली आणि नंतर ते अर्थशास्त्राकडे वळले, तर पश्चिमेतील नवमार्क्सवादी विचारवंत या दिशेच्या बरोबर उलट्या दिशेने प्रवास करत आहेत. काही बाबतीत तर ते मार्क्सपूर्व तत्त्वज्ञ- स्पिनोझा, कांट आणि हेगेल यांच्याकडून प्रेरणा घेत आहेत. मागच्या पिढीतील मार्क्सवादी सैद्धांतिकांपेक्षा वेगळ्या म्हणजे पाश्चात्त्य मार्क्सवाद्यांच्या झेंड्याखाली एकत्रित गटांमध्ये राजकीय पक्षांतील महत्त्वपूर्ण व्यक्ती नव्हत्या. ते कार्यकर्ते नव्हते, तर अभ्यासक होते. कामगारवर्गाच्या चळवळीची घसरण सुरू असताना ते लिखाण करत होते. त्यामुळे राजकीय पक्षांपासून त्यांची तुलनात्मक अलिप्तता दिसते. अशा प्रकारे या मार्क्सवादी लेखकांच्या लेखनात तत्त्वज्ञान, ज्ञानमीमांसा, संशोधनपद्धतीशास्त्र आणि अगदी सौंदर्यशास्त्र या विषयांचे प्रमाण राजकीय वा आर्थिक विषयांपेक्षा अधिक आहे. आणि तरीही त्यांच्या अगदी क्लिष्ट लिखाणाच्या राजकीय परिणामांवर ते भर देताना दिसतात.[१] या निबंधात पाश्चात्त्य मार्क्सवादी विचारवंतांच्या लेखनावर लक्ष केंद्रित केले आहे.

या संदर्भात पाश्चात्त्य मार्क्सवाद्यांमधून काटेकोर, मार्क्सवादी शिस्त पाळणारे, सनातनी मार्क्सवादी आणि ऑटोबाअर वा कार्ल रेनसारख्या ऑस्ट्रो-मार्क्सवाद्यांना वगळले आहे. यामध्ये मध्य युरोपातील लुकाच व कॉर्शच्या लेखनाचा, इटलीतील ग्रामची आणि जर्मनीतील फ्रँकफर्ट परंपरेमधील विचारवंतांचा समावेश केलेला आहे.

पाश्चात्त्य मार्क्सवाद हा पश्चिमेतील मार्क्सवादाच्या पराभवाचे तात्त्विक चिंतन आहे. या चिंतनाचे थेट राजकीय परिणाम आहेत, मात्र पाश्चात्त्य मार्क्सवाद हा थेट राजकीय स्वरूपाचा नाही. यशस्वी राजकारणासाठी मार्क्सवादाच्या तात्त्विक आधारांचा पुनर्विचार करणे ही पूर्वअट मानली गेली. पाश्चात्त्य मार्क्सवाद या पुनर्विचारासाठी 'भांडवली' तत्त्वज्ञानाशी जोडून घेण्यास उत्सुक होता. पहिल्या महायुद्धानंतरचे बदल व घडामोडी यांतून हेगेलच्या विचारांचे पुनरुज्जीवन झाले. त्यांचा सैद्धांतिक पूरक भाग लेनिन यांच्या नंतरच्या लेखनात आणि विशेषतः लुकाच यांच्या सुरुवातीच्या लेखनात आढळतो. फ्रॉईडच्या सिद्धांतांचा प्रभाव फ्रँकफर्ट पंथावर विशेषतः रिच, मार्कस यांचे लेखन आणि हाबरमास यांचे सुरुवातीचे लेखन यांवर जाणवतो. नाझीवादाचा उदय आणि त्याचे परिणाम यांमुळे मार्क्सवादी सिद्धांताचे केंद्र पश्चिमेत फ्रान्सकडे हलले आणि मग अस्तित्ववाद आणि नंतर संरचनावाद या दोन प्रमुख तत्त्वज्ञानाच्या पद्धती पुढे आल्या. आणि अगदी इतक्यात, अँग्लो-सॅक्सन जगात, काही मार्क्सवादी चर्चांमधे रेगन-थॅचर यांच्या व्यक्तिवादी विचारसरणीच्या दशकात विश्लेषणात्मक तत्त्वज्ञानाचा वापर मार्क्सवादाचा अन्वयार्थ लावण्यासाठी केलेला आहे. ज्याला मार्क्सवाद म्हटले गेले, त्याच्याशी हे विचार खरच सुसंगत आहेत का, असा प्रश्न लोक विचारतीलही. मात्र पाश्चात्त्य मार्क्सवादाने द्वितीय इंटरनॅशनल आणि लेनिनचा कर्मठवाद या मर्यादित परिप्रेक्ष्यांपलीकडे मार्क्सवादी विचारांचे क्षितिज विस्तारले आहे, हे निर्विवाद सत्य आहे. ग्रामची यांची प्रभुत्वाची (Hegemony) संकल्पना व तिचा राजकीय संस्कृतीवरील परिणाम, मार्कस यांची फ्रॉईडवरची टीका, होर्खायमर आणि ॲडोर्नो यांची प्रबोधनाची प्रखर टीका-अभिजात मार्क्सवादी परंपरेतील कमकुवत दुवे व अंतर कमी करण्याच्या प्रयत्नातून तत्त्वज्ञान, राजकारण आणि समाज यांवर दर्जेदार साहित्य निर्माण झाले आहे.[२]

पाश्चात्त्य मार्क्सवादाचे महत्त्वाचे विचारवंत म्हणजे हंगेरीचे मार्क्सवादी जॉर्ज लुकाच (१८८५-१९७१) हे आहेत. मार्क्सवादाला मानवतावादी तत्त्वज्ञान स्वरूपात मांडणाऱ्या काही पहिल्या विचारवंतांपैकी ते एक होत. त्यांचे महत्त्वाचे लेखन म्हणजे 'हिस्टरी ॲण्ड क्लास कॉंशियसनेस' (History and Class Consciousness) असून ते त्यांनी हंगेरीचे कम्यून दडपून टाकल्यानंतर व्हिएन्नामधील हद्दपारीच्या वास्तव्यात लिहिले आहे. मार्क्सच्या विचारांच्या, मांडणीच्या निर्मितीप्रक्रियेत हेगेलच्या भूमिकेचे महत्त्वपूर्ण परीक्षण मांडणारा पहिला मार्क्सवादी विचारवंत म्हणजे लुकाच होय. त्यांनी मार्क्सवादाचा

हेगेलवादी आयाम मांडला आहे. लुकाच यांच्या मते, मार्क्सवादाचे गाभातत्त्व असणाऱ्या द्वंद्वात्मक पद्धतीमध्ये जगाविषयीचा एक दृष्टिकोन अभिप्रेत आहे. या दृष्टिकोनात जगाविषयीच्या विचारामध्ये जग बदलण्याविषयीचा विचारही समाविष्ट आहे. द्वंद्वात्मकता क्रांतिकारी प्रक्रियेच्या व्यावहारिक प्रतिबद्धतेतील एक अंतर्भूत घटक आहे. आपल्या दीर्घ व विस्तृत विवेचनात लुकाच यांनी दाखवून दिले आहे की, पूर्वीच्या विचारवंतांनी कर्ता (Subject) आणि त्याला विषयरूप असलेले वास्तव (Object) यांना पूर्णपणे अलग केल्यामुळे जगाविषयी योग्य आकलन करणे शक्य नव्हते. हा अलगपणा हेगेल यांच्या मांडणीत साधला गेला. मात्र तो आदर्शवादी पद्धतीने साधला गेला. 'कर्ता' आणि 'वास्तव' यांना एकत्र आणू शकणारा वर्ग म्हणजे सर्वहारा वर्ग होय. हा वर्ग इतिहासातील त्याच्या वस्तुनिष्ठ कार्याला (किमान त्या वर्गात वर्ग जाणीव आहे तोवर) व्यक्तिनिष्ठ विचारांतून व्यक्त करत असतो. कर्ता आणि विषयरूप वास्तव यांतील ही ऐतिहासिक क्रियाप्रतिक्रिया लुकाचच्या मते द्वंद्वात्मकतेचे मूलभूत स्वरूप असते.[३]

लुकाच यांचा मुख्य सिद्धांत म्हणजे त्यांच्या लेखनाच्या शीर्षकातील दोन संज्ञा- इतिहास आणि वर्गजाणीव या खरंतर एकच आहेत. लुकाच त्यांच्या वर्गजाणिवेच्या चर्चेमध्ये सर्वहारावर्गाच्या खऱ्या व्यक्तिनिष्ठ जाणिवेच्या पलीकडे जाऊन 'संपादित' जाणिवेबद्दल बोलतात. ही जाणीव म्हणजे वर्ग जेव्हा आपल्या हितसंबंधाविषयी पूर्णपणे जागृत होतो, तेव्हाची जाणीव होय. सर्वहारावर्ग जागृत होईपर्यंत आणि कर्ता आणि विषयरूप वास्तव भूमिकांचे एकत्रीकरण होईपर्यंत जगाविषयीच्या आकलनात (ज्याला लुकाच वस्तुभवन (Reification) म्हणतात) त्या घटितामुळे अडसर निर्माण होतो. लुकाच यांनी मार्क्सच्या विश्लेषणापासून सुरुवात केली आहे. मनुष्यप्राण्यांपासून स्वतंत्र वाटणाऱ्या वस्तुनिष्ठ कायद्यांद्वारा मनुष्यप्राण्यांवर वस्तूंचे जग अधिराज्य गाजवू लागते. लोक वस्तुरूप बनतात, त्यांच्या स्वतःच्या जीवन निर्मितीच्या प्रक्रियांचे निष्क्रिय बघे बनतात. लुकाच या वस्तुभवनाची चर्चा श्रमाच्या आर्थिक विभागणीपासून सुरू करून पुढे ती राज्य आणि आधुनिक नोकरशाहीपर्यंत नेतात. या समग्रतेने लुकाच वस्तुभवनाचा विचार करतात. श्रमाचे विशेषीकरण आणि समाजाचे तुकड्यांत विभाजन होण्याची प्रक्रिया यांतून लाभ आणि त्यांच्याभोवतीचे जग यांच्याकडे विभक्त स्वरूपात पाहिले जाते. जणूकाही त्या अंतर्गत संबंध नसणाऱ्या वस्तू आहेत. समाजात भांडवलशाहीचा उदय आता एका अशा टप्प्यापर्यंत आला आहे जेथे सर्वहारावर्ग वस्तुभवन नष्ट करून ऐतिहासिक प्रक्रियेचे कर्ते बनतील.[४]

या विचारांचा विकास पुढे इटालियन साम्यवादी विचारवंत आंतोनिओ ग्रामची (१८९१-१९७३) यांच्या लेखनात दिसतो. ग्रामची यांनीही विचारसरणीविषयीच्या मार्क्सवादी धारणांसंबंधी विचार मांडले आहेत. ग्रामचींची विचारसरणीची हाताळणी

सर्वाधिक सुविकसित आहे. त्यांनी १९२१ मध्ये इटालियन साम्यवादी पक्ष स्थापन केला आणि त्यांना मुसोलिनीने अटक करून कैदेत टाकेपर्यंत ते त्या पक्षाचे दोन वर्षे नेतेही होते. ग्रामची यांनी १९२९ ते १९३५ दरम्यान लिहिलेल्या 'प्रिझन नोटबुक्स' (Prison Notebooks) या लेखनाने पाश्चिमात्य मार्क्सवादाच्या अनेक मुख्य सूत्रांचा परिचय स्टॅलिनोत्तर काळातील पश्चिम युरोपातील साम्यवादी पक्षांना करून दिला. १९ व्या शतकाच्या मध्यात भांडवली आणि उदारमतवादाची सद्दी संपून आता समाजवादी क्रांती होणार, असा चुकीचा विचार मार्क्स आणि एंगल्स यांनी केला. मार्क्स आणि एंगल्सचा आशावाद त्यांच्या जीवनकालावधीत प्रत्यक्षात उतरला नाही. २०व्या शतकातील मार्क्सवादाची एक उणीव म्हणजे भांडवलशाही वरचढ होण्याचे समाधानकारक स्पष्टीकरण देण्याचा फारच थोड्या मार्क्सवाद्यांनी प्रयत्न केला. भांडवलशाही आणि उदारमतवाद यांच्या ताकदीची कारणे आणि समाजाच्या क्रांतिकारी परिवर्तनासाठीचे मार्गही ग्रामची यांनी सुचवले आहेत. यामुळे ग्रामचीचे स्थान महत्त्वपूर्ण ठरले आहे.

ग्रामची यांनी अतिशय विकसित नागरी समाज असणाऱ्या विकसित भांडवली देशांतील वर्ग-जाणिवेचा प्रश्न आणि क्रांतीचा सिद्धांत यांची चर्चा केलेली आहे. ऐतिहासिक भौतिकवादाचा अत्यंत परिष्कृत सिद्धांत मांडून त्यांनी 'इमला' वा 'पाया' घटकांत बसवणाऱ्या कच्च्या भौतिकवादाच्या प्रकाराला नकार दिला आहे. त्यांनी त्यांच्या नंतरच्या लेखनात लेनिनवादावर टीका केली आहे. त्यांच्या मते, लेनिनवादाने उदारमतवादी लोकशाहीमधील नागरी समाजाची म्हणजे बिगर शासकीय संघटना, शिक्षण, प्रसारमाध्यमे इत्यादींसारख्या सामाजिक परिणाम साधणाऱ्या घटकांच्या क्षमतेकडे पुरेसे लक्ष दिलेले नाही.[५] ग्रामचींच्या संपूर्ण सिद्धांतात प्रभुत्वाची संकल्पना महत्त्वाची आहे. त्यांच्या मते, लोकांची सहमती प्राप्त करणारी कोणतीही सामाजिक साधने म्हणजे प्रभुत्व होय. लोकांवर केवळ शक्तीद्वारे नाही तर विचारांद्वारे सत्ता गाजवता येते, ही यामागची मूळ धारणा आहे. सर्वसामान्य नागरिकांच्या सामान्य धारणांत सत्ताधारी वर्गाची विचारसरणी ग्राम्य रूप धारण करते. सत्ता म्हणजे केवळ कायदेशीर वा शारीरिक सक्ती नाही तर भाषा, मूल्ये, संस्कृती, धारणा यांचे वर्चस्वही होय. जनसामान्यांना विचारांचे वर्चस्व आत्मसात करवून शांत ठेवले जाते वा सामावून घेतले जाते. खरंतर प्रभुत्वाचे विचार हे दुय्यम वर्गाचे प्रत्यक्ष अनुभव असतात. ग्रामचींना विचारवंतांच्या भूमिकेमध्ये रस आहे. ते विचारवंतांचे पारंपरिक विचारवंत आणि जैविक विचारवंत असे गट पाडतात. पहिल्या गटात विवेकनिष्ठ वर्गांपासून मुक्त अशा लोकांचा जसे, विद्यापीठीय अभ्यासक, धर्मोपदेशक यांचा समावेश होतो. जैविक विचारवंत वर्गसंरचनेशी अगदी जवळून संघटनात्मकदृष्ट्या जोडलेले असतात. यामधे साम्यवादी पक्षाचा वा संघटनांच्या सदस्यांचा समावेश होतो. त्यांच्या मते, हे विचारवंत त्यांच्या लेखनातून वा महत्त्वपूर्ण संस्थांमधील

त्यांच्या भूमिकेद्वारा प्रति-प्रभुत्वाची निर्मिती करण्यात मदत करण्याची शक्यता असते. अशाप्रकारे ग्रामची विचारसरणीच्या पातळीवरील संघर्षाचे प्रतिपादन करताना सर्वहारांमध्ये स्थान असलेल्या जैविक विचारवंतांनी प्रति-प्रभुत्वाची उभारणी करत, भांडवली प्रभुत्व जपणाऱ्या पारंपरिक विचारवंतांशी लढा द्यावा,[६] अशी मांडणी करतात.

ग्रामचींच्या मते भांडवलशहांचे प्रभुत्व राज्यसत्तेच्या दमनकारी शक्तींवर नियंत्रण ठेवण्यापेक्षा नागरी समाजावर वर्चस्व गाजवण्यातून प्राप्त होते. त्यामुळेच नागरी समाजाच्या विश्लेषणावर त्यांनी अधिक भर दिला आहे. ग्रामची आणि मार्क्स यांनी 'नागरी समाज' ही संकल्पना हेगेलपासून घेतली असली तरी त्यांनी त्या संकल्पनेचा वापर वेगळ्या प्रकारे केला आहे. मार्क्स यांनी आर्थिक संबंधाच्या समग्रतेचा अर्थबोध होण्यासाठी 'नागरी समाज' संज्ञा उपयोजिली आहे, तर ग्रामची यांनी प्रामुख्याने 'इमल्या'च्या संदर्भात 'नागरी समाज' ही संज्ञा वापरली आहे. संस्कृतीच्या सर्व क्षेत्रांत सत्ताधारी वर्गाच्या वैचारिक समर्थनाचा फैलाव करणाऱ्या सर्व संघटनांचा आणि तांत्रिक साधनांचा समावेश ग्रामची नागरी समाजात करतात. या दृष्टिकोनाचा एक परिणाम म्हणजे पूर्व व पश्चिमेतील विविध क्रांतिकारी डावपेचांमध्ये फरक करणे हा होय. रशियासारख्या अल्प-विकसित समाजात राज्यावर थेट हल्ला प्रथमच केला जातो, तर अधिक विकसित देशांत पहिल्यांदा नागरी समाजामध्ये घुसखोरी करण्याची गरज असते. लष्करशास्त्रातील संज्ञा वापरून बोलायचे तर ग्रामची यांनी पहिल्या प्रकारच्या हल्ल्याला चळवळीचे/डावपेचांचे युद्ध (War of Movement of Manoeuvre) म्हटले आहे. यामध्ये शस्त्रास्त्रे संरक्षणातील फळी शोधून त्यावर हल्ला चढवला जातो आणि सैन्य जलदरित्या एका बिंदूपासून दुसरीकडे हलवले जाते आणि किल्ला ताब्यात घेतला जातो. दुसऱ्या प्रकाराला ग्रामची भूमिकांचे युद्ध (War of Position) असे म्हणतात. यामध्ये शत्रू मुरलेले असतात. त्यांच्याशी खंदक खोदून दीर्घकाळ वाट पाहात युद्ध चालू ठेवावे लागते. उदाहरणार्थ, १७८९ च्या फ्रेंच राज्यक्रांतीपूर्वी फ्रेंच भांडवलशहांनी सरंजामी सत्तेच्या वैचारिक समर्थकांशी दीर्घकाळ सांस्कृतिक संघर्ष केला होता. हे भूमिकांच्या युद्धाचे उदाहरण आहे. भांडवलशाही जसजशी विकास पावेल, तसतसे भूमिकांचे युद्ध अधिक महत्त्वपूर्ण होत जाईल.[७]

ग्रामचींच्या विचारामध्ये आपल्याला मार्क्सवादी शास्त्र आणि विचारसरणी सिद्धांत (यांची संभावना ग्रामची 'अर्थवाद' म्हणून करतात.) यांची प्रतवारी सुधारण्याचे प्रयत्न दिसतात. याशिवाय द्वंद्वात्मक भौतिकवाद, सर्वसाधारण नियतीवाद (Determinism), भ्रामक-जाणिवेचा सिद्धांत आणि शेवटी समाजवादी विचारसरणीची प्रमुख कल्पना यांमध्ये सुधारणा वा त्यांची ते नव्याने मांडणी करू पाहतात. त्यांच्या मते, विचारसरणी ही सर्व भाषांत आणि संस्कृतींत खोलवर रुजलेली असली तरी सर्वसाधारणपणे ती राजकीय तत्त्वांना लागू होते. इतर दृष्टिकोन आणि मांडणीपेक्षा ग्रामचींचा दृष्टिकोन सूक्ष्मतर वाटला

तरी तो मार्क्सवादातील 'सत्य' आग्रहाने मांडतो.[८]

उदारमतवाद आणि भांडवलशाही यांनी अधिमान्यता निर्माण करून स्थैर्य कसे प्राप्त केले, हा फ्रँकफर्ट परंपरेचा जिव्हाळ्याचा विषय राहिला आहे. फ्रँकफर्ट परंपरेची स्थापना १९२३ मध्ये फ्रँकफर्ट विद्यापीठात झाली. १९३२ मध्ये नाझीवादामुळे फ्रँकफर्ट पंथाला हद्दपार होऊन अमेरिकेत जावे लागले. नाझींच्या पाडावानंतर त्याची पुनर्स्थापना फ्रँकफर्टमध्ये झाली. फ्रँकफर्टच्या विचारवंतांनी टीकात्मक सिद्धांताचा विकास केला. या सिद्धांतात मार्क्सवादी राजकीय अर्थशास्त्र, हेगेलवादी तत्त्वज्ञान आणि फ्रॉईडवादी मानसशास्त्र यांची सरमिसळ आहे. फ्रँकफर्ट परंपरेचे प्रमुख विचारवंत म्हणजे मॅक्स होर्खायमर (१८९५-१९७९) थिओडोर ऑडोर्नो (१९०३-१९६९) व हर्बर मार्कस (१८९८-१९७९) हे आहेत. या पंथाच्या पुढच्या पिढीत जर्गेन हाबरमास यांचा समावेश होतो.

लुकाच आणि ग्रामचीचा वारसा पुढे चालवत त्यांनी मार्क्सच्या शास्त्रीय दाव्यांमध्ये फारसा रस दाखवला नाही. त्यांच्या मते, मार्क्स प्रामुख्याने परात्मता नाकारणारा मानवी स्वातंत्र्याचा तत्त्वज्ञ आहे. तांत्रिक प्रगतीने निर्माण केलेल्या समस्या आणि आत्मिक गरजांकडे होणारे दुर्लक्ष हे त्यांच्या मांडणीचे मुख्य सूत्र होते. भांडवलशाही दारिद्र्य निर्माण करते, म्हणून मार्क्सवादी तिच्यावर टीका करतात, तर फ्रँकफर्ट सिद्धांतानुसार भांडवलशाहीने निर्माण केलेली मुबलकता आणि त्याचबरोबर असंख्य कृत्रिम गरजांची पूर्तता ही मूळ समस्या आहे. सनातनी मार्क्सवाद्यांपेक्षा विरोधी भूमिका घेत फ्रँकफर्ट पंथातील सिद्धांताने जीवनाची गुणवत्ता व मानवी क्षमतांची मुक्ती यावर भर दिला. या विचारवंतांच्या मते, मार्क्सवाद्यांनी सामाजिक आणि आर्थिक शक्ती मानवी वर्तनाचे निर्धारक असतात, यावर भर देताना वैयक्तिक मानसिकतेच्या प्रश्नाकडे दुर्लक्ष केले. फ्रॉईड यांचे निष्कर्ष नाकारले तरी त्यांच्या विश्लेषणाच्या आधारे फ्रँकफर्ट पंथाने म्हटले की, खंडित समाज खंडित मनोवृत्ती निर्माण करतो. या मनोवृत्तीचे निराकरण मात्र केवळ आर्थिक बदलांमुळे होत नाही.[९]

होर्खायमरसारख्या विचारवंतांनी, समाजाचे पद्धतशीरपणे विपर्यस्त केलेले स्वरूप झाकणे आणि सत्तेचे वितरण वैध असणे या अर्थाने विचारसरणीचा विचार करून तिची समीक्षा टीकात्मक दृष्टिकोनातून केली आहे. सामाजिक सत्तेसाठी होणारे संघर्ष कसे वैचारिक क्षेत्रातही प्रवेश करतात आणि विविध प्रकारच्या वैचारिक कार्यांतून वर्चस्वाचे कसे समर्थन केले जाते, हे दाखवण्याचा प्रयत्न या विचारवंतांनी केला आहे. अशाप्रकारे वर्चस्वाचे स्वरूप व कारणे उघड केल्याने प्रत्यक्ष कृती व बदल यांना चालना मिळेल, असे त्यांना वाटते. ऐतिहासिकदृष्ट्या या टीकात्मक सिद्धांताचे मुख्य लक्ष्य म्हणजे ज्ञानोदय होय. होर्खायमर आणि ऑडोर्नो यांच्या 'डायलेक्टिक ऑफ इनलाइटनमेंट'

(Dialectic of Enlightenment) या महत्त्वपूर्ण ग्रंथात ज्ञानोदय आणि पाश्चात्त्य विवेक व विज्ञान यांनी आश्वासन दिलेल्या गोष्टी साध्य करण्यात अपयशी का ठरल्या, याचा शोध घेतला आहे. हे पुस्तक लेखकांच्या नाझीवादाच्या अनुभवांच्या पार्श्वभूमीवर लिहिले गेले आहे. जग ज्या रानटीपणाच्या दिशेने वाटचाल करत आहे, त्याचे नाट्यपूर्ण स्पष्टीकरण म्हणून या अनुभवांकडे त्यांनी पाहिले. विज्ञानाने आणि विवेकाने तर मिथकांपासून व अंधश्रद्धेपासून मानवतावादाची मुक्ती होईल असे सांगितले होते. पण मुक्तीऐवजी बरोबर उलट परिस्थिती अनुभवास आली. सर्व वस्तूंचे अर्थ गळून जाऊन केवळ संख्यात्मक आयाम पाहणारी, सर्व काही कह्यात घेऊ पाहणारी उपयुक्ततावादी व्यावहारिक नवी विचारसरणी दिसून येत आहे. प्रत्येक वस्तूचे आणि माणसाचे सत्त्वहरण करून या दृष्टिकोनाने विसाव्या शतकातील सर्वंकषवादाची पायाभरणी केली आहे.[१०]

लोकसंस्कृती ही एक वस्तू आणि उद्योग बनल्यामुळे फ्रँकफर्ट परंपरेने तिच्यावर टीका केली आहे. माणसाचे लक्ष दैनंदिन जीवनापासून दुसरीकडे वेधण्याचे ती काम करते. पण यामुळे लोक तात्पुरते सामाजिक संरचनांपासून दूर होत असले तरी वास्तवात त्याचीच पुनरावृत्ती होत असते वा ते बळकट होत असतात. फ्रँकफर्ट पंथाच्या ऑडोर्नोसारख्या काही सभासदांनी समकालीन समाजाबद्दल निराशा व्यक्त केली आहे, तर होर्खायमरसारख्यांनी मार्क्सवादालाच सोडचिठ्ठी दिली आहे.

मार्कस (Marcuse) यांचे मात्र थेटपणे राजकीय आणि सामाजिक संघर्षात सहभाग घेणे सुरू राहिले. होर्खायमरच्या आणि ऑडोर्नोच्या मांडणीच्या आधारे पुढे जात मार्कस यांनी अतिविकसित भांडवली समाज तिच्या सदस्यांच्या जाणिवांवर कसे पूर्णपणे नियंत्रण ठेवतो, हे दाखवण्याचा प्रयत्न केला आहे.[११] 'वन डायमेंशनल मॅन' (One Dimensional Man) (1964) या आपल्या ग्रंथात मार्कस म्हणतात की, प्रगत औद्योगिक समाजाने विचारांना वापरून घेणे आणि विरोधी विचारांना व्यक्त न करणे ही सर्वंकषवादी वैशिष्ट्ये विचारसरणी म्हणून विकसित केली आहेत. कृत्रिम गरजांची निर्मिती करून आणि माणसांना अधाशी ग्राहक बनवून आधुनिक समाजांनी निर्माण केलेल्या विस्तारत्या व मूर्ख विपुलतेमुळे त्यावरील टीकेमध्ये जोर उरलेला नाही. मार्कस यांच्या मते, उदारमतवादी भांडवलशाहीची सध्याची सहिष्णुतासुद्धा एक प्रकारचा दमनकारी हेतू साध्य करत आहे. यामुळे यातून खुल्या चर्चेचा व वादविवादाचा दिखावा तयार होतो आणि त्यातून मत बिंबवण्याची आणि वैचारिक नियंत्रणाची परिसीमा दडवता येते.[१२]

प्रगत भांडवली समाजात आधुनिक तंत्रज्ञानाने सर्व माफक भौतिक गरजांची पूर्तता करून विरोध दर्शवण्याची किंवा बंड करण्याची साहजिक प्रेरणाच नाहीशी केली आहे, असा या पुस्तकाचा मूलभूत सिद्धांत आहे. विपुलतेच्या टिकाऊ आणि विस्तारणाऱ्या परिणामांमुळे कामगारवर्ग निष्क्रिय बनला आहे आणि प्रस्थापित रचनेला निष्क्रिय मूकसंमती

देणारे साधन बनला आहे. मार्कस यांनी दर्शवल्याप्रमाणे श्रमिक वर्ग दैन्यदारिद्र्याद्वारे भांडवली समाजातील संपूर्ण नकाराचे प्रतिनिधित्व करत असतात. त्यामुळे सर्वहारांची क्रांती मार्क्सला अपेक्षित होती. मात्र जेथे कामगारवर्गाकडे स्वतःचे घर, दूरदर्शन, गाड्या इत्यादी आहे, तेथे मार्क्सवादाचे वर्गसंघर्षाचे तत्त्व लागू होणार नाही. ग्राहकांना राजा मानण्याचे सार्वत्रिक धोरण सर्व वर्गांना एकत्रित आणत आहे. समृद्ध समाजातील लोक त्यांच्या भौतिक साधनांच्या मालकीआधारे ओळखले जात आहेत. व्यवस्थेच्या गरजांनुसार व्यक्तीच्या स्वाभाविक संरचनेला आकार दिला जात आहे. ग्राहकवादामुळे लोकांच्या केवळ कल्पनाच छिन्नविच्छिन्न होतात असे नाही, तर त्यांच्या व्यक्तिमत्त्वात बदल होतात, ते स्वतःची बुद्धी नसणारे, शेळ्यामेंढ्यांप्रमाणे (अनुकरण करणारे) शूद्र जीव बनून जातात. मार्कस यांच्या मते, जीवनाच्या सर्व क्षेत्रांत शास्त्रीय व तंत्रज्ञानात्मक विवेकाच्या विजयामुळे एकांगी विचार आणि वर्णनावर भर दिला जात आहे. यामुळे सर्व गोष्टी निरीक्षणक्षम आणि मोजमापनाच्या पातळीवरचे घटक बनून गेल्या आहेत. मूल्यविषयक प्रश्नांना मोजमापन वा गणना लागू करता येत नाही. त्यामुळे त्यांकडे दुर्लक्ष केले जाते वा त्यांना कमी महत्त्वाचे ठरवले जाते. अशाप्रकारे शास्त्रीय पद्धतीच्या विजयामुळे माणूस चिकित्सक विचारास पारखा होतो. मार्कस यांनी सर्वहारांशिवाय मार्क्सवाद मांडला. भांडवलशाहीने आपल्या अंतर्गत असणाऱ्या विसंगती सोडवल्याने तिचा पाडाव करण्याची वा ती व्यवस्था नष्ट करण्याची वा ती व्यवस्था नष्ट करण्याची सर्वहारांची इच्छा यांवर विसंबता येणार नाही, मात्र समाजातील वंश, सांस्कृतिक वा वांशिक अल्पसंख्याक व्यवस्थेबाहेरील (Dropouts) दीर्घकाळापासून बेरोजगार असलेल्या लोकांचे सीमांत गटच रस्त्यावर उतरून व्यवस्थेला मुळापासून धक्के देतील, हे मार्कस यांनी मान्य केले आहे. अशा निराशावादी निष्कर्षानंतर इतर सहकाऱ्यांनी आशा सोडली असावी. तरी मार्कस मूलग्राही राजकारणाशी एकनिष्ठ राहिले आहेत.[१३]

फ्रँकफर्ट स्कूलचे कार्य प्रामुख्याने १९३० ते १९४० मध्ये दिसून येते. पुढे १९७० पर्यंत ते विचार मार्कस यांनी पुढे नेलेले दिसतात. या परंपरेच्या दुसऱ्या पिढीतील महत्त्वपूर्ण विचारवंत म्हणजे जर्गेन हाबरमास होय. फ्रँकफर्ट परंपरेच्या विचारांचा स्वीकार करून हाबरमास यांनी विवेकाचा 'मुक्तीचे साधन ते वर्चस्वाचे साधन' या प्रवासाचे परीक्षण केले आहे. ऑडोर्नोच्या प्रभावाखाली हाबरमास यांनी मार्क्स आणि फ्रॉईड यांच्या विचारांचा पद्धतशीर वापर कसा करता येईल, हे शोधून काढले. हाबरमास यांनी त्यांच्या प्रकल्पाकडे 'वर्चस्वापासून लोकांची मुक्ती' या व्यवहार्य हेतूने विकसित केलेल्या सिद्धांताचा एक प्रयत्न म्हणून पाहिले. हाबरमास एकनिष्ठ समाजवादी असले तरी गतकाळात रमणारी, आदर्शवादी समाजवादी दृष्टी त्यांनी नाकारली. समाजवाद पुन्हा उदयास येणार नाही, हे त्यांना स्पष्ट माहीत होते. पण समाजवाद समीक्षेच्या रूपात जिवंत आहे, असे हाबरमास

मानतात. त्याचे वर्णन त्यांनी 'हद्दपारीतील विचारविश्व' असे केले आहे.

हाबरमास इतिहासाच्या प्रवाहातून प्रेरणा घेत टीकात्मक सिद्धांताची पुनर्मांडणी करू पाहतात. विसाव्या शतकाचा इतिहास हा समाजवादी आणि भांडवली समाजातील अनेक प्रमुख घडामोडींतून साकारला आहे. रशियन क्रांतीचे स्टालिनवादात आणि तांत्रिक सामाजिक व्यवस्थेत अवमूल्यन होणे, पश्चिमेत क्रांतीस आलेले अपयश, सर्वहारावर्गांत क्रांतिकारी जाणिवेचा अभाव, मार्क्सवादी सिद्धांताचे नियामकतावादात व वस्तुनिष्ठवादी शास्त्र वा निराशावादी सांस्कृतिक समीक्षेत होणारे पर्यवसान या सर्व गोष्टी म्हणजे अलीकडच्या काळाची प्रमुख वैशिष्ट्ये आहेत. भांडवली समाजातील संरचनात्मक बदलांनी त्यांचे स्वरूप व स्वत्व दोन्ही बदलून टाकले आहे. जसजसा राज्याचा हस्तक्षेप वाढतो, तसतसा बाजारपेठेच्या क्षेत्राला पाठिंबा मिळतो, भांडवलशाही वेगाने संघटित होते, सातत्याने वाढते, तंत्र-वैज्ञानिक दृष्टी आणि नोकरशाही, (जेथे विचारी, विवेकी लोकांमार्फत खुलेपणे राजकीय जीवनावर चर्चा होते अशा) सार्वजनिक क्षेत्राला आव्हान देते. या घटनांच्या प्रकाशात मार्क्सच्या कार्याची वैधता एकंदरच मार्क्सवादी मांडणी आणि समाजविषयक अनेक परिचित सिद्धांत यांविषयी शंका निर्माण होतात, असे हाबरमास म्हणतात. त्यामुळे हाबरमास सामाजिक विचारांच्या प्रमुख परंपरांचे परीक्षण करणे किंबहुना त्यांची पुनर्मांडणी करणे गरजेचे आहे असे ते म्हणतात.[१४]

हाबरमास यांच्या मते, समाज म्हणजे अशी समष्टी नव्हे की ज्याचे घटक उत्पादक शक्तीच्या विकास पातळीनुसार ठरवले जातात. त्यांनी जैव-विश्व आणि व्यवस्था असा फरक केला असून पुढे त्याचे सार्वजनिक आणि खाजगी क्षेत्रांत विभाजन केले आहे. जैव-विश्व हे नैतिक-व्यावहारिक ज्ञान वा संबंधाचे क्षेत्र असून ते कुटुंब आणि कामाची जागा (खाजगी) आणि राजकीय कृती आणि मते (सार्वजनिक) यांच्यासह नांदत आहे. यामध्ये स्व व इतरांचा समावेश असणाऱ्या कृतीद्वारे-संसूचनात्मक कृतीद्वारे (Communicative action) समन्वय ठेवला जातो. 'लेजिटिमेशन क्रायसेस' (१९७२), 'कम्युनिकेशन ॲण्ड द इव्होल्युशन ऑफ सोसायटी' (१९७६), 'मोरल कॉन्शियसनेस ॲण्ड कम्युनिकेटिव्ह ॲक्शन' (१९८३) आणि 'द फिलोसॉफिकल डिस्कोर्स ऑफ मॉडर्निटी' (१९८५) या हाबरमास यांच्या प्रमुख लेखनांतून संसूचन, सामाजिकीकरण, सामाजिक-सांस्कृतिक विकास, विवेकनिष्ठा, नैतिकता आणि अधिमान्यता यांविषयी विस्ताराने लिहिले असून तो त्यांच्या आधुनिक समाजाच्या टीकात्मक सिद्धांताचा पाया आहे. या सिद्धांताची व्यवस्थित मांडणी हाबरमास यांच्या दोन खंडांतील 'थेअरी ऑफ कम्युनिकेटिव्ह ॲक्शन' (१९८१) या लेखनात दिसून येते. अर्थव्यवस्था आणि राज्य यांतून उदयास येणाऱ्या बाजारपेठ आणि नोकरशाही यांसारख्या शक्तींच्या वर्चस्वाखाली आधुनिक जीवनाची अधिकाधिक क्षेत्रे येत आहेत. समकालीन 'जीवनाचे वसाहतीकरण'

या प्रवृत्तीस हाबरमास त्यांनी आपल्या लेखनात अधोरेखित केले आहे. या प्रवृत्तींचा समाजाच्या संसूचनात्मक पायावरचा सातत्यपूर्ण हल्ला रोखण्यासाठी सार्वजनिक संसूचनांचा विस्तार केला पाहिजे. अर्थव्यवस्था आणि शासनाचे कार्य सुज्ञ, माहीतगार, चिकित्सक लोकांच्या चर्चाविश्वाच्या नियंत्रणाखाली ठेवून हे साध्य करता येईल. शासितांच्या चिकित्सक माहितीपूर्ण सार्वजनिक चर्चांद्वारा शासनाच्या प्रशासकीय सभेवर प्रभावी नियंत्रण ठेवता येईल आणि नागरिकांच्या संसूचनात्मक सभेमार्फत त्याला चालना देता येईल. स्वतंत्र सार्वजनिक मंच, स्वयंसेवी संस्था, सामाजिक चळवळी, प्रसारमाध्यमे ही लोकशाहीवादी स्व-शासनाचा पाया आहेत. या पायाभूत घटकांच्या आधारे ओळख सांगणारे, अर्थ लावणारे, सामाजिक समस्यांची चर्चा करणारे सांस्कृतिक आणि राजकीयदृष्टया कृतिशील असणारे लोक या संस्थांचा जीवनरस असतो. या चर्चांतून संविधानात्मक तत्त्वांचीही चर्चा होते, त्याचा अपवाद केला जात नाही.[१५]

आज भाषेच्या समस्येने पूर्वीच्या जाणिवेच्या समस्येची जागा घेतली आहे, असे घोषित करून हाबरमास यांनी आदर्श संसूचनांची चौकट देण्याचा प्रयत्न केला आहे. बोलण्याच्या प्रत्यक्ष कृतीमध्ये एका आदर्श बोलण्याच्या परिस्थितीच्या शक्यतेची कल्पना सामावलेली असते, ज्यामध्ये चांगल्या वादविवादाची शक्तीच चर्चेचा विषय ठरवीत असते. समाजातील सर्व सदस्यांना चर्चेत सहभागाची समान संधी असते तेव्हाच हे शक्य होते आणि यामध्ये समाजातील सर्व सदस्यांच्या कंपूतील संसूचनाची क्षमता प्रदान करण्याच्या दिशेने चालू असणाऱ्या समाजपरिवर्तनाचा समावेश असतो. म्हणूनच समाजाच्या मुक्तीचे अंतिम ध्येय प्रत्येक बोलण्याच्या कृतीत अनुस्यूत असते. मुक्तीदायी संसूचनाचे परिणाम बाह्य संकेतानुरूप प्राप्त अशा प्राप्त आशयामुळे नाही, तर ते साध्य करण्याच्या पद्धतीमुळे न्याय्य ठरतात. हाबरमास ज्ञानोदयाला अपूर्ण प्रकल्प मानतात. अशाप्रकारे ते होर्खायमर आणि ॲडोर्नोपेक्षा आशावादी दृष्टिकोन बाळगतात. हाबरमास यांनी आधीची व्यक्तीकेंद्री विवेकाच्या धारणेऐवजी अजून समाजसंकेत तयार होत असलेल्या मानवी घटकांच्या क्रियाप्रतिक्रिया मूळ असणारी संसूचनात्मक विवेकाची धारणा स्वीकारली. त्यामुळे हाबरमास त्यांना सत्य, नैतिकता आणि सामाजिक अधिमान्यता या संकल्पनांचे संवर्धन करणे शक्य झाले. याबाबत ते फुको, देरिदा आणि रॉर्टी यांसारख्या, कोणत्याही वैश्विक मूल्यांबाबत साशंक असणाऱ्या उत्तर आधुनिकवाद्यांपेक्षा वेगळे ठरले आहेत. याउलट हाबरमास यांचा 'आधुनिकते'वरचा आणि वैश्विकदृष्टया न्याय्य मूल्यांवरचा विश्वास अजून टिकून आहे. हाबरमास यांनी या मूल्यांना साकार करणाऱ्यास प्रतिबंध करणाऱ्या समकालीन समाजातील प्रवाह स्पष्ट केले आहेत.[१६]

पश्चिम युरोपातील नवमार्क्सवादी समीक्षात्मक सिद्धांताने आर्थिक पाया व संरचनांवर आधारित समाजाविषयीचा अन्वयार्थ आणि बदलाविषयीचा मार्क्सवादी

दृष्टिकोन बदलला आहे. त्याऐवजी त्यांनी संस्कृती आणि जाणिवा यांविषयीच्या सिद्धांताची बांधणी करत 'इमल्या'वर भर देत सामाजिक सिद्धांत निर्माण केले आहेत. मुख्य मार्क्सवादी परंपरेत दुर्लक्षलेल्या मानवी अनुभवांच्या विविध पैलूंचे परीक्षण करण्याचा ते प्रयत्न करतात. या लेखातील विचारवंतांनी चर्चिलेले मुद्दे म्हणूनच अत्यंत महत्त्वपूर्ण आहेत. या मार्क्सवादी परंपरेने पूर्वसुरींनी दुर्लक्षिलेल्या विषयांचे विश्लेषण केले असून समीक्षेचे नवीन संदर्भ, संज्ञा तयार केल्या आहेत आणि मार्क्सवादी प्रकल्पाच्या मुक्तीदायी आशयावर भर दिला आहे. भांडवलशाहीतील बदलांचे परिणाम जसे वेगाने बदलणारे तंत्रज्ञानात्मक बदल, त्यांतून जन्मास आलेले वर्चस्वाचे विविध नवे प्रकार यांच्या परीक्षणातून समाजाविषयीचा टीकात्मक सिद्धांत पश्चिमी मार्क्सवादी परंपरेने विकसित केला आहे. त्याचा लक्षणीय प्रभाव अजूनही टिकून आहे.

संदर्भ व टिपा

१. David McLellan, 'Western Marxism', in Terence Ball and Richard Bellamy (ed.), *The Cambridge History of Twentieth Century Political Thought*,Cambridge University Press, Cambridge, 2003, p. 282.
२. Ibid., p. 283.
३. Ibid., p. 284.
४. Ibid., p. 285.
५. Roger Eatwell and Anthony Whight (ed.) *Contemporary Political Ideologies,* Pinter Publishers, London, 1993, p. 5.
६. Andrew Vincent, *Modern Political Ideologies*, Blackwell, Oxford, 1995, p. 7.
७. David, McLellan, op.cit., p. 288.
८. Andrew Vincent, op.cit., p. 7.
९. Roger Eatwell and Anthony Wright, op.cit, p. 118.
१०. David McLellan, op.cit., pp. 290-291.
११. Ibid, pp. 292-293.
१२. Andrew Heywood, *Political Ideologies*, Palgrave, 2003, pp. 8-9.
१३. Roger Eatwell and Anthony Wright, op.cit. p. 118.
१४. David Held, *Introduction to Critical Theory* : Horkheimer to Habermas, Polity Press, Cambridge, 1990, p. 250.
१५. Steven M. Cahn, *Political Philosophy : The Essential Texts*, Oxford University Press, Oxford, 2005, pp. 525-526.
१६. David McLellan, op.cit., pp. 295-296.

इतिहासलेखनाविषयीचा सबाल्टर्न दृष्टिकोन

डॉ. चैत्रा रेडकर

सबाल्टर्न या शब्दाचा अर्थ शब्दकोषात निम्न दर्जाचे लोक[१] असा दिला आहे. त्यामुळे सबाल्टर्न इतिहास म्हणजे समाजाने ज्यांना खालचा दर्जा दिला आहे त्यांचा इतिहास ठरतो. मराठीत सबाल्टर्न इतिहासासाठी 'दुय्यम समूहांचा इतिहास', 'वंचितांचा इतिहास' यांसारखे शब्द योजले गेले आहेत. हे शब्द कमीअधिक प्रमाणात सबाल्टर्न संकल्पनेत अभिप्रेत असलेले विविध अर्थ ध्वनित करतात. असे असले तरीही प्रस्तुत निबंधात सबाल्टर्न ही मूळ इंग्रजी संज्ञा जाणीवपूर्वक आहे तशीच वापरली आहे. मूळ इंग्रजी शब्द कायम ठेवण्यामागचे मुख्य कारण म्हणजे सबाल्टर्न इतिहास हा निव्वळ वंचितांचा किंवा तळागाळातील लोकांचा इतिहास नाही. सबाल्टर्न इतिहास हा वंचितांच्या भूमिदृष्टीतून लिहिलेला इतिहास आहे. तळागाळातील लोकांचा इतिहास उलगडता उलगडता वंचितांच्या भूमिदृष्टीतून ज्ञानाच्या प्रस्थापित कोटीक्रमांना आणि धारणांना ध्वस्त करत जाण्याचा हा एक प्रकल्प आहे. पारंपरिक मार्क्सवादातील यांत्रिक भौतिकवादी दृष्टीने इतिहासाकडे न पाहता ग्रामचीची धुरीणत्वाची (hegemony) संकल्पना, आल्थूजरचा संरचनात्मक मार्क्सवाद तसेच त्याला इतर फ्रेंच उत्तर-संरचनावादी मार्क्सवाद्यांकडून मिळालेला प्रतिसाद यांच्या आधारे इतिहासाची मांडणी करण्याचा प्रकल्प म्हणून त्याकडे पाहायचे की कोटीक्रमांचा साम्राज्यवाद (imeprialism of categories) नाकारण्याचा उत्तर-वसाहतवादी प्रकल्प म्हणून त्याकडे पाहायचे हा वादाचा मुद्दा झाला. मात्र सबाल्टर्न संकल्पनेशी गेल्या ३०-३२ वर्षांत अशा प्रकारचे जे विवाद आणि जो इतिहास जोडला गेला आहे, ते सर्व लक्षात घेता या संचिताला सामावून घेणारा मूळ शब्दच कायम ठेवणे अधिक रास्त ठरेल असे वाटते. त्यामुळे सबाल्टर्न हा मूळ शब्द येथे कायम ठेवला आहे.

प्रस्तुत निबंध दोन भागांत विभागला आहे. पहिल्या भागात सबाल्टर्नकारांनी

इतिहासलेखनाच्या प्रचलित पद्धतींविषयी उपस्थित केलेल्या काही ठळक मुद्यांची चर्चा आहे, तर दुसऱ्या भागात सबाल्टर्न इतिहासकारांच्या वैचारिक धारणांचा आणि त्याविषयीच्या काही विवादांचा मागोवा घेतला आहे. सबाल्टर्न इतिहासलेखनात तंत्र आणि साधनांएवढेच, किंबहुना कणभर अधिकच महत्त्व हे या तंत्राच्या मुळाशी असलेल्या सैद्धांतिक भूमिकेला आहे. त्यामुळे सबाल्टर्न इतिहासविषयक दृष्टिकोनाची मांडणी करताना वैचारिक धारणांची चर्चा अपरिहार्य ठरते. एखादा इतिहास हा तळागाळातील लोकांच्या जगण्याचा आलेख आहे किंवा हा आलेख मांडताना वापरलेली साधने अपारंपरिक / मौखिक आहेत म्हणून केवळ त्या इतिहासाला सबाल्टर्न इतिहास म्हणता येणार नाही, याची सुरुवातीलाच नोंद घेणे गरजेचे आहे. भारतीय संदर्भात लिहिताना[२] इथल्या राष्ट्रवादाचा व उदारमतवादी लोकशाहीकरणाचा प्रकल्प आणि भारतातील भांडवलशाहीचे स्वरूप व वर्गसंघर्षाच्या शक्यतांविषयीच्या साम्यवादी धारणा याबद्दलची एक विशिष्ट अशी वैचारिक भूमिका सबाल्टर्न इतिहासलेखनाचा खरे तर पाया आहे.

- एक -

सबाल्टर्न स्टडीज मालिकेच्या पहिल्या खंडात रणजीत गुहा[३] यांनी भारताच्या वासाहतिक इतिहासलेखनाच्या प्रचलित पद्धतींविषयीचे आक्षेप स्पष्ट केले आहेत. या आक्षेपांची सविस्तर चर्चा या दृष्टिकोनाची ओळख करून घेण्याच्या दृष्टीने उपयुक्त ठरेल.

प्रचलित इतिहासलेखन पद्धतींविषयीचे सबाल्टर्न इतिहासकारांचे आक्षेप

१) भारतातील राष्ट्रवादाविषयीचे इतिहासलेखन हे प्रायः वासाहतिक अभिजनवादी भूमिकेतून किंवा बूर्ज्वा राष्ट्रवादी भूमिकेतून झाले, हा प्रचलित इतिहासलेखन पद्धतींविषयीचा सबाल्टर्नकारांचा पहिला आक्षेप आहे. भारतीय राष्ट्रवादाकडे पाहण्याचा दृष्टिकोन ब्रिटिश वसाहतवादाचे वैचारिक अपत्य आहे. ब्रिटिशांकडून औपचारिकरित्या भारतीयांकडे सत्तेचे हस्तांतरण झाल्यानंतरही या दृष्टिकोनाचा पगडा नव-वसाहतवादी मानसिकतेच्या इतिहासकारांवर राहिला,' असे रणजीत गुहा यांनी नोंदवले आहे.[४]

२) भारतीय राष्ट्राची जडणघडण आणि भारतीय राष्ट्रवादाचा विकास हा संपूर्णपणे येथील अभिजन वर्गाचीच कामगिरी होती असा पूर्वग्रह या अभिजनवादाचा अविभाज्य भाग आहे,असा दुसरा आक्षेप गुहा यांनी घेतला आहे. वसाहतवादी आणि नव-वसाहतवादी इतिहासलेखनात राष्ट्र जाणिवेचे श्रेय ब्रिटिश वासाहतिक राज्यकर्ते, प्रशासक, धोरणे, संस्था आणि संस्कृतीला दिले जाते, तर राष्ट्रवादी इतिहासकार याकडे भारतीय अभिजन व्यक्ती, संस्था, कार्ये आणि चिंतन याची परिणती म्हणून पाहतात.

३) वासाहतिक आणि नव-वासाहतिक इतिहासकार भारतीय राष्ट्रवादाकडे उत्तेजना आणि प्रतिसाद या साचेबद्ध पद्धतीने पाहतात हा गुहांचा तिसरा आक्षेप आहे. एकीकडे वासाहतिकरणातून उभ्या राहिलेल्या संस्था, निर्माण झालेल्या संधी, उपलब्ध झालेली संसाधने आणि दुसरीकडे या सर्वाला भारतीय अभिजनांनी दिलेला प्रतिसाद या देवाणघेवाणीच्या चौकटीत राष्ट्रवादाचे विश्लेषण केले जाते. भारतातील राष्ट्रवादाकडे भारतीयांची शिक्षणाची प्रक्रिया म्हणूनही पाहिले जाते. या प्रक्रियेतून भारतातील अभिजन राजकारणात सहभागी झाले आणि ब्रिटिशांबरोबर वाटाघाटी करू लागले. त्यांचा हा सहभाग कोणत्याही उदात्त हेतूने प्रेरित नव्हता असेही हे वासाहतिक आणि नव-वासाहतिक इतिहासकार सांगतात. वासाहतिक सत्तेकडून अधिकाधिक संपत्ती, सत्ता आणि मानमरातब पदरात पाडून घेणे एवढाच या अभिजनांचा मर्यादित हेतू होता असेही हे इतिहासकार मानतात. त्यामुळे कधी ब्रिटिशांबरोबर सहकार्य तर कधी स्पर्धा करत येथील अभिजनांनी स्वत:चा कार्यभाग साधला असे वासाहतिक, नव-वासाहतिक इतिहासलेखन मानते असा आरोपही गुहा यांनी केला आहे.

४) या भूमिकेच्या अगदी विरुद्ध भूमिका घेणाऱ्या दुसऱ्या प्रकारच्या अभिजनवादी इतिहासलेखनातील त्रुटीही गुहा यांनी नोंदविल्या आहेत. दुसऱ्या प्रकारचे लेखन भारतीय राष्ट्रवादाकडे अभिजनांचा आदर्शवाद म्हणून पाहते. भारतीय जनतेला पारतंत्र्यातून इथल्या अभिजनांनी मुक्त केले असा या दुसऱ्या प्रकारच्या अभिजनवादी इतिहासकारांचा आग्रह आहे. इथल्या अभिजनांच्या भलेपणावर त्यांचा अदम्य विश्वास आहे. अभिजनांनी वेळप्रसंगी वासाहतिक सत्तेबरोबर केलेल्या तडजोडीकडे ते जनहितार्थ घेतलेली व्यापक-प्रगल्भ भूमिका म्हणून पाहतात. ब्रिटिशांबरोबरील अशा सहकार्याच्या भूमिकांना ते भारतीय अभिजनांचे ब्रिटिशांबरोबरील साटेलोटे मानायला तयार नाहीत. वासाहतिक राज्यकर्त्यांकडून भारतीय अभिजनांना सत्तेत मिळत गेलेला वाटा व अधिकार, त्यासाठी त्यांनी ब्रिटिशांना दिलेला पाठिंबा याकडे कानाडोळा करून हे इतिहासकार भारतीय अभिजनांच्या चांगुलपणाचे गोडवे गातात असे गुहा यांचे म्हणणे आहे. अशाप्रकारच्या इतिहासलेखनामुळे भारतीय राष्ट्रवादाचा इतिहास हा भारतीय अभिजनांच्या आध्यात्मिक चारित्र्याचा आलेख बनला आहे, असा आरोप गुहा यांनी केला आहे.[५]

५) वासाहतिक मानसिकतेच्या प्रभावाखाली झालेल्या इतिहासलेखनातून वासाहतिक राज्यसंस्थेची संरचना नीट समजू शकते, हाच वासाहतिक इतिहासलेखनाचा एकमेव फायदा आहे असे गुहा मानतात. वासाहतिक राज्यसंस्था आपली उद्दिष्टे कोणत्या माध्यमांतून साध्य करत होती? कोणत्या वर्गीय समीकरणांच्या आधारे ती तग धरून राहिली? त्या काळात भारतातील अभिजन वर्गाने स्वीकारलेली कोणती विचारप्रणाली ही येथे वर्चस्ववादी विचारप्रणाली (dominant ideology) बनली होती? भारतीय आणि

वासाहतिक अभिजनांमधील विसंगती, विरोध आणि सहकार्य यांचे आधार कोणते होते? यांसारख्या प्रश्नांची उत्तरे शोधताना वासाहतिक / अभिजनवादी इतिहासलेखनपद्धतीच्या वैचारिक बैठकीचा धांडोळा घेणे फायद्याचे ठरते असे प्रतिपादन गुहा करतात.

६) भारतीय राष्ट्रवादाचे समग्र आकलन पुरविण्यातील अभिजनवादी इतिहासलेखनाच्या मूलभूत मर्यादांना गुहा या दृष्टिकोनाचे सर्वात ठळक अपयश मानतात. भारताच्या राष्ट्रवादाच्या जडणघडणीतील तळागाळातल्या आणि सर्वसामान्य भारतीय जनतेच्या योगदानाची अभिजनवादी इतिहासलेखन मुळी दखलच घेत नाही. जनसामान्यांच्या उठावाकडे एकतर कायदा-सुव्यवस्थेचा प्रश्न म्हणून तरी पाहिले जाते किंवा एखाद्या अलौकिक नेत्याच्या करिष्म्याला दिलेला प्रतिसाद म्हणून तरी त्याचे वर्णन केले जाते. आंदोलनात लाखोंच्या संख्येने सामील झालेले लोक म्हणजे अभिजनांनी विचारप्रणालीच्या आधारे साधलेल्या जनसंघटनाचीच परिणती होती, असा ठाम विश्वास अभिजनवादी इतिहासकारांनी बाळगलेला दिसतो. त्यामुळे १९१९ मधील रौलॅट कायद्याविरुद्धचे आंदोलन किंवा १९४२चे भारत छोडो आंदोलन यांसारख्या व्यापक जनसहभागातून उभ्या राहिलेल्या आंदोलनांचे समग्र आकलन हा इतिहास पुरवू शकत नाही. चौरीचौरामधील हिंसा, आझाद हिंद सेनेच्या सैनिकांना मिळणारा लोकांचा पाठिंबा याचेही समाधानकारक विश्लेषण या इतिहासापाशी नसते, हे गुहा यांनी निदर्शनाला आणून दिले आहे.

७) इतिहासाविषयीचा हा संकुचित दृष्टिकोन राजकारणाकडे वर्गीय भूमिकेतून पाहण्याचा परिणाम आहे असे गुहा यांचे म्हणणे आहे. हा संकुचितपणा कशामुळे आला? गुहा यांच्या मते, ब्रिटिश शासनकर्त्यांनी तयार केलेल्या संस्था, कायदे आणि धोरणे यांसारख्या औपचारिक बाबींनाच भारतीय राजकारणाचे मापदंड समजल्यामुळे हा संकुचितपणा आला. वासाहतिक शासक आणि येथील स्थानिक गट यांच्यातील देवाणघेवाण ही काही कर्मधर्मसंयोगाने घडलेली बाब नव्हती. तिची अधिक गांभीर्याने नोंद व्हायला हवी होती. मात्र अभिजनवादी इतिहासकारांच्या संकुचित दृष्टीमुळे अशा घटनांची दखलच इतिहासात घेतली गेली नाही.

८) संपूर्ण वासाहतिक कालखंडात अभिजन राजकारणाला समांतर असे लोकांचे राजकारण सुरू होते हे गुहा नमूद करतात. या राजकारणाला अभिजन वर्गातील पुढाऱ्यांचे किंवा वासाहतिक नोकरशहाचे नेतृत्व नव्हते. श्रमिक जनता, ग्रामीण-शहरी सामान्य लोकांचे समूह आणि सबाल्टर्न वर्गच या राजकारणाचे कर्ते आणि उद्गाते होते. हे राजकारण कोणत्याही प्रकारे अभिजनांवर अवलंबून नव्हते. म्हणून हे स्वायत्त राजकारण होते असे सबाल्टर्न इतिहासकार मानतात. हे राजकारण वासाहतिक अमलाखाली कधीही निष्प्रभ झाले नाही. वासाहतिक शासकांशी त्यांनी कधी तडजोडही केली नाही. अभिजनांच्या

राजकारणाच्या तुलनेत हे राजकारण अधिक प्रदीर्घ आणि सखोल होते. मात्र अभिजनांच्या अनैतिहासिक इतिहासलेखनातून लोकांचे राजकारण पूर्णपणे वगळले गेले, असे गुहा यांनी नमूद केले आहे.

९) गुहा यांनी अभिजन आणि सबाल्टर्न दोन्ही प्रकारच्या राजकारणातील फरकही बारकाव्याने स्पष्ट केला आहे. अभिजन राजकारणातील जनसंघटन हे समस्तरीय / क्षितिज-समांतर (horizontal) होते, तर सबाल्टर्न राजकारणातील जनसंघटन हे भिन्नस्तरीय / लंबरेषात्मक (vertical) होते. अभिजनांनी जनसंघटनासाठी वासाहतिक ब्रिटिश संसदीय संस्थांचा आणि वसाहतपूर्व काळातील निम-सरंजामी राजकीय संरचनांचा आधार घेतला, तर सबाल्टर्न समूहांच्या जनसंघटनाचा भर हा नातीगोती आणि प्रादेशिक ऋणानुबंधांवर राहिला. जाणीव जागृतीच्या स्वरूपानुरूप काही वेळा हे जनसंघटन वर्गीय आधारांवरही झाले. अभिजन जनसंघटनाचे स्वरूप वैधानिक होते, तर सबाल्टर्न जनसंघटन हे उत्स्फूर्त आणि तुलनेने अधिक हिंसक होते. भारतभरातील विविध ठिकाणचे शेतकऱ्यांचे उठाव हे सबाल्टर्न जनसंघटनाचे समग्रतेने दर्शन घडवतात असे प्रतिपादन गुहा करतात.

१०) उठावांमध्ये सहभागी झालेल्या सामाजिक शक्तींच्या स्वरूपानुसार तसेच या उठावांत अग्रेसर असणाऱ्यांच्या दृष्टिकोनानुसार उठावांच्या विचारप्रणालीचे स्वरूप बदललेले आढळते. त्या दृष्टीने या उठावांमध्ये मोठे वैविध्यही होते. हे वैविध्य असूनही या आंदोलनात सहभागी झालेल्या समूहांचे दुय्यमत्व आणि वंचितता हा त्यांच्यातील साधर्म्याचा सर्वात ठळक पैलू होता असे गुहा मानतात. भारतभरातील या सर्व उठावांना एकत्र जोडणारा धागा हा त्या सर्वांनी अभिजन-वर्चस्वाला केलेल्या विरोधात आढळतो, असे सबाल्टर्न इतिहासकारांचे म्हणणे आहे. या उठावांमध्ये जेव्हा जेव्हा सांप्रदायिक भेदांनी डोके वर काढले त्याचवेळी हे उठाव भरकटले. एकतर ते सांप्रदायिक किंवा अर्थकेंद्री होऊ लागले आणि त्यांमधील समस्तरीय सहयोग झाकोळला गेला. एरवी अभिजन वर्चस्वापासून स्वायत्त अशी स्वत:ची वंचितता आणि दुय्यमत्व त्यांनी कायमच अभेद्य ठेवली होती असा गुहा यांचा दावा आहे.

११) सबाल्टर्न / दुय्यम / वंचित वर्गांच्या शोषणातील वैविध्य हे गुहा या राजकारणाचे आणखी एक वैशिष्ट्य मानतात. एकीकडे शोषणातील वैविध्य तर दुसरीकडे उत्पादक श्रम करणारे श्रमिक म्हणून गणल्या गेलेल्या श्रमिकांबरोबरील संबंधातील वैविध्य या दोन घटकांमुळे सबाल्टर्न वर्गांचे राजकारण हे वैशिष्ट्यपूर्ण ठरले असेही गुहा सांगतात. या वैविध्यामुळेच सबाल्टर्न वर्गांच्या राजकारणात एकजिनसीपणा आढळत नाही, तर अनेकविध आयाम आणि मूल्ये आढळतात असेही हे मानतात. एकजिनसीपणाचा अभाव हा घटक सबाल्टर्न वर्गांच्या राजकारणाला अभिजन राजकारणापेक्षा सर्वस्वी वेगळ्याच श्रेणीत नेऊन बसवतो.

१२) सबाल्टर्न राजकारणाची ही जी वैशिष्ट्ये गुहा सांगतात त्याकडे यांत्रिकपणे पाहून चालणार नाही असे प्रतिपादनही त्यांनी केले आहे. भारतातील सर्वच सबाल्टर्न राजकारण असे आणि असेच होते असा त्यांचा दावाही नाही. अभिजन राजकारणापेक्षा वेगळे असे जनसामान्यांचे, तळागाळातील लोकांचे, वंचितांचे राजकारण भारतात सक्रिय होते आणि त्याची पुरेशी दखल इथल्या अभिजन वर्गाने घेतली नाही असा मात्र त्यांचा आग्रह जरूर आहे. किंबहुना भारतीय राष्ट्राच्या वतीने बोलण्यास भारतातील बुर्ज्वा वर्ग ढळढळीतपणे अपयशी ठरला असा सबाल्टर्नकारांचा आरोपही ते करतात. जनसामान्यांचे जगणे आणि त्यांची जाणीव यांमधील प्रचंड विस्तृत असा भाग होता, ज्याचे अभिजनांच्या धुरीणत्वामध्ये कधीच एकात्मिकरण झाले नाही. त्यामुळे वासाहतिक कालखंडातील भारतात एक संरचनात्मक द्वैत आढळते. या द्वैताचे विश्लेषण केल्याखेरीज वासाहतिक कालखंडाचा इतिहास समग्रतेने समजणार नाही असेही गुहा नोंदवतात.[६]

१३) सबाल्टर्न राजकारण आणि अभिजन राजकारण हे द्वैती स्वरूपात अस्तित्वात होते, याचा अर्थ ते एकमेकात हवापाणीही जाणार नाही अशा सीलबंद कप्प्यात बंदिस्त होते असा नाही. त्यांच्यात अनेकदा देवाणघेवाण झाल्याचेही दिसते. त्यांना आपल्यात सामावून घेण्याचे प्रयत्नही काही वेळा इथल्या अभिजन वर्गाने केले. साम्राज्यवादाच्या विरोधाची उद्दिष्टे जेव्हा जेव्हा स्पष्ट होती, तेव्हा तेव्हा सबाल्टर्न वर्गांच्या सहकार्याने उभी केलेली आंदोलने लक्षणीयरित्या यशस्वी झाली. मात्र ज्या ज्या वेळी या उद्दिष्टांविषयी संदिग्धता राहिली, त्या त्या वेळी सबाल्टर्न समूहांनी अभिजनांपासून फारकत घेतली.

१४) अर्थात राष्ट्रीय चळवळीला ताब्यात घेऊन राष्ट्रीय स्वातंत्र्याच्या आंदोलनावर आपला ठसा उमटविण्याएवढी ताकद सबाल्टर्न समूहांत नव्हती असेही गुहा सांगतात. भारतातील कामगार चळवळ ही पुरेशी प्रगल्भ झाली नव्हती. त्यामुळे शेतकऱ्यांच्या उठावांना कवेत घेऊन आणि बुर्ज्वा अभिजनांना बाजूला सारत राष्ट्रीय आंदोलनात मुसंडी मारण्यासाठी आवश्यक ते सामर्थ्य कामगार वर्गात निर्माण झाले नाही. परिणामी सबाल्टर्न समूहांचे आंदोलनांचे स्वरूप विखंडीतच राहिले असे गुहा स्पष्ट करतात.

१५) बुर्ज्वा भांडवलदार आणि कामगार या दोन्ही वर्गांच्या खुरटलेल्या अवस्थेमुळे आत्मभान येण्याच्या अवस्थेत पोहोचण्यात भारतीय राष्ट्र अपयशी ठरले असे सबाल्टर्नकारांचे म्हणणे आहे. या अपयशाकडे भारतातील राष्ट्रवादाच्या इतिहासातील मध्यवर्ती समस्या म्हणून पाहण्याचा त्यांचा आग्रह आहे.

गुहांच्या प्रतिपादनातील पहिले सात मुद्दे भारतातील प्रचलित इतिहासलेखन पद्धतींविषयीचे आक्षेप प्रकट करतात, तर उर्वरित मुद्दे वासाहतिक राजवटीला मिळालेल्या द्वैती प्रतिसादाचे स्वरूप विशद करतात. या दोन्ही बाबी एकाच नाण्याच्या दोन बाजू आहेत असे सबाल्टर्नकार मानतात. इतिहासलेखनातील त्रुटींमुळे आधुनिक भारताच्या

वासाहतिक इतिहासाचे आकलन अपुरे राहिले आणि वासाहतिक सत्तेला मिळालेल्या प्रतिसादातील द्वैताकडे डोळेझाक केल्याने भारतीय राष्ट्र आणि राष्ट्रवादाचे स्वरूप समजण्यात चुका झाल्या असे ते मानतात.

वासाहतिक कालखंडात प्राच्यविद्याविशारद इतिहासकार, ख्रिस्ती मिशनरी आणि ब्रिटिश अधिकारी यांनी भारताचा इतिहास लिहिण्याचे जे विविध प्रकल्प राबवले होते, त्यावर तर वसाहतवादी मानसिकतेची छाप होतीच कारण भारतीय समाजाच्या आकांक्षा, पद्धती, दृष्टिकोन, परंपरा यांकडे त्यांनी एकतर अद्भुत-गूढ बाबी म्हणून तरी पाहिले किंवा या बाबींना भारताच्या मागासपणाचे पुरावे म्हणून तरी नोंदवले. शिवाय भारताच्या आधुनिकीकरणाची प्रक्रिया ब्रिटिशांमुळे सुरू झाली, असाही त्यांचा ठाम विश्वास होता. याच भूमिकेतून पुढे स्वातंत्र्योत्तर कालखंडात अनिल सील, जॉर्डन जॉन्सन, रिचर्ड गॉर्डन, डेव्हिड वॉशब्रूक आदींनी भारताचा इतिहास लिहिला. अशाप्रकारच्या वसाहतवादी इतिहासाचा प्रतिवाद करणारे इतिहासलेखन स्वातंत्र्यचळवळीच्या काळापासूनच सुरू झालेले होते. गोऱ्या माणसाचे ओझे पेलत मागास समाजाच्या आधुनिकीकरणाची जबाबदारी पार पाडत असल्याचा दावा करणाऱ्या ब्रिटिशांच्या छुप्या वासाहतिक उद्दिष्टांना उघड करण्याचे काम सुरुवातीला आर. सी. मजुमदार, ताराचंद, पट्टाभी सीतारामय्या नंतरच्या काळात बी. आर. नंदा यांसारख्या राष्ट्रवादी इतिहासकारांनी केले. भारतीय इतिहासाकडे पाहण्याचा एतद्देशीय दृष्टिकोन देत असल्याचा दावा त्यांनी केला. मात्र त्यांचा दृष्टिकोन तरी वासाहतिक धारणा आणि मानसिकतेतून पूर्णपणे मुक्त होता का असा प्रश्न सबाल्टर्नकार उपस्थित करतात. यालाच समांतर, मार्क्सवादी इतिहासकारही भारताचा इतिहास लिहीत होते. भारताच्या इतिहासाविषयीचे डी. डी. कोसंबी, इरफान हबीब, के. एन. पन्नीकर, हरबन्स मुखिया यांसारख्या मार्क्सवादी इतिहासकारांचे लेखन ऐतिहासिक भौतिकवादाच्या चौकटीत बद्ध होते.

युरोपीय समाज कालक्रमणा करत आज ज्या अवस्थेत पोहोचला आहे, त्याच / तशाच वाटेवरून भारतही वाटचाल करत आहे आणि त्यातून भारताचा इतिहास उलगडत आहे, या धारणेचा पगडा जवळपास या सर्वच इतिहासकारांवर होता असा सबाल्टर्नकारांचा आरोप आहे. एखाद्या आदर्शवत् समाजव्यवस्थेच्या दिशेने झालेल्या समाजाच्या प्रवासातून त्याचा इतिहास उलगडत जातो अशी भूमिका घेऊन इतिहासलेखन केले की ज्या त्रुटी राहून जातात, त्या याही अभिजनवादी इतिहासकारांनी केल्या असे सबाल्टर्नकार मानतात. आदर्शवत् समाजाची कल्पना ही आधुनिक, विवेकाधिष्ठित प्रबोधनकालोत्तर युरोपच्या ढाच्यावर बेतलेली असो किंवा वर्गीय विकासाच्या विशिष्ट अशा मार्क्सवादी संकल्पनेवर आधारलेली असो; समाज हा जणू एखाद्या आदर्शाचा मागोवा घेत उलगडत जातो आहे अशा श्रद्धेने एकदा इतिहासकार जगाकडे पाहायला लागला की समाजाची वैशिष्ट्यपूर्णता

त्याच्या दृष्टोत्पत्तीस येईनाशी होते. परिणामी इतिहासलेखनातून अनेक बारकावे सुटत जातात, याची आठवण सबाल्टर्नकार करून देतात.

अर्थात सबाल्टर्नकारांसाठी प्रश्न केवळ तपशील सुटण्याचा नाही, तर भारतीय राष्ट्रवादाच्या आकलनाचा आहे. वसाहतवादी इतिहासकार असोत, राष्ट्रवादी इतिहासकार असोत किंवा मार्क्सवादी इतिहासकार, त्यांनी समाजाच्या केवळ वरच्या थरांचाच इतिहास नोंदवला. समाजाकडे पाहण्याची त्यांची दृष्टी वरून खाली पाहण्याची होती. त्यामुळे भारतातील राष्ट्रवादाचा पोतच त्यांना कळला नाही, असेही सबाल्टर्नकारांचे म्हणणे आहे. राष्ट्रीय चळवळीचा मुख्य प्रवाह म्हणून गणल्या गेलेल्या आंदोलनांना समांतर अशा सबाल्टर्न आंदोलनांची दखल घेतल्याशिवाय भारतातील राष्ट्रवादाचे साकल्याने आकलन होणे शक्य नाही, असा त्यांचा दावा आहे. भारताच्या वासाहतिक इतिहासलेखनातील त्रुटी दूर करण्यासाठी आणि भारतीय राष्ट्रवादाच्या सम्यक् आकलनासाठी सबाल्टर्न इतिहासकारांनी इतिहासलेखनाचे विविध प्रकल्प राबवले. या प्रकल्पांतून त्यांनी सबाल्टर्न समूहांच्या स्वायत्त राजकारणाचा सिद्धांत मांडला. वासाहतिकरणाच्या अमलापासून मुक्त आणि अलिप्त अशा पुरातन प्रज्ञेचा वावर सबाल्टर्न समूहांच्या स्वायत्त जाणीव-नेणिवेत दिसतो असे सबाल्टर्नकार मानतात. शेतकी उठावातून त्याचा संपूर्ण आविष्कार पाहायला मिळतो ही त्यांची भूमिका आहे. याच भूमिकेनुरूप देशभरातील विविध भागांतील विखुरलेल्या आणि दुर्लक्षिलेल्या अनेक उठावांचा आणि सबाल्टर्न समूहांच्या राजकारणाचा सबाल्टर्नकारांनी अभ्यास केला. त्यातून सबाल्टर्न स्टडीजचे दहा खंड[७]प्रसिद्ध झाले. त्याचबरोबर सबाल्टर्न इतिहासकारांनी स्वतंत्रपणेही विपुल लेखन केले आहे.[८]

एकोणिसाव्या शतकाचा उत्तरार्ध आणि विसाव्या शतकाच्या सुरुवातीच्या एक-दोन दशकांत ब्रिटिश वसाहतवादामुळे पूर्वांचलमधील शेतकऱ्यांच्या वाट्याला आलेला कर्जबाजारीपणा आणि हलाखीची परिस्थिती, अवधमधील शेतकऱ्यांची चळवळ, बिहारमधील शेतीच्या स्वरूपातील बदल, मद्रास प्रांतातील दुष्काळाविषयीच्या शेतकऱ्यांच्या आठवणी आणि कृतीप्रवणता, ज्यूट कामगारांचे संघटन आणि राजकारण, आदिवासींचे उठाव, हिंसा, बंडखोरी, धर्म-धार्मिकता-मिथके या अनुषंगाने झालेले जनसंघटन व सांस्कृतिक राजकारण यांसारखे भारताच्या इतिहासातील जे विखुरलेले आणि दुर्लक्षिलेले अध्याय होते, त्यांचा शोध आणि मांडणी या इतिहासलेखनाद्वारे झाली. स्वातंत्र्यलढ्याच्या मध्यवर्ती प्रवाहात समकालीन कालखंडात त्या त्या टप्प्यावर जे काही चालू होते, त्याच्याशी या विखंडित आंदोलनाचे नाते स्पष्ट करण्याचाही प्रयत्न या इतिहास लेखनातून झाला.

या सर्व इतिहासलेखनाच्या मुळाशी कोणत्या वैचारिक धारणा होत्या? सबाल्टर्न इतिहासकारांची वैचारिक बैठक काय होती? त्यांच्या इतिहासलेखनाची

परीप्रेक्ष्यात्मक चौकट (paradigmatic framework) कोणती? यांसारख्या मुद्द्यांची चर्चा पुढील भागात केली आहे.

- दोन -

सबाल्टर्न इतिहासलेखनाचा प्रकल्प हा जरी सात-आठ इतिहासकारांनी[९] एकत्र येऊन राबवलेला प्रकल्प असला तरीही सबाल्टर्न इतिहासकारांची वैचारिक भूमिका हे शब्द एकवचनात वापरता येणार नाहीत, इतपत फरक त्यांच्या भूमिकांमध्ये निश्चितच आढळतो. हा फरक केवळ त्यांच्या मांडणीत अनुस्यूत आहे असे नाही, तर तो त्यांच्या आठवणीतही प्रकट झालेला दिसतो. या प्रकल्पातील इतिहासाकारांपैकी रणजीत गुहा[१०], दीपेश चक्रवर्ती[११], पार्थ चटर्जी[१२] या किमान तिघांनी तरी सबाल्टर्न स्टडीजच्या उदयाविषयीच्या आठवणी आणि त्यावेळचा वैचारिक संदर्भ यांची स्वतंत्रपणे नोंद केली आहे. या नोंदी सबाल्टर्नकारांच्या वैचारिक बैठकीतील बारकावे तसेच काळाच्या ओघात त्यात झालेली स्थित्यंतरे समजून घेण्यासाठी अत्यंत महत्त्वाच्या ठरतात.

सबाल्टर्न स्टडीज प्रकल्प कसा आकाराला आला हे सांगताना रणजीत गुहा त्यांच्या नोंदीत या प्रकल्पाचा ऐतिहासिक संदर्भ अधोरेखित करतात. पारतंत्र्यात जन्मलेल्या, वासाहतिक कालखंडात आयुष्याची २०-२५ वर्षे व्यतीत केलेल्या भारतीयांच्या पिढीसाठी स्वातंत्र्य हे एक स्वप्न होते. स्वातंत्र्यप्राप्तीनंतर जेव्हा हे स्वप्न भंगले तेव्हा त्यांच्यासाठी तो निव्वळ भ्रमनिरास नव्हता, तर त्याच्या जोडीला फसवणुकीचीही तीव्र भावना होती. भ्रमनिरास आणि फसवणुकीची बीजे शोधताना आपल्या राष्ट्राच्या जडणघडणीतच काही गफलती, काही त्रुटी राहिल्या नाहीत ना याची उकल करण्याची जेवढी निकड या पिढीला वाटली, तेवढीच या जडणघडणीविषयीच्या आपल्या आठवणींची झाडाझडतीदेखील गरजेची वाटणे स्वाभाविक होते असे गुहा मानतात.[१३] गुहा यांच्या या आठवणीत सबाल्टर्न स्टडीजच्या उदयाचे बीज अशाप्रकारे १९६०-१९७० या दशकातील अस्वस्थतेत स्थित करतात. अर्थात हा ऐतिहासिक संदर्भ केवळ त्यांच्या पिढीलाच लागू होतो असेही ते नमूद करतात. सार्वभौम-प्रजासत्ताक देशाचे नागरिक म्हणून जन्माला आलेल्या, 'मिडनाईटज् चिल्ड्रन' म्हणून ओळखल्या गेलेल्या पिढीसाठी[१४] स्वातंत्र्याविषयीचा भ्रमनिरास निराशेच्या वाटेवर नेणारा असला, तरी स्वातंत्र्यपूर्व काळातील आठवणींची गुंतागुंत सोडवण्याची निकड भासवणारा निश्चितच नव्हता. एका अर्थी स्वातंत्र्य-चळवळीतील आदर्शवाद, आशावाद, स्वप्ने, भाबडेपणा यांपैकी कशाचाही वारसा आणि आठवण न लाभलेली पिढी वासाहतिक इतिहासाला अधिक उघडपणे, मोकळेपणे आणि कोणतेही ओझे न बाळगता सामोरे जाऊ शकते हे गुहा सूचित करतात.

सबाल्टर्न स्टडीज प्रकल्पाचा हा ऐतिहासिक संदर्भ मान्य करत असतानाच पार्थ चटर्जी या कालखंडातील वैचारिक घुसळणीतून सत्तरीच्या दशकात तरुण असलेल्या त्यांच्या पिढीच्या दृष्टिकोनावर कोणता परिणाम झाला याची नोंद करताना आढळतात. आम्ही आमच्या दृष्टिकोनात एक अबोध सम्यकता (naïve eclecticism) आणली, ज्यामुळे विविध अभ्यासविषयांतील आणि भूप्रदेशांतील व्यासंगाचा शोध घेणे आणि त्यांना एकत्र आणणे आम्हाला शक्य झाले, असे त्यांनी त्यांच्या आठवणीत नोंदवले आहे.[१५] चटर्जी यांनी ज्या अबोध सम्यकतेचा उल्लेख केला आहे, त्यात अनेक तत्त्वज्ञानात्मक आणि सैद्धांतिक प्रवाहांचा वेचकपणे समावेश केलेला दिसतो. व्यक्तिश: चटर्जी यांच्यावर मार्क्सवादाचे संस्कार होते. आल्थूजरच्या संरचनावादाचाही[१६] त्यांच्यावर दीर्घकाळ प्रभाव राहिला. 'लेवी स्ट्रास[१७] यांच्या सांस्कृतिक मानववंशशास्त्रीय सिद्धांताचे गंभीर वाचन आपण याकाळात केले आणि आमच्यापैकी अनेकांचा विरोध असूनही दीपेश चक्रवर्ती या काळात गंभीरपणे हायडेगर[१८] वाचत होते असेही त्यांनी नोंदवले आहे.[१९] दुसरीकडे दीपेश चक्रवर्ती 'आमच्यावर फ्रेंच उत्तर-संरचनावादी[२०] विचारवंतांचा आणि विरेचनवादाचा मोठा प्रभाव होता' असे नोंदवताना दिसतात.[२१]

या सर्व आठवणींतून आणि नोंदींतून ज्या तत्त्वज्ञानात्मक प्रवाहांच्या सबाल्टर्नकारांवरील प्रभावाचे दाखले मिळतात, ते सर्व प्रवाह काही परस्परपूरक किंवा एकाच परीप्रेक्ष्यात्मक चौकटीतले आहेत असे दिसत नाही. किंबहुना आल्थूजरचा संरचनावादी मार्क्सवाद आणि हाबरमासचा समीक्षात्मक मार्क्सवाद ही मार्क्सवादाची दोन भिन्न धृवांवरील दोन भाष्ये म्हणावी लागतील. त्याचप्रमाणे परस्परविरोधातून एकमेकांचा आशय निर्धारित करणाऱ्या अस्तित्वांच्या जोडगोळीची संकल्पना (binary opposites) मांडणारे स्ट्रास आणि त्या संकल्पनेचीच झाडाझडती घेणारे देरिदासारखे विरेचनवादी यांनाही एकाच नावेतून नेता येणार नाही. अशाप्रकारचे वैचारिक विरोध पाहता 'सबाल्टर्न स्टडीज प्रकल्पाचा पाया एकसंध-एकात्म नाही असेच म्हणावे लागेल. सबाल्टर्न स्टडीज प्रकल्पाची समीक्षा करणारे अभ्यासक डेव्हिड लडन यांचे या संदर्भातील भाष्य म्हणूनच बोचरे असले तरी समर्पक ठरते. लडन लिहितात, "सबाल्टर्नकारांची अंतर्गत सुसंगती वैचारिक नसून व्यक्तिगत स्वरूपाची आहे. ती मूलगामी नसून, औपचारिक आहे. आपल्या गटावरील निष्ठा आणि गटासाठी लेखन करण्यासाठी मिळालेले आमंत्रण यातून तिची जडणघडण झाली आहे. वैचारिक सुसंगती हा खरेतर या गटापुढील अग्रक्रमाचा मुद्दाच नाही. टीकाकारांना तोंड देण्याचा ज्या वेळी प्रश्न येतो, तेवढ्यापुरतीच या गटात एकी असल्यासारखे भासते. सबाल्टर्नकारांभवतालची तटबंदी त्यांच्या गटाबाहेरील लोकांनीच बांधली आहे आणि त्यांच्या वेगळेपणाला नाट्यात्मकतेची झालर देऊ शकेल असे पर्यावरणही बाहेरच्या लोकांनीच उभारले आहे."[२२]

सबाल्टर्न स्टडीज प्रकल्पातील दहा खंडांचा आणि सबाल्टर्नकार म्हणून इतिहासकारांनी इतरत्र केलेल्या संशोधनात्मक लेखनाचा जर धांडोळा घेतला तर हे लेखन नवमार्क्सवादी समीक्षा सिद्धांत, उत्तर-संरचनावाद आणि उत्तर-वसाहतवादी परिप्रेक्ष्य यांच्यात दोलायमान होत असलेले दिसून येते. प्रकल्पाची सुरुवात झाली तेव्हाची भूमिका आणि पुढील खंडांमधील भूमिका यातही स्थित्यंतर आढळते.

भारतातील अभिजनांच्या वर्गीय चारित्र्याचे विश्लेषण यांत्रिक भौतिकवादी दृष्टीने करण्याला सबाल्टर्नकार आक्षेप घेतात तेव्हा संरचनावादी मार्क्सवादाशी आणि काहीवेळा समीक्षा सिद्धांताशीही ते नाळ जोडत आहेत असे वाटते. समाजातील प्रस्थापित वर्ग आणि राज्यसंस्था यांच्यातील संबंधांचे स्वरूप नेमके कसे असते याविषयी मार्क्सवाद आणि नव-मार्क्सवादातील समीक्षा सिद्धांतातून अनेक विश्लेषणे पुढे आली. प्रस्थापित वर्ग आणि राज्यसंस्था यांच्यातील संबंधाविषयीची पारंपरिक मार्क्सवादी भूमिका ही अगदी सरळसोट आहे. साम्यवादी जाहीरनाम्यात प्रस्थापित वर्ग आणि राज्यसंस्था यांच्यात उघड साटेलोटे[२३] असते असे लिहिलेले आहे. अर्थात नंतरच्या सर्वच मार्क्सवाद्यांना हे विश्लेषण मान्य नव्हते. एकसमान विचारप्रणालीच्या अमलाखाली असल्याने प्रस्थापित वर्ग आणि राज्यसंस्था यांच्या वर्तनात साधर्म्य आढळते. मात्र विचारप्रणालीने बजावलेली भूमिका ध्यानात न घेता प्रस्थापित वर्ग आणि राज्यसंस्था यांच्यातील संबंधाकडे सरळसोट जवळीक म्हणून पाहणे हे ग्रामची, आल्थूजर यांच्यासारख्या नंतरच्या मार्क्सवाद्यांना सुलभीकरण वाटते. त्याचेच प्रतिबिंब सबाल्टर्नकारांच्या आक्षेपात दिसते.

अभिजनांचे वर्गीय चारित्र्य आणि त्यांच्या विचार व कृतीतून प्रकट होणारी विचारप्रणाली यावर भाष्य करणाऱ्या त्यांच्या काही लेखनावरही हा प्रभाव दिसतो. उदाहरणार्थ, सबाल्टर्न स्टडीजच्या तिसऱ्या खंडात गांधी विचारावर भाष्य करणारा पार्थ चटर्जी यांचा निबंध आहे.[२४] हा निबंध सबाल्टर्न भूमीदृष्टीने स्वातंत्र्य लढ्यातील नेतृत्वाच्या विचारसरणीचे विश्लेषण करणारा एक महत्वाचा लेख मानायला हवा. गांधींनी राजकीय आधुनिकता स्वीकारली, मात्र नागरी समाजाच्या स्तरावर आधुनिकीकरणाला मोडता घातला असे गुहा मानतात. वासाहतिकरणाच्या प्रक्रियेतून जी निम-सरंजामी, निम-भांडवली अर्थव्यवस्था भारताच्या वाट्याला आली, तिची विचारसरणी गांधींच्या या भूमिकेत आढळते हे चटर्जी सुचवताना दिसतात. त्यातून ग्रामची यांची विचारसरणी प्रस्थापित वर्गांचे धुरीणत्व (hegemony) कायम राखण्याचे कार्य बजावते या प्रतिपादनाशी किंवा विचारसरणीच्या अमलाखाली उत्पादन संबंधाचे पुनरुत्पादन होते आणि प्रतिकाराचा आशयच कुंठित होतो या आल्थूजर यांच्या भूमिकेशी सबाल्टर्नकार नाळ जोडू पाहात आहेत असे वाटते.

सबाल्टर्न समूहांच्या स्वायत्त राजकारणाच्या गुहा यांच्या सिद्धांतावरही हा प्रभाव

दिसतो. पारंपरिक मार्क्सवादाने केवळ औद्योगिक कामगारांचाच क्रांतीचा अग्रदूत म्हणून विचार केला. कारखान्यातील उत्पादन व्यवस्थेबरोबर येणारी कमालीची परात्मता, भांडवलशाही व्यवस्थेतील शोषणाचे स्वरूप व तीव्रता, भांडवलाच्या विकासाबरोबर वर्गसंघर्षाला येणारा टोकदारपणा, कामगार आणि भांडवलदार वर्गांच्या अध्येमध्ये असलेल्या वर्गांचे नामशेष होत जाणे यांसारख्या बाबींमुळे आपल्यावरील ऐतिहासिक जबाबदारी ओळखण्याचा अवकाश केवळ औद्योगिक कामगारांच्या वर्गालाच उपलब्ध होतो असे पारंपरिक मार्क्सवाद मानतो. असा स्वत:च्या शोषणाविषयी जागरूक सर्वहारा वर्ग मग समाजात क्रांती घडवून आणतो. इतर श्रमिकांचे शोषण होत असले तरी, ज्या उत्पादनसंबंधांनी ते बद्ध असतात, त्यांचे सरंजामी स्वरूप पाहता अशा श्रमिकांमध्ये क्रांतिकारी जाणिवा निर्माण होण्याच्या शक्यतेबद्दल पारंपरिक मार्क्सवाद साशंक आहे. परिणामत: अशा श्रमिकांनी जरी काही उठाव केले किंवा लढे उभारले तरी त्यांमधून फार मोठा क्रांतिकारक बदल होण्याची शक्यता पारंपरिक मार्क्सवादी नाकारतात. पोथीनिष्ठ मार्क्सवाद्यांच्या या भूमिकेची झाडाझडती घेत गुहा श्रमिक जनता, ग्रामीण-शहरी सामान्य लोकांचे समूह आणि सबाल्टर्न वर्ग यांच्या लढ्यांना स्वायत्त राजकारणाचा दर्जा देऊ पाहतात.

कामगार चळवळीच्या प्रगल्भतेचे मोजमाप करण्यासाठी गुहा यांनी वापरलेली मोजपट्टी, संकल्पना आणि भाषा[२५] मात्र पूर्णपणे मार्क्सवादी आहे.राष्ट्रीय स्वातंत्र्याच्या आंदोलनावर सबाल्टर्न समूह आपला ठसा का उमटवू शकले नाहीत, हे सांगताना त्यांनी वापरलेल्या क्रांतीसाठीची वस्तुनिष्ठ परिस्थिती (objective conditions of revolution), स्वमग्नतेतून स्वयंसिद्धतेकडे गेलेला वर्ग (class in itself and class for itself) यांसारख्या कसोट्या त्यांची मार्क्सवादाशी जुळलेली आंतरिक नाळ तुटली नसल्याचे सुतोवाचच म्हणायला हवे. भांडवलशाहीच्या विकासाशिवाय भारतीय समाजात आमूलाग्र परिवर्तनाला चालना मिळणार नाही या मार्क्सवादी प्रमेयाशी फारकत घेण्याची गरजही त्यांना वाटत नाही. पर्यायाने गांधींनी आर्थिक प्रयोगांमधील बिगर-भांडवली, बिगर-यांत्रिकी औद्योगिकीकरणाच्या प्रकल्पातून मांडलेल्या पर्यायी विकासाच्या प्रारूपाची प्रागतिकता आणि नावीन्य त्यांच्या आकलनाच्या कक्षेतही येत नाही. पाश्चात्त्य आधुनिकतेच्या गांधीप्रणीत समीक्षेचे त्यांना फारसे मोलही वाटत नाही. गांधींसारखी स्वत:च्या जाणीव आणि नेणिवेला सातत्याने तपासणारी व्यक्ती त्यांना वासाहतिक मानसिकतेची अभिकर्ता वाटते, हीच खरेतर त्यांच्या वैचारिक बैठकीबद्दल पुरेशी बोलकी अशी बाब आहे.

मार्क्सवादाबरोबरील दीपेश चक्रवर्ती, पार्थ चटर्जी यांच्यासारख्या सबाल्टर्नकारांचा झगडा युरोपच्या अनुभवविश्वाला वैश्विक दर्जा देण्याच्या प्रवृत्तीला बळी

पडल्याबद्दल आहे. मात्र अलीकडच्या काळात जेव्हा विवेक चिब्बर यांनी मार्क्सवादात वैश्विकरणाच्या प्रवृत्ती आहेत असे मानल्याबद्दल सबाल्टर्नकारांच्या मार्क्सवादाविषयीच्या आकलनापुढेच प्रश्नचिन्ह उपस्थित केले, तेव्हा मात्र पार्थ चटर्जी यांनी आमचा वाद हा राष्ट्रवादी इतिहासकारांशी होता, मार्क्सवाद्यांबरोबर नव्हता अशी भूमिका घेतली.[२६]

सबाल्टर्नकारांच्या वैचारिक बैठकीत अशी गुंतागुंत[२७] असली तरी इतिहास म्हणजे थोरा-मोठ्यांचा इतिहास ही मानसिकता बदलण्यातील आणि भारतीय इतिहासातील अनेक दुर्लक्षित पैलूंविषयी जागरूकता निर्माण करण्यातील त्यांचे योगदान निर्विवादपणे महत्त्वाचे आहे हे नाकारता येणार नाही.

संदर्भ व टिपा

१. केंब्रिज इंटरनॅशनल डिक्शनरी सबाल्टर्न या शब्दाचा अर्थ कॅप्टनपेक्षा खालच्या दर्जाचा अधिकारी असा देते. ऑक्सफर्ड डिक्शनरी सैन्यातील निम्न स्तरावरील पदाधिकारी असा अर्थ सांगते, तर चेम्बर्स ट्वेंटी फर्स्ट सेंच्युरी डिक्शनरी सबाल्टर्न या शब्दाचा अर्थ खालच्या दर्जाचे लोक असा देते.

२. पुढे सबाल्टर्न भूमिकेतून इतिहासलेखनाचे प्रयत्न भारताबाहेरही झाले. १९९३मध्ये लॅटीन अमेरिकन सबाल्टर्न स्टडीज ग्रुप स्थापन झाला. या सर्व प्रयत्नांना हीच वैचारिक भूमिका आणि संदर्भ सरसकटपणे लागू होतो असा काही दावा नाही.

३. रणजीत गुहा (जन्म : १९२२) हे सबाल्टर्न स्टडीज मालिकेच्या दहा खंडांपैकी पहिल्या सहा खंडांचे संपादक होते. संपादक मंडळात शाहीद आमीन, डेव्हिड आर्नोल्ड, गौतम भद्रा, दीपेश चक्रवर्ती, पार्थ चटर्जी, स्वतः रणजीत गुहा, डेव्हिड हार्डीमन, ग्यान पांडे आणि सुमित सरकार यांचा समावेश होता. सातव्या खंडाच्या संपादनाच्या कामातही या संपादक मंडळाचा सहभाग होता. मात्र संपादकाची धुरा पार्थ चटर्जी आणि ग्यानेंद्र पांडे यांच्याकडे होती. आठवा खंड - डेव्हिड आर्नोल्ड व डेव्हिड हार्डीमन, नववा खंड - शाहीद आमीन व दीपेश चक्रवर्ती, दहावा खंड - गौतम भद्रा, ग्यान प्रकाश व सूजी थारू यांनी संपादित केले. मात्र संपादक मंडळाची नावे खंडावर नाहीत. १९८८मध्ये प्रकाशित झालेल्या 'Selected Subaltern Studies' चे संपादन गुहांबरोबर गायत्री चक्रवर्ती-स्पिव्हक यांनी केले. गायत्री चक्रवर्ती-स्पिव्हक यांनी या खंडाला एक विस्तृत अशी प्रस्तावनाही लिहिली.

४. Ranajit Guha, (ed.) *Subaltern Studies - I: Writings on South Asian History and Society*, Oxford University Press, Delhi, 1982. p. 1.

५. उपरोक्त, पृ. २.

६. उपरोक्त, पृ. ५-६.

७. संपादक मंडळातील इतिहासकारांच्या नावांसाठी पाहा तळटीप क्र. ३.

८. उदाहरणार्थ - Ranajit Guha, *An Indian Historiography of India: A nineteenth-century agenda and its implications,* K. P. Bagchi, Calcutta, 1988. Partha Chatterjee, *Nationalist Thought and the Colonial World: A Derivative Discourse,* Zed Books, London 1986.Gyanendra Pandey, *The Construction of Communalism in Colonial North India,* Oxford University Press, Delhi, 1990. David Hardiman, *Peasant Nationalists of Gujarat: Kheda district, 1917 – 1934.*Oxford University Press, Delhi / New York, 1981.Dipesh Chakrabarty, *Rethinking Working Class History: Bengal – 1890 – 1940.*K. P. Bagchi, Calcutta, 1984.

९. सबाल्टर्न स्टडीज मालिकेच्या संपादक मंडळातील सर्व सदस्यांची नावे तिसऱ्या क्रमांकाच्या तळटीपेत दिली आहेत. पुढे सबाल्टर्न स्टडीजचा इतिहास सांगताना दीपेश चक्रवर्ती यांनी त्या सर्वांच्या बरोबरीने सुदीप्त कविराज, शैल मायरम, एम. एस. एस. पांडियन, गायत्री चक्रवर्ती-स्पिव्हक, अजय स्केरीया हेदेखील आमच्या समूहाचा (collective चा) भाग होते असे म्हटले आहे.

१०. पाहा - Ranajit Guha, (ed.), *A Subaltern Studies Reader : 1986-1995* Oxford University Press, Oxford, 1998 या खंडातील प्रस्तावना. या प्रस्तावनेतील भूमिका त्यांनी त्यापूर्वी १९९३ मध्ये लॅटीन अमेरिकन सबाल्टर्न स्टडीज समूहापुढील त्यांच्या व्याख्यानातही मांडलेली दिसते.

११. Dipesh Chakrabarty, 'Marx after Marxism: A Subaltern Historian's Perspective', *Economic & Political Weekly*, Vol. 28, No. 22, 29 May 1993. pp. 1094-1096. तसेच 'A Small History of Subaltern Studies' in Henry Shwarz & Sangeeta Ray, (ed.), *A Companion to Postcolonial Studies*, Blackwell, Malden, 2005, pp. 467- 485.

१२. Partha Chatterjee, 'After Subaltern Studies', *Economic & Political Weekly*, Vol. XIVII No. 35, Sept 2012. pp. 44 - 49.

१३. Ranajit Guha, 1998. इतरत्र पृ. ix – xii.

१४. सबाल्टर्न स्टडीजचा प्रकल्प सुरू झाला तेव्हा गुहा वयाची साठी गाठण्याच्या टप्प्यात होते, मात्र इतर बरेच सदस्य पंचविशी-तिशीत होते. गुहांच्या नोंदीतील दोन पिढ्यांच्या उल्लेखाचा हा संदर्भ ध्यानात घ्यायला हवा.

१५. Chatterjee, 2012 इतरत्र पृ. 44.

१६. **लुई आल्थूजर** (1918-1990), **निकस पौलांझा** (1936-1979) आदी मार्क्सवाद्यांनी राज्यसंस्था आणि भांडवलदार वर्ग यांच्या संबंधाविषयी घेतलेली भूमिका संरचनावादी मार्क्सवाद म्हणून ओळखली जाते. साम्यवादी जाहीरनाम्यात 'Executive of the modern state is but a committee for manage the common affairs of the whole bourgeoisie' असे म्हटले आहे. त्याच्या आधारे राज्यसंस्था ही भांडवलदार वर्गाच्या प्रत्यक्ष आधिपत्याखाली असते अशी भूमिका काही मार्क्सवादी घेत असत. त्याचा प्रतिवाद

आल्थूजर, पौलांझा आदींनी केला. राज्यसंस्थेने भांडवलदार वर्गाला पूरक वर्तन करण्यामागचे कारण राज्यसंस्थेचे पदाधिकारी आणि भांडवलदार यांच्यातील प्रत्यक्ष साटेलोटे हे नसते. राज्यसंस्था भांडवली उत्पादनपद्धतीचे पुनरुत्पादन करण्याचे कार्य बजावत असल्याने ही पूरकता निर्माण होते असे ते मानतात. राज्यसंस्था आणि भांडवलशाही यांच्यातील जवळिकीचे मूळ व्यक्तिगत साट्यालोट्यात नसून ते राज्यसंस्थेच्या संरचनात्मक जडणघडणीत सापडते असे आल्थूजर मानतात. पाहा - Louise Althusser, 'Ideology and Ideological State Apparatus: Notes towards an Investigation,' in *Lenin & Philosophy and Other Essays*, Monthly Review Press, 1971.

१७. **लेवी स्ट्रास** (1908-2009) यांना संरचनात्मक मानववंशशास्त्राचा प्रमुख समर्थक मानले जाते. बोलताना ज्याप्रकारे माणसाला व्याकरणाचे भान नसते, त्याचप्रकारे दैनंदिन जगण्यातील सामाजिक संरचनांचे अस्तित्व आपल्याला जाणवत नाही. या संरचनांचा उगम मनात होतो आणि आपल्याही नकळत त्या आपल्या सामाजिक व्यवहारांना आकार देत जातात, असे स्ट्रास मानतात. मानवी नात्यांचा आशय निर्धारित करण्यात मिथके मोठी भूमिका बजावतात. जगभरातल्या मिथकांमध्ये साधर्म्य आढळते हे ते निदर्शनाला आणून देतात. मिथकांची संरचना परस्परविरोधी आशय असणाऱ्या संकल्पनांच्या जोडगोळीद्वारे (binary opposites) निश्चित होते असा त्यांचा सिद्धांत आहे.

१८. **मार्टिन हायडेगर** (1889-1976) हे जर्मन तत्त्वज्ञ होते. *Being and Time* (1927) हा ग्रंथ त्यांनी लिहिला. सत्ताशास्त्राच्या (ontology) अध्ययनाचा आग्रह धरणारी ही एक महत्त्वाची संहिता आहे. अन्वयार्थाची जी संकल्पनात्मक व्यवस्था आपल्याला उपलब्ध असते, तिच्या चौकटीत आपले सत्ताविषयक आकलन बद्ध असते असे ते मानतात. या बंदिस्त चौकटीवर घाव घालत तिच्या पलीकडे जाऊन सत्तात्मक वास्तव काय आहे याचा शोध घ्यायला हवा असा त्यांचा आग्रह आहे.

१९. Chatterjee, 2012, इतरत्र पृ. 44-45.

२०. **उत्तर-संरचनावाद** हा विसाव्या शतकाच्या मध्यावर उदयाला आलेला तत्त्वज्ञानात्मक प्रवाह आहे. जाक देरीदा, मिशेल फुको, डेल्युज, बॉड्रीयार्ड, ज्युलिया क्रीस्तेवा हे या प्रवाहाचे प्रमुख प्रवक्ते मानले जातात. कोणत्याही संहितेत एकच एक नेमका आणि ठाम अर्थ असतो किंवा संहितेला एकच ठाम उद्दिष्ट असते असे हा प्रवाह मानीत नाही. संहितेत तिच्या लेखकाला अभिप्रेत असलेला असा अर्थच हा खरा / रास्त अर्थ असतो हेही त्यांना अमान्य आहे. संहितेचा प्रत्येक वाचक तिचा अर्थ निर्माण करतो आणि म्हणून प्रत्येक संहितेचे बहुविध अर्थ असू शकतात ही भूमिका ते घेतात. मानवी जीवनातील गुंतागुंतीमुळे मानव्यशास्त्रे आणि सामाजिक शास्त्रे यांचे स्वरूप अस्थिरच राहणार असेही उत्तर-संरचनावादी मानतात. सामाजिक आणि मानव्य शास्त्रातील संकल्पनांचाही एकच एक आशय मान्य करण्यापेक्षा प्रत्येक संकल्पनेच्या आशयातील बदलाचा ऐतिहासिक आढावा घेण्याचा आग्रह ते धरतात.

२१. Chakrabarty, 1993 इतरत्र पृ. 1094.

२२. David Ludden, (ed.) *Reading Subaltern Studies: Critical History,*

Contested Meaning and the Globalisation of South Asia, Permanent Black, Delhi, 2002, पृ. 3.

२३. 'Executive of the modern state is but a committee for manage the common affairs of the whole bourgeoisie'. पाहा - Karl Marx & Frederick Engels, *Manifesto of the Communist Party*, Progress Publication, Moscow, 1969 (1848).

२४. Partha Chatterjee, 'Gandhi and the Critique of Civil Society', in Ranajit Guha, (ed.) *Subaltern Studies III*, Oxford University Press, Delhi, 1984.

२५. Guha 1982 इतरत्र. पृ. 6 (किंवा प्रस्तुत निबंधातील पहिल्या भागात नमूद केलेल्या आक्षेपांपैकी चौदाव्या क्रमांकाचा आक्षेप पाहा.)

२६. पाहा - Vivek Chibber, *Post-Colonial Theory and Spectrum of Capital, Verso*, 2013, तसेच - दोघांमधील विवादासाठी पाहा - http://wearemany.org/v/2013/04/debate-marxism-legacy-of-subaltern-studies मे 2013.

२७. गायत्री चक्रवर्ती-स्पिव्हक यांनी सबाल्टर्न स्टडीजविषयी उपस्थित केलेल्या काही मूलभूत प्रश्नांची चर्चा येथे जागेअभावी केलेली नाही. जिज्ञासूंनी स्पिव्हक यांचा निबंध पाहावा. 'Can the Subalterns Speak?', in C. Nelson & L. Grossberg. (ed.), *Marxism and the Interpretation of Culture*, Basingstoke, Macmillan, 1988. तसेच Ranajit Guha & Gayatri Chakravorty – Spivak, (ed.) *Selected Subaltern Studies*, Oxford University Press, New York, 1988 या ग्रंथाची प्रस्तावना.

उत्तराधुनिकतावाद आणि इतिहास

डॉ. पुतुल साठे
अनुवाद : प्रा. चित्रा लेले

इतिहास आणि उत्तराधुनिकतावाद यांचा परस्परसंबंध पाहण्याचा तसेच त्या अनुषंगाने एक विद्याशाखा म्हणून इतिहासाच्या आकलनात झालेले बदल समजून घेण्याचा प्रयत्न या लेखात केलेला आहे. हा लेख एकूण तीन भागांत विभागलेला आहे. लेखाची सुरुवात इतिहास म्हणजे एक सामाजिक-सांस्कृतिक क्षेत्र आहे, या व्यापक मांडणीपासून झाली आहे. दुसऱ्या भागात एक संकल्पनात्मक साधन म्हणून उत्तराधुनिकतावाद या परिप्रेक्ष्याविषयी समजून घेण्याचा प्रयत्न केला आहे. अंतिम भागात इतिहास आणि उत्तराधुनिकतावाद यांतील परस्परसंबंधाचा चिकित्सक आढावा घेण्यात आला आहे.

प्राचीन काळापासून वेगवेगळ्या वैचारिक शक्तींमधील आंतरप्रक्रियांतून आकलनाच्या ऐतिहासिक पद्धतींना सुरुवात झाली. त्यामुळे हिब्रू-ख्रिस्ती परंपरा आणि ग्रीक-रोमन परंपरा, ख्रिस्ती इतिहासलेखन यांत फरक दिसून येतो.प्रबोधनकाळातील इतिहासलेखन एक महत्त्वपूर्ण आणि स्वतंत्र साहित्यिक प्रकार (Genre) म्हणून उदयास आला. इतिहास नैतिक आणि राजकीय सूचनांचा स्रोत या स्वरूपात उदयास आला. प्राचीन भूतकाळाविषयी लेखन करणाऱ्या अभ्यासकांनी स्रोत, स्रोतांच्या साधनांचे प्रकाशन आणि ते हाताळण्याची चिकित्सक पद्धत विकसित केली. याद्वारा त्यांनी इतिहाससंशोधनाच्या तंत्रास महत्त्वपूर्ण योगदान दिले. यातून विविधता, बदल आणि विसंगती यांविषयीची प्रारंभिक ऐतिहासिक जाण विकसित होण्यास हातभार लागला.

ज्ञानोदयकालीन (Enlightenment) इतिहासकारांनी आधुनिक ऐतिहासिक विचारांचा पाया घातला. व्हॉल्टेअरच्या लेखनाने त्या विचारांचे प्रतिनिधित्व केलेले आहे. यामुळे पहिल्यांदाच ऐतिहासिक शोधाची व्याप्ती विस्तारली. त्यात माणसाच्या सर्व प्रकारच्या विचारांचा आणि कृतींचा अभ्यास होऊ लागला. तसेच ऐतिहासिक संशोधनाने एक संकल्पनात्मक साधन म्हणून निव्वळ परंपरागत कथनांच्या मांडणीपलीकडे

जात घटनांच्या संदर्भीय आकलनास सुरुवात करून दिली. इतिहासलेखनाने त्या काळाच्या वैज्ञानिक युगाकडून प्रेरणा घेतली. त्यामुळे घटनांच्या वरवरच्या आकलनापेक्षा ते भेदून मूलभूत प्रकारचा आणि संबंधांचा शोध घेण्याची गरज निर्माण झाली. त्यांना १७ व्या शतकातील अनुभववादानेही (empiricism) मार्गदर्शन केले आणि त्यामुळे काळजीपूर्वकपणे तथ्य-संकलनाची गरज मांडली गेली. १८ व्या शतकातील ऐतिहासिक विचारावर विज्ञानाची संकल्पना तसेच प्रगतीच्या संकल्पनेचा मोठाच प्रभाव पडला होता. मात्र ज्ञानोदयकालीन इतिहासकारांची एक मर्यादा म्हणजे मानवाचे स्वरूप निश्चित स्वरूपाचे आहे ही धारणा होय, त्यामुळे ते ऐतिहासिक जीवनाच्या विविधतापूर्ण प्रकारांना न्याय देऊ शकले नाही.

शेवटी लिओपोल्ड फॉन रांकेच्या कार्याबरोबर १९ व्या शतकातील नव्या व्यावसायिक इतिहासाचा उदय झाला. रांके यांच्या मते, इतिहासाचे मूलभूत तत्त्व म्हणजे 'सुटे ऐतिहासिक घटित' हे पूर्णपणे एकमेवाद्वितीय आणि अतुलनीय असते. आणि तरीही ते वैश्विक सांधण्यामध्ये गुंतलेले असते.[१] अपरिमित विविधता आणि बदल यांच्याकडे लक्ष देताना इतिहास कोणत्या प्रकारचे ज्ञान निर्माण करेल, या गोष्टीमध्ये रांके यांनी लक्ष घातले. त्यांच्या आकृतिबंधाचा (Paradigm) झुसमेन हँग (Zusammenhang) हा प्रमुख शब्द आहे. याचा शब्दशः अर्थ एकत्र लटकणे; कधी कधी एकत्र बांधले, जोडलेले असणे असेही त्याचे भाषांतर केले जाते.

१९६० च्या सुरुवातीच्या संस्कृतीविषयीच्या आकलनाच्या नव्या धारणांबरोबरच वस्तुनिष्ठता (Objectivity) हे वैशिष्टय असणारी एक विद्याशाखा म्हणून युरोपीय ज्ञानोदयाच्या विचारविश्वातून उदयास आलेली, रांकेच्या वैज्ञानिक आकलनाच्या धारणेत प्रतिनिधित्व केलेली इतिहासाची धारणा नाकारण्यात आली. दुसऱ्या जागतिक महायुद्धाचा कटू अनुभव, होलोकास्ट, १९६७ मधील पॅरिस येथील विद्यार्थ्यांचे उठाव, सोव्हिएत गटाचा उदय, आशिया आणि अफ्रिकेतील नव्या राष्ट्रांचा उदय आणि समाजावरील तंत्रज्ञानाचा प्रभाव यांसारख्या घटकांनीही या बदलाला चालना दिली. सैद्धांतिक पातळीवर संस्कृती या संकल्पनेची कक्षा, फुको यांची चर्चाविश्वाची धारणा (Discourse) आणि आंतोनिओ ग्रामची यांच्या वैचारिक प्रभुत्वाच्या (Hegemony) धारणेमुळे विस्तारली.

आधुनिकतेवरील ऐतिहासिक तत्त्वज्ञानात्मक टीकेच्या संदर्भात प्रामुख्याने मिशेल फुको (१९२६-१९८४) यांच्या 'मॅडनेस अँड सिव्हिलायझेशन' (१९६१), 'द बर्थ ऑफ क्लिनिक' (१९६३) 'द ऑर्डर ऑफ थिंग्ज' (१९६६) आणि 'द ऑर्किओलॉजी ऑफ नॉलेज' (१९६९) या लेखनाकडे पाहता येईल. फुको यांनी वेड, लैंगिकता, गुन्हेगारी या मानवी जीवनातील पैलूंचा इतिहास या विद्याशाखेच्या कक्षेत समावेश केला. फुको यांच्या इतिहासविषयक मांडणीची चार वैशिष्टये सांगता येतील- १) इतिहासलेखनात वर्तमानाचे

वर्चस्व २) पारलौकिक मानव जातीचे गूढ उकलणे ३) चर्चाविश्व (Discourse), पुरातत्त्वशास्त्र आणि अभिलेख यांच्या बरोबरीने ज्ञानशास्त्रीय (Epistemic) पद्धतीचा वापर ४) सत्ता आणि संस्कृतीचे विश्लेषण.

इतिहासलेखनावर वर्तमानाचे वर्चस्व याचा अर्थ गतकाळाचे तटस्थ आकलन शक्य नसून वर्तमानाच्या परिप्रेक्ष्यातच गतकाळाचे आकलन करता येते, असा होय. याचा परिणाम गतकाळाच्या वर्चस्वाच्या भूमिकेच्या विरचनेत (Deconstruction) झाला. यामुळे आधुनिक भांडवली विद्याशाखीय संस्कृतीच्या केंद्रस्थानी मानवास ठेवणाऱ्या आणि मानवकेंद्री असणाऱ्या ज्ञानोदयाच्या तत्त्वज्ञानाला पायउतार व्हावे लागले. फुकोने मानवाचा मृत्यू जाहीर केला. याचा अर्थ अंतिम वास्तवाचे आकलन नैसर्गिक मानवी अनुभवाच्या आधारे करणे शक्य नाही. 'द ऑर्डर ऑफ थिंग्ज' या लेखनात मांडलेले फुको यांचे वैशिष्टय म्हणजे ज्ञानशास्त्रीय पद्धती (Epistemic Method) होय. ज्ञानाला (Episteme) ऐतिहासिक प्राधान्य देण्यात आले. ज्ञान अमर्यादित आहेत आणि त्यामुळेच पुरातत्त्वीय (Archaeological) प्रारूप स्वीकारण्यात आले. प्रत्येक ज्ञान स्वायत्त आणि स्वतःची अशी एक रचना असल्याने दोन ज्ञानांमध्ये कोणताही संबंध असू शकत नाही. त्यामुळे याप्रकारचा आकृतिबंध अनुभवावर आधारित असू शकत नाही. विसंगतीमध्येच इतिहासाचे आकलन करता येते. त्यामुळे फुको ज्ञानाची व्यवस्था समजण्याचे प्रारंभिक घटक असणाऱ्या चर्चाविश्वाचे प्रारंभिक महत्त्व मांडतात. चर्चाविश्व विधानांनी बनलेले आहे, असे समजले जाते. विधानांची व्याख्या करताना फुको म्हणतात, विधान म्हणजे घटना, मात्र ते घटनेचे लेखकाच्या स्मरणात/आठवणीत उरलेले स्थानांतरित/रूपांतरित रूप होय. प्राप्त भूतकाळ नष्ट करणारी विधाने निर्माण केली जातात आणि पुरातत्त्वीय वापरली जातात. प्रतिमानातील चर्चाविश्वाची संकल्पना विसंगतीवर भर देते. वरील चार वैशिष्ट्यांची परिणती संस्कृती, सत्ता आणि वर्चस्व यांचे आकलन वाढण्यात होऊन त्यातून नवे ऐतिहासिक आकृतिबंध उदयास आले.

आता फुको यांनी मांडलेल्या वरीलपैकी चौथ्या वैशिष्ट्याचा - सत्ता आणि संस्कृतीच्या विश्लेषणाचा - परामर्श घेऊया. सैद्धांतिक पातळीवर संस्कृती या संकल्पनेची कक्षा, फुको यांची चर्चाविश्वाची संकल्पना आणि ग्रामची यांची वैचारिक प्रभुत्वाची धारणा यामुळे विस्तारली. या दोन्ही संकल्पनांनी संस्कृती एकजिनसी नाही, या गोष्टीवर भर दिला. तसेच संस्कृतीत समाजाच्या सर्व सदस्यांचा सहभाग नसतो, त्यामध्ये वर्ग, वंश व वंश-सांस्कृतिकतेचे (Ethinicity) भेद आढळतात. संस्कृती अशा असमान संबंधांवर आधारित आहे; विविध सामाजिक स्थितीतील लोकांशी आणि गटांशी ती संबंधित आहे. संस्कृती केवळ प्रतीकांची व्यवस्था राहिलेली नाही. ती अनेकविध चर्चाविश्वांतून आकारास आली आहे. ती कधी सुव्यवस्थित रूपरेखेत एकत्र येणारी पण

बऱ्याचदा परस्परक्रिया, प्रतिक्रिया आणि संघर्षाच्या गतिमान क्षेत्रामध्ये सहअस्तित्वास येत असते.[२] संस्कृतीच्या या बदलत्या संकल्पनेच्या संदर्भात संस्कृतीची समीक्षा आणि तिच्यातील परिवर्तन यांच्या संदर्भात ती आता इतिहास, तत्त्वज्ञान, समाजशास्त्र आणि साहित्यसमीक्षा यांसारख्या क्षेत्रांवर आधारलेली दिसते.

या संदर्भात इतिहासाकडेही एक सांस्कृतिक रूप म्हणून पाहिले जात आहे- एक असे रूप जे घटना, वेळेचा वेग, बदलाची धारणा व कालखंड यांना आकारते आहे. घटना म्हणजे काय हा प्रश्न म्हणजे केवळ वस्तुनिष्ठ वास्तव नव्हे, तर अशा गोष्टी या विशिष्ट सांस्कृतिक धारणांचे उत्पादन असतात.[३] संस्कृतीकडे सत्तेच्या वर्चस्वाचा एक आविष्कार म्हणून पाहिले गेले. संस्कृतीमध्ये सत्ता आकारास येते आणि तेथे तिचा प्रतिकारही केला जातो. इतिहास हे असे सांस्कृतिक क्षेत्र आहे. इतिहासाच्या या बदलत्या आकलनाच्या केंद्रस्थानी इतिहासाचे आकलन म्हणजे सत्ता, वर्चस्व, अधिसत्ता यांच्या बदलत्या संकल्पना हे आहे. सत्तेचे आकलन बदलून आता राजकीय प्रक्रियांचा पुनर्शोध घेतला जात आहे. पूर्वी अराजकीय गणल्या गेलेल्या कामगारांचे क्षेत्र, रस्ता, कुटुंब, घर यांचाही अभ्यास आज केला जात आहे. सामाजिक इतिहासाला एक नवा अर्थ प्राप्त झाला आहे. दैनंदिन घडामोडींच्या गुंतागुंतीमध्येही जे राजकारण असते, त्याचे आकलन केले जात आहे. या बदलांचा परिणाम सत्तेच्या संकल्पनेवर मोठया प्रमाणावर झाला आहे.

दैनंदिन जीवनाच्या सर्व संबंधांवर सत्तेचा शिक्का असतो, याकडे फुको लक्ष वेधतात. लोक आपापल्या मर्यादित, आखून दिलेल्या भूमिका पार पाडताना सातत्याने सत्ता, अधिसत्ता, त्याचे वास्तव अनुभवत असतात. दुसरी महत्त्वाची बाब म्हणजे दैनंदिन जीवन, संस्कृती, सामाजिक चळवळी यांत फरक आहे. संस्कृतीमध्ये लोक प्राप्त सत्ता संरचनांना छुपेपणे पाठिंबा देतात, तर सामाजिक चळवळीत लोक 'जैसे थे' वादाला प्रश्नांकित करतात. त्यामुळे जसे मोठे परिवर्तन वा बदल समजून घेण्यासाठी संघटित सामाजिक चळवळी समजून घेणे महत्त्वाचे आहे, त्याचप्रमाणे दररोजच्या विरोधाच्या आविष्कारांतूनही बरेच काही शिकण्यासारखे आहे.[४] सामाजिक चळवळींचा ऐतिहासिक अभ्यास करण्याच्या दृष्टिकोनातून असे दिसून येते की, सामाजिक चळवळी व लोकप्रिय (Popular) संस्कृती यांतील गुंतागुंतीचे संबंध, वर्ग, लिंगभाव, वंशसांस्कृतिकता, वंश हे फरक आज समकालीन विश्लेषणाच्या केंद्रस्थानी दिसतात.

यामुळे राज्याच्या (State) राजकारणापलीकडे जात जेथे राज्य अनुपस्थित आहे, अशा बहुजनांकडे लक्ष वळवत इतिहासाने नवीन वळण घेतले आहे. इतिहासलेखन करताना एका बाजूने वर्ग-संस्कृतीच्या स्थानिक चळवळी आणि दुसऱ्या बाजूने मोठ्या प्रमाणावर राज्याचे गतितत्त्व या दोघांच्या आकलनाचा मेळ घालण्याचा प्रयत्न केला

पाहिजे.[५] अशाप्रकारे सत्ता सर्व सामाजिक अवकाशांत सर्व प्रकारच्या मानवी संबंधांत उपस्थित असते. सामाजिक नियंत्रण व सांस्कृतिक उत्पादनाचे कर्ते शासकीय असो वा अशासकीय, त्यांच्यातील संबंधांमध्ये सत्ता कार्यरत असते. ती दुबळे आणि बलवान सगळ्यांकडे असते. सत्तेकडे सांस्कृतिक रचित म्हणूनही पाहिले जाते. इतिहासाचे लेखन आणि ऐतिहासिक ज्ञानाची निर्मिती करताना सत्ता व हिंसा सांस्कृतिक प्रतीके बनून वास्तवाची सामाजिक रचना करण्यात समस्या निर्माण करतात.

फुको यांचे सत्तेचे आकलन म्हणजे व्यक्तींमधील वैश्विक प्रवृत्ती नाही; ना समाज आणि इतिहासाला ओलांडून पुढे जाणारी प्रारंभिक शक्ती.[६] फुको सत्तेचे सर्वत्र परीक्षण करतात. सत्तेच्या आधुनिक आविष्कारासाठी स्वातंत्र्य ही पूर्व अट आहे, असे ते मानतात. स्वातंत्र्य सत्तेला नष्ट करू शकत नाही; तर सत्तेच्या क्षेत्राची पुनर्व्याख्या करू पाहते. सत्ता विरोधाच्या शक्यतेवर अवलंबून असते. सत्ता संबंधांचे असे क्षेत्र आहे, ज्यामध्ये शुद्ध क्रांतीलाही सवलत मिळत नाही.[७]

फुको यांची सत्तेची संकल्पना डावपेचात्मक, खेळीपूर्ण (Polemical) आहे. त्यांनी सत्तेचे विविध मार्ग, सत्तेच्या जाळ्यातील विरोधाच्या, संघर्षाच्या जागा, मुद्दे यांकडे लक्ष वेधले आहे. सत्तेचे गुंतागुंतीचे स्वरूप आणि सत्तेचा सर्वत्र होणारा आविष्कार यांवर भर देत त्यांनी दाखवून दिले की, इतिहास वा संस्कृती एकरेखीय पद्धतीने समजून घेता येत नाही.

फुकोच्या सत्ताविषयक आकलनामुळे इतिहासाचे आकलन आणि लेखन यांमध्ये मोठ्या प्रमाणावर बदल झाले आहेत. रांकेचा 'वैज्ञानिक इतिहास', 'इतिहास म्हणजे बृहद् कथन' या धारणांना आव्हान दिले गेले. इतिहासाकडेही आता एक रचित म्हणून पाहिले गेले. इतिहास हे साहित्याप्रमाणे (Fiction) विरोधाभासांनी भरलेले असून आंतरसंहितात्मकता (Intertextuality) हे त्याचे वैशिष्टय आहे.

इतिहासलेखनाविषयीच्या नव्या शंका हायडेन व्हाईट आणि डोमिनिक लाकाप्र यांच्या कामातून दिसून येतात. आता इतिहासाचे तत्त्वज्ञान समजून घेताना अनेकांनी समकालीन साहित्यिक सिद्धांताचा आधार घेतला आहे. जेव्हा पॉल वायने (Paul Veyne) इतिहासाला 'खरी कादंबरी' म्हणतो, तेव्हा तो या दोन्ही प्रकारांमधील समान धारणा जसे, निवड, संघटन, आख्यायिका (Ancedote), काळाचा अवकाश यांकडे त्याने लक्ष वेधले आहे.[८] हायडेन व्हाईट म्हणतात, इतिहास आणि साहित्य हे दोन्ही सांस्कृतिक प्रतीकांची व्यवस्था आणि सैद्धांतिक रचिते आहेत. त्याविषयीच्या विचारसरणीमध्ये दोघांचे स्वरूप स्वायत्त आणि स्वनियंत्रित आहे, असे म्हटले आहे.[९] फ्रेडरिक जेम्सन म्हणतात, एकरेषीय कादंबरीप्रमाणे ऐतिहासिक प्रतिनिधित्वही पेचात अडकले आहे. यावरचा उपाय म्हणजे इतिहासलेखनशास्त्र सोडून देणे हे नसून त्याच्या परंपरागत पद्धतींची वेगळ्या

पातळीवर दखल घेणे होय. यासंबंधी आल्थूजर यांचा प्रस्ताव वास्तवाला धरून आहे. ते म्हणतात, पूर्वीची इतिहासलेखनपद्धती आता अडचणीची झाली आहे. इतिहासकाराने आज जे खरे घडले आहे, त्याचे ढोबळ प्रतिनिधित्व म्हणून इतिहासाकडे न पाहता इतिहासाची संकल्पना कशी निर्माण झाली, यावर लक्ष केंद्रित करावे.

उत्तराधुनिक इतिहासलेखनपर साहित्य (Historiographic Metafiction) असे दाखवून देते की, साहित्य हे ऐतिहासिकदृष्ट्या आकारास येते आणि इतिहास हा स्वैरपणे रचलेला असतो. यांतून फुकोची सत्ता व ज्ञानाची संकल्पना विस्तारते. सलमान रश्दींच्या कादंबरीतील निवेदक शेम म्हणतो-

इतिहास ही नैसर्गिक निवड आहे. ...शेवटच्या सिगरेटसारखी जुनी सत्ये मागे पडतात. भूतकाळाचे नवे आविष्कार वर्चस्वासाठी लढू लागतात, घटितांच्या नव्या प्रजाती उदयास येतात. बलवान टिकतात, दुर्बल अनाम पराभूत गोष्टींची काही पदचिन्हे राहतात. जे इतिहासावर वर्चस्व गाजवतात, त्यांवर इतिहास प्रेम करतो. हा परस्पर गुलामगिरीचा संबंध आहे.[१०] इतिहासाविषयी हायडेन व्हाईट जे म्हणतात, ते आधुनिक साहित्यालाही लागू होते : गतकाळाच्या प्रत्येक प्रतिनिधित्वाचे विशिष्ट सैद्धांतिक परिणाम असतात.

उत्तराधुनिकतावाद

सध्याची संस्कृती, सिद्धांत तसेच कला, स्थापत्य, साहित्य, मुद्रण, तत्त्वज्ञान, प्रसारमाध्यमांचा अभ्यास, भाषाविज्ञानशास्त्र आणि इतिहासलेखनशास्त्र या विषयांतील समकालीन लेखनांत उत्तराधुनिकतावाद ही संकल्पना तुटक, प्रवाह खंडित करणे/होणे, स्थान विस्थापित करणे/होणे आणि विकेंद्रितता यांच्याशी संबंधित आहे. उत्तराधुनिकतावाद हे काही आंतरराष्ट्रीय स्वरूपाचे सांस्कृतिक घटित नाही; उलट प्रामुख्याने युरोपीय आणि अमेरिकन रचित आहे, हे सुरुवातीलाच नमूद करायला हवे. लिंडा हुचेन उत्तराधुनिकतावादाचे वर्णन करतात : उत्तराधुनिकतावाद मूलतः विरोधाभासयुक्त, निश्चितपणे ऐतिहासिक आणि अनिवार्यपणे राजकीय आहे. उत्तराधुनिकतावाद विरोधाभासयुक्त आहे, हे अधोरेखित करणे महत्त्वाचे आहे. उत्तराधुनिकतावाद जी व्यवस्था खिळखिळी करू पाहतो वा ज्याची पुनर्रचना करू पाहतो, त्याच व्यवस्थेत कार्य करत असतो आणि त्या अर्थाने तो नवा आकृतिबंध निर्माण करू पाहत नाही. त्या म्हणतात,

"जरी त्याने उदारमतवादी मानवतावादाला आव्हान दिले
असले तरी, त्याची जागा घेतलेली नाही...त्याला
नवीन उदयास येणाऱ्या संघर्षाची जागा म्हणता येईल."[११]

फ्रेडरिक जेम्सनसारख्या सिद्धान्तकाराच्या मते, उत्तराधुनिकतावाद म्हणजे उत्तर-भांडवलशाहीवादाचे सांस्कृतिक वर्चस्व आहे. उत्तर-भांडवलशाहीच्या काळात

भांडवलशाहीचे धुरीणत्व नष्ट झाले आणि लोकसंस्कृतीचा (mass culture) विकास झाला आहे.[१२] उत्तराधुनिकतावादाने लोकसंस्कृतीच्या एकसाचीकरणास (Uniformization) आव्हान दिले असले तरी त्याचे अस्तित्व नाकारलेले नाही. वेगळा (Other) पेक्षा फरक (Difference) ही संकल्पना उत्तराधुनिकतावादाच्या केंद्राशी आहे. ज्याच्या विरोधात 'फरका'ची व्याख्या करता येईल, असा फरकविरोधी शब्द नाही. उत्तराधुनिकतावादी 'फरक' वा 'अनेक फरक' हे नेहमीच बहुल, अनेक किंवा तात्पुरते राहिलेले आहेत. विरोधाभास हे उत्तराधुनिकतावादाचे लक्षण आहे. त्याने कोणत्याही प्रकारची संकल्पना वा ल्योटार्ड ज्याला श्रेष्ठ कथन (Super Narrative) म्हणतो, त्याला नकार दिलेला आहे. अशा श्रेष्ठ वा महा-कथनांप्रति अश्रद्धा हे उत्तराधुनिकतावादाचे वैशिष्ट्य आहे. ज्ञान म्हणजे वैश्विक सहमतीचा परिणाम असतो, या वास्तवाचे निदर्शन 'अर्थाचा होणारा ऱ्हास' यांतून ध्वनित होतो. 'फरका'ची धारणा सहमतीच्या धारणेलाच आव्हान देणारी आणि प्रश्नांकित करणारी आहे.

ज्ञानोदयाच्या ज्ञानशास्त्रात्मक (Epistemlogical) दाव्यांतील प्रत्यक्षार्थवाद आणि मानवतावादाच्या दाव्यांना आव्हान देणारी सुरुवातीची नीत्शे, हायडेगर, मार्क्स, फ्रॉईड यांपासून नंतरच्या फुको, देरिदा, हाबरमास आणि बाऊंड्रीलार्डपर्यंत अशी उत्तराधुनिकतावादाची दीर्घ परंपरा आहे. उत्खननशास्त्र या अंगाने संकल्पनांचा इतिहास याविषयी फुकोची मांडणी (The Order of Things 1970, The Archaeology of Knowledge, 1972) असो वा देरिदाच्या जीव आणि जड यांतील द्वैत मांडणाऱ्या कार्टेशियन (Cartesian) विचाराला आव्हान देणारी, भव्य (Monumental) इतिहासाच्या संकल्पनेविरोधी सर्वसाधारण इतिहासाची संकल्पना असो- या साऱ्यांतून वर चर्चा केलेल्या विरोधाभासाचा प्रत्यय येतो. यामध्ये उत्तराधुनिकतावाद बदलू पाहात आहे, त्या व्यवस्थेतच तो अडकलेला दिसून येतो.

महाकथनांची उत्तराआधुनिक चिकित्सा, गोंधळ निर्माण करणाऱ्या दैनंदिन प्रक्रियांची उलटतपासणी करते. ही चिकित्सा दाखवून देते की, सर्व सैद्धांतिक सुधारणा या मानवी रचना आहेत. या वास्तवतेतूनच त्यांना मूल्यही प्राप्त होते आणि त्यांच्यावर मर्यादाही पडतात. ही डागडुजी आल्हाददायी आणि फसवी आहे. या परस्परविरोधातच मानवतावादी निश्चिततांची उत्तराधुनिकतावादी चिकित्सा चाललेली असते.[१३] नेमकेपणे सांगायचे तर उत्तराधुनिकतावादाने प्रसारमाध्यमे, विद्यापीठे, वस्तुसंग्रहालय, कलामंच यांसारख्या संस्थांना आव्हान दिले आहे. कलाप्रकारांची आणि ज्ञानशाखांची घडण याबाबतही हे लागू होते. साहित्यिक प्रकारांचे संकुचित आकलन हळूहळू प्रवाही होत आहे. लघुकथा आणि कादंबरी वा कादंबरी आणि इतिहास यांत मर्यादा ठरवणे सोपे राहिले नाही. उदाहरणार्थ, सलमान रश्दींचे मिडनाईट चिल्ड्रीन. व्यक्तिनिष्ठतेचे स्वरूप,

वस्तू विषयांच्या निश्चित, ठोस भूमिका आणि दिलेल्या सैद्धांतिक संरचनेतील कर्तेपण यांच्या स्वरूपाविषयीचे बदलते आकलन हा उत्तराधुनिकतावादी चिकित्सेचाच दुसरा परिणाम आहे. विषयाचे स्थान, भूमिका ठोस, सुसंगत अशी नसते, किंबहुना अन्य भूमिकेतून पाहता विषयवस्तू ही अर्थपूर्ण गोष्ट असेलच असे नाही, तर विषयवस्तू विरोधाभासी स्थानांसंदर्भात कार्यरत असते. याच्या बरोबरीने दृष्टिकोनाच्या परंपरागत धारणेचीही झाडाझडती करण्यात आली आहे. ज्ञान-विषय मर्यादित आणि तात्पुरत्या स्वरूपाचा असतो. पहिल्या जगातील देशातील स्त्रीवादी चळवळीच्या उदयाच्या विरोधात तिसऱ्या जगातील स्त्रीवादी चळवळीचा उदय वा लिंगवैचित्र्याच्या चळवळी वा उत्तर-स्त्रीवादी विचार ठेवून पाहता त्यातून अर्थ सापडतो.[१४] फुको आणि इतरांनी सुचविल्याप्रमाणे स्थिर सापेक्षता (Subjectivity) आणि परिप्रेक्ष्य या धारणांना आव्हान देणे हा कोणत्याही एकजिनसी सर्वंकष व्यवस्थेला प्रश्नांकित करण्याचा एक साधारण प्रयत्न आहे. ऐतिहासिक वा कथनातील सातत्यास आता मान्यता नाही. आकार आणि अर्थाला आतूनच आव्हान मिळत आहे. केंद्र हे स्थिर वा निश्चित आणि या विकेंद्रीत परिप्रेक्ष्यासह कोणतीही संस्कृती एकजिनसी वा एकसाची नसते, या विचारामुळे 'परिघा'ला नवा अर्थ मिळत आहे. द्वैती विरोधी भूमिकेवर आधारित 'अन्य'पणाची संकल्पना आणि पदसोपानाची संकल्पना विक्रेंद्रित समुदायाच्या धारणेवर (केंद्रित सारखेपणाच्या नव्हे) आधारित फरकास वाट करून देते. हा आणखी एक उत्तराधुनिक विरोधाभास आहे. स्थानिक, प्रादेशिक आणि वैश्विक हे बहुजन (Mass) संस्कृतीचे सर्व भाग आहेत. संस्कृती (जी संकल्पना पूर्वी एकच एक एकवचनी अर्थाने वापरली जात होती.) आता 'अनेक संस्कृती' (विशेष नसणारी तसेच वैविध्यपूर्ण) या स्वरूपात आहे, असे अनेक समाजशास्त्रज्ञांनी नोंदवलेले आहे. मात्र वैश्विक वा सर्वव्यापी व्यवस्थांना प्रश्नांकित करून सर्व सहमतीचा अंत होत नाही. परिघास नवे केंद्र म्हणून पाहिले जात नाही. कोणताही निश्चितपणा या पवित्रात्मक भूमिका असतात आणि त्या स्थानिक आणि वैश्विक पातळीवरील जटिल जाळ्यांतून आविष्कृत होतात. उत्तराधुनिकतावादाविषयी लेखन करताना अभ्यासकाच्या भूमिकेच्या मुद्याची दखल घेतली पाहिजे. सैद्धांतिक ज्ञानाचा दावा करताना मूल्य, रचना, अर्थ, नियंत्रण आणि अस्तित्व (रसेल १९८५) या भांडवली उदारमतवादाच्या मूलभूत तत्त्वांचे उत्तराधुनिकतावादी संशोधनाने जाणीवपूर्वक अवमूल्यन केले आहे. ल्योटार्ड आणि इतर म्हणतात की, कोणतेही ज्ञान हे बृहद्‌कथनाच्या (Meta Narrative) दर्जातून, - जरी ते तात्पुरते असले तरी - सुटू शकत नाही. हे लोक काय सांगू पाहतात तर, कथन हे नैसर्गिक बृहद्‌कथन असू शकत नाही, पदसोपान हे नैसर्गिक नाही तर रचित असतात. उत्तराधुनिक सिद्धान्तातील औपचारिक व विषयनिष्ठ विरोधाभास दोन गोष्टींकडे लक्ष वेधतो. एक, कशाला आव्हान दिले जात आहे आणि त्याला कोणता चिकित्सक प्रतिसाद मिळत

आहे. हे मांडताना उत्तराधुनिकतावादी सिद्धांत त्याचे स्वतःचे तात्पुरते स्वरूप मान्य करतो.

मात्र या विरोधाभासांची जाणीव म्हणजे कोणत्याही 'पारलौकिक (Transcendental) ओळखी'च्या जाळ्यात अडकणे नाही.[१५] उलट उत्तराधुनिकतेचे काव्य निश्चित अशा व्याख्येत बांधता येत नाही, हे समजणे महत्त्वाचे आहे. किंबहुना त्याचे स्वरूप खुले असून ज्याद्वारा आज आपण आपले सांस्कृतिक ज्ञान आणि चिकित्सक पद्धती समजून घेऊ पाहतो, अशी ती सातत्याने बदलणारी सैद्धांतिक रचना आहे. उत्तराधुनिकतावादाचे काव्य विशेषतः विरोधाभासासंबंधीचे तात्पुरते अभ्युपगम (Hypothesis) पुरवते. ल्योटार्डच्या शब्दांत सांगायचे तर, उत्तराधुनिकतावादी कलाकार वा लेखक हा एखाद्या तत्त्ववेत्त्याच्या भूमिकेत असतो. तो जी संहिता लिहितो वा कृती निर्माण करतो, ती कोणत्याही प्रस्थापित नियमांनी नियंत्रित होत नाही, ना पूर्ण निर्धारित निकष साहित्य वा कृतीस लावून त्याविषयी निर्णय दिला जातो.

उत्तराधुनिकतावाद आणि इतिहास

श्रेष्ठ कथनांना पर्यायी आकृतिबंध गृहीत धरून इतिहासाच्या सत्यविषयक दाव्यांना आव्हान देणे हे गेल्या काही वर्षांपासून सुरू आहे, असे 'उत्तराधुनिकतावाद' या निबंधात म्हटले आहे. ल्योटार्डचा प्रसिद्ध शब्दप्रयोग 'बृहद्कथनांविषयी'च्या उत्तराधुनिकतावादाच्या अविश्वासाने ज्ञानोदयाच्या विवेकनिष्ठेवर टीका केलेली आहे. एवढेच नव्हे, तर त्यातून सत्ता कशी सर्वत्र दैनंदिन जीवनात शिरकाव करते आहे आणि ती सर्वत्र असूनही विकेंद्रित कशी झाली आहे, याविषयीचे आकलन सुधारण्यास मदत झाली. स्थानिक, खंडित, क्षणिक, आणि इतिहासपूर्व वा वसाहतवादपूर्व या सर्वांचे उत्सव उत्तराधुनिकतावादात होत आहेत. या मुद्दयाकडे आणि उत्तराधुनिकतावादाचा इतिहासाच्या व्यवहारावरील प्रभाव याकडे सुमित सरकार यांनी आपल्या "Postmodernism and the Writing of History' या निबंधात लक्ष वेधले आहे. त्यांच्या मते, उत्तराधुनिकतावाद ऐतिहासिक व्यवहारासाठी अत्यंत उपयुक्त ठरू शकेल पण उत्तराधुनिकतावादातील अविभाज्य मुद्यांविषयी मात्र त्यांनी जागरूक केले आहे. यामध्ये विखुरलेपण साजरे करताना त्या जोडीने येणाऱ्या कोणत्याही धुरीणत्ववादी स्वरूपातल्या वैश्विकतेला नाकारणे समाविष्ट आहे. तसेच त्याबरोबर विशिष्टांच्या पलीकडे जाणाऱ्या सर्व प्रकारच्या परिवर्तनाच्या उपक्रमांना नाकारण्याचाही त्यात समावेश आहे. रणजीत गुहांच्या मते, प्रत्यक्षार्थवादावरील उत्तराधुनिकतावाद्यांचा हल्ला ज्ञानशास्त्रीय निरागसपणा (Epistemological Naivete) चेच दर्शन घडवते. शोधाच्या प्रतीक्षेत असणारा एक विशिष्ट प्रकारचा इतिहास, प्रत्यक्षदर्शीचे निवेदन, खाजगी पत्रे, रोजनिशी यांसारखी ऐतिहासिक साधने आणि पुरावे

यांची वैधता गृहीत धरणारा इतिहास म्हणजे सबाल्टर्न इतिहास असे ते वर्णन करतात. ग्यानेंद्र पांडेही गुहांचा हाच मुद्दा विशद करत आहेत.[१६]

सुमित सरकार यांनी मांडलेला दुसरा मुद्दा म्हणजे उत्तराधुनिकतावादाने जरी साहित्य आणि इतर चर्चाविश्वे यांतील सीमारेखा पुसट बनवल्या असल्या, तरी त्याद्वारे इतर लोकांच्या लेखनातील अलंकारिक भाषा, डावपेच उघड करण्यास मदत झाली आहे. मात्र 'अन्य'ला सोपे करणारा तर्क आपल्या स्वतःच्या लेखनातही येऊ शकतो- विवेक, ज्ञानोदय, प्रगती, पौर्वात्यवाद, वसाहतवादी चर्चाविश्व यांच्या श्रेष्ठ कथनांचे समीक्षक केवळ मूल्यांच्या निर्धारणाचे क्रम बदलून नेहमीच त्यांची स्वतःची बृहद्-कथने रचित असतात.[१७]

ल्योटार्ड यांनी कथाकथन शैलीतील आधुनिकपूर्व, प्रवाही, मुक्त, लोकप्रिय आणि अंतर्गत सत्ता-संरचनांपासून असणाऱ्या कथाकथन शैलीतील आधुनिकपूर्वकालीन इतिहासलेखन आणि सत्तेशी संबंधित गुंतलेल्या चर्चा, वादविवादातून आकाराला येणारे अमूर्त, आधुनिक, व्यावसायिक इतिहासासारखे वैज्ञानिक चर्चाविश्व यांत फरक केला. पूर्व आधुनिक लोकप्रिय आणि बिगर पाश्चिमात्य यांचे उत्सव हे एकजिनसी आणि सत्तेपासून मुक्त असल्याचा निर्देश सरकार यांनी केला आहे. या पौर्वात्यीकरणाकडे सरकार यांनी लक्ष वेधले आहे आणि बिगर पाश्चिमात्य परंपरांना आवश्यक/महत्त्वपूर्ण मानतानाच त्यातील प्रगत अभिजात किंवा सुसंस्कृत घटकांचे अस्तित्व नाकारणाऱ्या छुप्या धारणांकडेही ते लक्ष वेधतात. सरकार प्रश्न उपस्थित करतात की, प्रस्तावित आणि स्थानिक ज्ञानाच्या स्वरूपातील पर्याय किंवा खंडितपणाचे उदात्तीकरण हे ज्ञानशास्त्रीय (Epistemological) शंका आणि सत्तेच्या व्यवहारापासून मुक्त असणार आहे का?

फुको यांनी 'सत्ता/ज्ञान' या आकृतिबंधाच्या स्वरूपात उत्तराधुनिकतावादाच्या मांडणीचा परिणाम म्हणून अनाथगृहे, दवाखाने, तुरुंग, शाळा, कारखाने, लैंगिकतेचा इतिहास या विषयांचा अभ्यास केला. याने परंपरागत राजकीय आर्थिक क्षेत्राच्या पलीकडे जात दैनंदिन जीवनातील सत्तासंबंधांच्या ऐतिहासिक अभ्यासांची व्याप्ती विस्तारली आहे. आधुनिक भारतीय इतिहासलेखनात आता वसाहतवादी प्रशासन, सैन्य, औषधे आणि शिक्षण यांसारख्या नव्या विषयांचा स्थूल पातळीवरील सत्ता व्यवहाराच्या संभाव्य जागा म्हणून उदय झालेला आहे. 'नीत्शे, जिनीओलॉजी अँड हिस्ट्री' (Nietzsche, Geneology and History) मध्ये फुको यांनी परंपरागत इतिहासाच्या केलेल्या टीकेचा उल्लेख करावा लागेल. परंपरागत इतिहासातील विकासाच्या एकरेषीय धारणेमुळे त्याला फुकोने नाकारले आहे. राष्ट्रीय अभिमान आणि त्याचे गुणगान करणाऱ्या भव्यदिव्य इतिहासाची चिकित्सा त्यांनी केली आहे आणि जे इतिहासाला मिटवत आहे, असे परिप्रेक्ष्य त्यांनी नाकारले आहेत. उलट त्यांनी इतिहासलेखनातील सर्वंकषतेला

(totalization) नाकारले आहे आणि चर्चाविश्वाच्या बहुलतेला, सातत्यपूर्ण नसणाऱ्या, उदयास येणाऱ्या अशा छोट्या बेटांचे स्वागत केले आहे. मात्र सूक्ष्म इतिहास (Micro History) या नव्याने उदयास येणाऱ्या प्रकाराचे सत्तेच्या एकजिनसी राजवटीपासून संरक्षण केले पाहिजे. उत्तराधुनिकतावादाच्या रूढीभंजक संशोधनाने ऐतिहासिक संशोधनाचे क्षेत्र विस्तारले आहे, हे तथ्य सरकार यांनी अधोरेखित केले आहे. इतिहासाची भाषणबाजी (rhetoric) हे संशोधनाचे प्रमुख क्षेत्र बनले आहे. ते वापरत असणाऱ्या सध्याच्या कोटिक्रमांची ऐतिहासिकता तपासून पाहण्याची गरज याविषयी इतिहासकार अधिकाधिक जागरूक होत आहेत.[१८]

संदर्भ व टिपा

१. Trygve R. Tholfsen, *Historical Writing*, Harper and Row, London,1967, p.167.

२. Nicholas B. Dirks, Geoff Eley and Sherry B. Ortner, *Culture/ Power/ History*, Princeton University Press, New Jersey,1994, p.4.

३. Ibid., p. 6.

४. Ibid., p. 5.

५. Ibid., p. 5.

६. Ibid., p. 7.

७. Ibid., p. 7.

८. Cited in Linda Hutcheon, *A Poetics of Postmodernism: History, Theory, Fiction,* Routledge, New York,1988, p. 111.

९. Cited in Ibid., p. 112.

१०. Salman Rushdie, *Shame*, Picador, London, 1983, p. 124.

११. Hutcheon, op. cit., p. 120.

१२. Ibid., p. 6.

१३. Ibid., p. 8.

१४. Ibid., p. 11.

१५. Ibid., p. 15.

१६. Sumit Sarkar, *Beyond Nationalist Frames: Relocating Postmodernism, Hindutva, History,* Permanent Black, Delhi, 2002, p. 163.

१७. Ibid., p.163.

१८. Ibid., p. 175.

जमातवाद आणि इतिहास

प्रा. चित्तरंजन दास
अनुवाद : प्रा. जास्वंदी वांबूरकर

१

आपण दोन प्रकारच्या भूतकाळांसह जगत असतो- एक भूतकाळ, जो मिथके, दंतकथा, गोष्टी, दस्तऐवज, स्मृती या विविध साधनांमधून प्रत्यक्षपणे आपल्यापर्यंत पोहोचतो आणि दुसरा भूतकाळ जो, इतिहासकारामार्फत किंवा त्याच्या / तिच्या हस्तक्षेपाद्वारे आपल्यापर्यंत पोहोचतो. यांपैकी दुसरा प्रकार हा विश्वासार्ह व अधिकृत मानला जातो, कारण तो विशिष्ट मान्यताप्राप्त ज्ञानाशी निगडित संकेताबरहुकूम म्हणजेच ज्ञानशास्त्र व संशोधनपद्धती यांना अनुसरून निर्माण झालेला असतो. एक आधुनिक शास्त्रीय विद्याशाखा म्हणून इतिहासाचा उदय अठराव्या शतकात झाला. एकोणिसाव्या शतकात ''विद्याशाखांची सम्राज्ञी'' म्हणून तिच्याकडे बघितले गेले आणि राष्ट्र-राज्य, राष्ट्रवाद व साम्राज्यवाद यांचा उदय आणि प्रभुत्व यांच्या संदर्भात तिने महत्त्वपूर्ण भूमिका बजावली. इतिहास ही एक ''शास्त्रीय'' विद्याशाखा म्हणून उदय पावली आणि ऐतिहासिक वास्तव शोधून काढण्याची धुरा जिच्यावर सोपविली आहे, अशी व्यावसायिक विद्याशाखा म्हणून ती उत्क्रांत झाली. मात्र ऐतिहासिक वास्तवाचा शोध[१] म्हणजे संस्था व सत्ता-संबंध यांच्या व्यापक चौकटीत वर्तमानाशी संबंधित असलेल्या भूतकाळाचा शोध असतो. म्हणूनच इतिहासाला वर्तमान व भूतकाळ यांना सांधणाऱ्या संवादाचे स्वरूप प्राप्त होते.

जेव्हापासून भारताचा भूतकाळ हा प्रथम भारतीय-विद्या-अभ्यासक आणि नंतर साम्राज्यवादी इतिहासकार यांनी अर्थपूर्ण रीतीने व पद्धतशीरपणे मांडण्यास सुरुवात केली, तेव्हापासून तो स्पर्धात्मक दाव्यांचे एक क्षेत्र बनला. साम्राज्यवाद, वसाहतवाद, राष्ट्रवाद, मार्क्सवाद आणि अलीकडच्या काळात वंचितवादी (Subalternism), स्त्रीवादी, उत्तरवसाहतवादी, उत्तरआधुनिकतावादी या विचारव्यूहांतर्गत भारतीय समाज, राष्ट्र, व राज्य यांच्याशी निगडित समस्यांची चर्चा करताना इतिहास तात्त्विक विवेचन व स्पर्धा

यांचे एक रणक्षेत्र बनला आहे. या परंपरांच्या (schools) संदर्भात इतिहासलेखनशास्त्रीय वादविवादांमधून अकादमिक विश्वात अनेक प्रश्न उपस्थित केले जात आहेत : व्यावसायिक इतिहासकार कोणती साधने (tools) वापरतात, त्यांची संवेदनशीलता, त्यांचे सामाजिक स्थान, विशिष्ट तत्त्वप्रणालीप्रति असलेली निष्ठा, ज्या ठिकाणी संशोधन केले, ते संस्थात्मक क्षेत्र आणि सत्ता-संरचना अशा अनेक घटकांनी त्यांचे इतिहासलेखन कसे प्रभावित होते, इतिहासलेखनशास्त्र हे इतिहासकारांचे सत्याचे दावे वैध आहेत का, याचे परीक्षण करणारे एक अभ्यासक्षेत्र म्हणून उत्क्रांत झाले आहे. विशिष्ट प्रकारचा इतिहास कसा निर्माण झाला आणि वर्तमानातील अकादमिक क्षेत्राच्या प्रकाशात पर्यायी इतिहासाच्या काही शक्यता आहेत का, या अतिशय महत्त्वपूर्ण गोष्टींवर चिंतन होत आहे. इतिहासलेखनशास्त्रातील चिंतनाचा एक विषय म्हणजे जमातवाद होय.

भारतीय राजकीय, सामाजिक व राष्ट्रवादी जीवनातील एक अतिशय ज्वलंत समस्या म्हणजे जमातवाद होय. या विषयाकडे स्वातंत्र्योत्तर भारतात, विशेषत: १९८०नंतर इतिहासकारांचे लक्ष वेधले गेले. जमातवादाचा इतिहास पाहिला असता त्याचा उदय एकोणिसाव्या शतकातील शेवटच्या दशकांमध्ये झालेला दिसून येतो आणि भारतीय स्वातंत्र्य चळवळीसोबतच त्याची वाढ झालेली दिसते. १९२०पासून मार्क्सवादी इतिहासकारांनी सामाजिक - आर्थिक घटकांच्या संदर्भात जमातवादाची प्रक्रिया समजावून घेण्याचा प्रयत्न केला. मुस्लिमांचे मागासलेपण स्पष्ट करण्यासाठी हिंदू जमीनदार व मुस्लीम गरीब शेतकरी हे स्पष्टीकरण देत असतानाच हिंदूंना ब्रिटिश संस्थापकीय-व्यवस्था व वित्तीय संस्था यांमध्ये शिरकाव करण्यास मिळालेल्या संधी व हक्क हे वास्तवही अधोरेखित केले गेले. असेही मांडले जाते की, स्वातंत्र्यलढ्याच्या दरम्यान वापरली गेलेली निदर्शके, मातृभाषेतून सहज समजतील अशा सांस्कृतिक परंपरा, जत्रा व उत्सव यांचा दोन्ही जमातींनी वापर केल्यामुळे जमातवादाला खतपाणीच मिळाले.

आवाका / परिणाम (magnitude) व स्मृती या संदर्भात महाभयंकर असलेल्या, स्वातंत्राच्या मागोमाग आलेल्या फाळणीने भारत या कल्पनेला व तिच्या पायाला मुळापासून हादरविले. १९५० मधील थोडा शांततेचा काळ वगळता, स्वातंत्र्योत्तर काळात १९६०पासून जमातीय हिंसेचे अनेक उद्रेक घडून आले आणि शेवटी याचा परिपाक म्हणजे १९९२मध्ये बाबरी मशिदीचा पाडाव होऊन त्यापाठोपाठ मुंबईत दंगली घडून आल्या[२]. वास्तविक पाहता या घटनेने स्वतंत्र भारताच्या नैतिक, राजकीय व बौद्धिक सदसद्सविवेकबुद्धीला हादरा बसला.

मोठा आवाका असलेल्या आणि पुन:पुन्हा घडणाऱ्या जमातीय दंगलींनी अकादमिक विश्वाचे विशेषत: इतिहासकारांचे लक्ष वेधले. जमातवाद कसा अस्तित्वात आला, भारतीय इतिहासाच्या दीर्घकाळात (long duree) त्याचा उदय व उत्क्रांती कशी

झाली, जमातवादाचा प्राक्-इतिहास व इतिहास या सर्व विषयांच्या चिंतनाला सुरुवात झाली. १९८० आणि १९९० मध्ये भारतात हिंदू-मुस्लीम जमातवादाशी निगडित कार्यक्रम, प्रकल्प, लिखाण यांचे पेव फुटले.

२

जमातवादाशी निगडित भारतात पहिली समस्या उभी राहते, ती म्हणजे तिच्या व्याख्येच्या संदर्भात. जमातवाद ही मूलभूतपणे जमात या संकल्पनेशी निगडित संज्ञा आहे. ''ढोबळमानाने समान अस्मितेचा धागा असलेल्या किंवा समान बंध असलेल्या लोकांच्या समूहाला जमात असे म्हणता येईल.''[३] ''जमात ही काही अस्मितादर्शक अशा विशिष्ट समान सामाजिक संकेतांमुळे एकत्वाची भावना निर्माण होऊन संघटित होते.''[४] या अर्थाने, विविध सामाजिक महत्त्वाकांक्षा व सदस्यत्व असलेले जात-गट, भाषिक गट, पंथ व संप्रदाय याही जमातीच आहेत. जमातवादामध्ये सीमा-जाणिवा व आंतरिक एकसंधता अनुस्यूत आहे आणि त्यामध्ये एक धार्मिक अस्मिता गृहीत धरली आहे. जात, प्रदेश, भाषा, इत्यादी जमातीची इतर रूपे जमातवादाच्या कक्षेच्या बाहेर आहेत. एका अतिशय मूलभूत पातळीवर, जमातवादात धार्मिक व धर्मातीत समस्यांवरून संघर्ष करणाऱ्या दोन धार्मिक जमातींचे अस्तित्व गृहीत धरलेले असते. जमातवाद ही दुसऱ्या जमातीकडून खरोखर असलेला व कल्पित असलेला धोका, तक्रारी, असुरक्षितता आणि अविश्वास यांमुळे दुसऱ्या जमातीचे वर्चस्व रोखण्यासाठी आणि / किंवा तिच्यावर वर्चस्व निर्माण करण्यासाठी त्यांमध्ये असलेल्या स्पर्धात्मक महत्त्वाकांक्षांशी निगडित प्रक्रिया म्हणून तिचे आकलन[५] केले गेले आहे. ''जमातवादाचे सर्वज्ञात स्वरूप म्हणजे, तो प्रामुख्याने दोन गटांमधील धार्मिक मतभेदांमुळे उद्भवलेले तणाव किंवा दंगली अशा घटनांच्या स्वरूपात आविष्कृत होतो. त्यातील हिंसेचा सौम्य आविष्कार म्हणजे एखाद्या धार्मिक गटाबद्दल रोजगार, शिक्षण व इतर घटकांच्या संदर्भात भेदभाव करणे.''[६]

धर्म हे एक साधन आहे, साध्य नव्हे. बिपन चंद्र[७] असे मांडतात की, जमातवाद हा एक धार्मिक नव्हे, तर धर्मातीत (secular) संघर्ष आहे. त्यांच्या मते, जमातवाद ही एक तत्त्वप्रणाली आहे, ज्याद्वारे समाज, अर्थव्यवस्था आणि राजकारण यांकडे बघण्याची दृष्टी मिळते. ती मूलभूतपणे एक आधुनिक घटना आहे. जमातवाद किंवा जमातींमधील संघर्ष हा आर्थिक आणि राजकीय संस्थांच्या संरचनेतून उद्भवलेला आहे, असे मानले जाते. जमातवादाची समस्या आर्थिक विवंचना, मंद आर्थिक विकास आणि संसाधनांची कमतरता यांतून निर्माण होते, अशी मांडणी केली जाते. इतर काही विद्वानांची अशी धारणा आहे की, राजकीय नेते, अभिजन व मध्यमवर्ग यांच्या हितसंबंधांचा परिपाक

म्हणजे जमातवाद होय. साध्याकडून साधनाकडे झालेला हा विपर्यास आहे. हर्बंस मुखिया असे अधोरेखित करतात की, ‘‘शासक वर्गाचे आर्थिक व राजकीय वर्तन बहुधा जमातवादी असते, मात्र त्याच्या विरोधी असलेल्या वर्गांमध्ये तो जमातवादाच्या तत्त्वप्रणालीचा प्रसार करतो.’’[८] त्यांचा हा दावा ‘‘जमातवादी दंगलींचे बळी नेहमीच दंगलीत सामील झालेल्या सर्व जमातींमधील गरीब लोक असतात,’’[९] या ऐतिहासिक सत्यावर आधारलेला आहे. जमातवादाविषयी विशिष्ट अकादमिक भूमिका साकारलेली आहे. या परिप्रेक्ष्यात असे मानले जाते की, हिंदू आणि मुस्लीम या दोन ‘‘आदिम (primordial), एकसाची’’ जमाती आहेत. हा परिप्रेक्ष्य दोन्ही जमातींमधील वैर अधोरेखित करतो आणि त्यांच्यातील परस्परोपकारी सहजीवन दुर्लक्षित करतो. प्रभावी ऐतिहासिक / इतिहासलेखनशास्त्रीय परिप्रेक्ष्यानुसार जमातवाद हे मुळातच अस्तित्वात असलेल्या जमातीचे नव्हे तर, ‘‘जमातीचे संकुचित अस्तित्व निर्माण करण्याच्या ईर्षेचे’’ ते प्रतिबिंब असते आणि यामध्ये परका म्हणून सूचित केलेल्या गटाविरोधात तो गट आपल्या गटातील आंतरिक भेद विसरून शक्य तेवढ्या व्यापक पातळीवरील एकोपा प्रस्थापित करण्याचा प्रयत्न करतात. ज्यांमुळे धार्मिक अस्मिता व जमातीय जाणिवा निपजल्या आणि घट्ट झाल्या, त्या ब्रिटिश वासाहतिक धोरणांना या परिप्रेक्ष्यात केंद्रस्थानी ठेवले जाते. त्यानुसार, ब्रिटिश अंमल प्रस्थापित झाल्यावर प्रशासकीय व्यवस्थेत नवे घटक प्रविष्ट झाले. राजकीय व आर्थिक संस्थांमधील विकासाच्या संधी आणि विस्तार यांमुळे संघर्षाचे स्वरूप धार्मिक क्षेत्राकडून ऐहिक क्षेत्रामध्ये परिणत झाले; हाच जमातवाद होय. तो धार्मिक संघर्ष आणि जमातीय संघर्ष यांच्यातील पारिभाषिक भेद विशद करतो. या चौकटीत वसाहतपूर्वकालीन संघर्ष हे धार्मिक म्हणून गणले जातात, कारण ते सांप्रदायिक व तात्त्विक मतभेदांमुळे प्रेरित झालेले होते; जमातीय (communal) संघर्ष व वैर हे प्रामुख्याने राजकीय सत्ता व आर्थिक संसाधने यांच्याशी निगडित संघर्षांमुळे प्रेरित झालेले असतात.[१०] जमातीय संघर्ष हे वसाहतवादाचे फलित म्हणून गणले जातात. इतिहासकार असे प्रतिपादन करतात की, आज आपण जशा दाखवितो, तशा एकजिनसी धार्मिक अस्मिता वसाहतपूर्व काळात नव्हत्या; ‘‘पूर्वी एखाद्या जमातीची धार्मिक जमात म्हणून मान्यता फारच मर्यादित होती, कारण भाषा, वंश, जात व प्रदेश हे अधिक दृश्य असे बंध होते. जमातीचे धार्मिक आकलन हे स्थानिक स्वरूपाचे होते. यामुळे मोठ्या प्रमाणावर राजकीय जमवाजमव करण्यासाठी धार्मिक अस्मितेचा वापर करणे कठीण होते.’’[११]

३

ऐतिहासिक साहित्याचा एक धावता आढावा घेतला तर असे सूचित होते की, जमातवाद ही ऐतिहासिक आणि इतिहासलेखनशास्त्रीय घटना आहे. ऐतिहासिक घटना

म्हणून तिची पाळेमुळे - वसाहतपूर्व काळापासून असलेले त्याचे विशिष्ट स्वरूपातील अस्तित्व ते वासाहतिक स्थित्यंतर किंवा वर्तमान काळातील बदलापर्यंत अशा भारतीय इतिहासाच्या विविध कालखंडांत शोधता येतात. या संदर्भात तो ऐतिहासिक अभ्यासाचा एक विषय ठरतो. प्रमुख (ऐतिहासिक / अकादमिक) संशोधनानुसार वासाहतिक संस्थात्मक रचना विविध जमातींनी कशा उचलून धरल्या, अस्मितादर्श आणि सीमेच्या बाबतीतल्या जाणिवा या संदर्भात त्याचा प्रारंभ वासाहतिक संदर्भातच शोधता येतो. हे अभ्यास असेही सूचित करतात की, जमाती विशेषत: धार्मिक जमाती वसाहतपूर्व काळापासून अस्तित्वात होत्या; मात्र त्यांच्यातील संघर्षाचे स्वरूप धार्मिक होते आणि विशिष्ट स्थान, प्रदेश व समस्येशी निगडित होते. काही अभ्यासांनी असे निर्णायकपणे मांडले आहे की, (धार्मिक) एकोपा / मिलाफ यांचे अनेक दाखले आहेत ; मात्र प्रादेशिक राज्ये स्थापन होत असताना राज्यांतर्गत अचानक उद्भवलेल्या जमातावादाचीही काही उदाहरणे सापडतात. दोन्ही गोष्टींचे पुरावे वा दाखले मिळत असले तरी, अठराव्या शतकात प्रादेशिक राज्ये ''प्रमुख धर्मांच्या सीमारेषा ओलांडून त्यांमध्ये सलोखा / राजाश्रय व आदर वृद्धिंगत होत राहावा'',[१२] यासाठी सतत प्रयत्नशील राहिलेले दिसतात. या प्रमुख ऐतिहासिक साहित्यावरून असा निष्कर्ष काढता येतो की, जरी धार्मिक सांप्रदायिक संघर्ष होते आणि ते संघर्ष अठराव्या शतकातील प्रादेशिक राज्यांच्या घडामोडी आणि धोरणे यांमधून आविष्कृत झाले तसेच ''नागरी वातावरणातील बेशिस्त सैनिकांच्या छोट्या गटांच्या हालचालींमधून निदर्शनास आले आणि राज्य-स्थापनेच्या सुरुवातीच्या टप्प्यात त्यामुळे जमातीय हिंसेला व अठराव्या शतकातील भूमी-युद्धाला त्यांनी खतपाणी घातले'',[१३] तरी या प्रसंगांची सांगड जमातवाद या विशिष्ट अर्थ असलेल्या संज्ञेशी घालणे कठीण आहे; कारण अविभक्त, एकजिनसी किंवा एकसाची जमातीय अस्मिता (monolithic communal identity) ही संकल्पना वसाहतपूर्व संदर्भात / काळात / भारतीय इतिहासात अस्तित्वातच नव्हती. ॲनाल्स परंपरेकडून उद्धृत करून बेली असे सुचवितात की, मानसिकता (world-view) ही वसाहतपूर्व काळातील भारतातील या घटनेच्या विश्वसनीय सादरीकरणाला कारणीभूत झाली असावी. तेव्हा इतिहासकारांनी दाखविलेली परिस्थिती यांकडे कारणे म्हणून न पाहता पूर्व-परिस्थिती (precondition) म्हणून पाहिले पाहिजे.

एक स्वतंत्र अस्तित्व म्हणून जमातवादाची संकल्पना वासाहतिक काळाशी विशेषत: १८६०नंतर जोडली जाते आणि तिचा आरंभ हा प्रामुख्याने वासाहतिक धोरण, धार्मिक पुनरुज्जीवन व प्रतिनिधित्वाचे सरकार यांमध्ये शोधला गेला आहे. वसाहतपूर्व काळातील पूर्वसुरीपेक्षा एकोणिसाव्या व विसाव्या शतकातील जमातीय जाणीव वेगळी होती; वसाहतपूर्व काळातील जमातीय जाणीव ही अतिशय स्थानीय, घटनासदृश होती

आणि तिचे स्वरूप तात्कालिक होते. आणि त्याहून महत्त्वाचे म्हणजे, उच्च संस्कृतीच्या विश्वात किंवा लोकप्रिय पातळीवर या जाणिवेने अतिशय सशक्त अशा संस्कृती-मिलाफाच्या (syncretic) परंपरेला कधीही अवरोध केला नाही.[१४] अभिजन परंपरेचा भाग असलेल्या या मिलाफाच्या परंपरेने लोकांचा जगाकडे पाहण्याचा दृष्टिकोन घडविला होता. निव्वळ जमातवाद मात्र एकोणिसाव्या व विसाव्या शतकातील फलित होते आणि या काळात जमातीबाह्य जगाविषयी काही प्रमाणात असहिष्णू असलेला, जमातीकडे उघडपणे एक विभक्त स्वरूप म्हणून बघणारा विचार हळूहळू अभिव्यक्त होऊ लागला.[१५]

जमातवादाला पोषक वासाहतिक पूर्व-परिस्थिती (कारणे नव्हे) आणि जमातवादाच्या वासाहतिक स्वरूपांबरोबरच, या पूर्व-परिस्थितीतून अतिशय वेगळ्या जाणिवा किंवा जगाकडे पाहण्याचा वेगळा दृष्टिकोन निर्माण झाला. अस्मितेच्या पातळीवरील तुटलेपणातून वासाहतिक व वसाहतोत्तर काळात हिंदू-मुस्लीम संघर्ष आणि विभक्तता यांत त्याचे आविष्करण झाले; आणि यालाच जमातवादी विचारप्रणाली असे म्हणतात. या विषयावर जेवढे लिखाण झाले आहे, त्यावरून सकृद्दर्शनी कोणालाही वासाहतिक काळातील विविध शक्तींमधील अन्योन्यप्रक्रिया लक्षात येतील; मात्र आपले लक्ष पूर्णपणे जमातवादी इतिहासलेखनावर केंद्रित केल्यास तो एक अर्थपूर्ण अभ्यास ठरेल. इतिहासलेखन हे वासाहतिक काळात जमातवादी जाणीव आणि विचारप्रणाली निर्माण करणारे एक प्रमुख क्षेत्र होते. यातूनच कित्येकदा विसाव्या शतकात वसाहतवादाशी सामना करताना हिंदू-मुस्लीम संघर्ष व अलगतावाद अभिव्यक्त होऊन, एकजिनसी, एकसाची जमातीय अस्मिता निर्माण झाल्या. वासाहतिक वा आधुनिक काळात भारतीय इतिहासाची कल्पना साकार करताना, शब्दबध्द करताना कोणती साधने वापरली गेली, याचे दिग्दर्शन पुढील पानांत केले आहे. भारतीय इतिहासाची मांडणी व लेखन करत असताना विशेषत: पौर्वात्यवादी व राष्ट्रवादी इतिहासकारांनी ही साधने वापरताना भारतीय इतिहासातील आधुनिक पद्धतीची / धाटणीची जमातवादी जाणीव निर्माण करण्यात हातभार लावला आणि ही जाणीव अधिक प्रखर केली, असे सूचित करायचे आहे. जोपर्यंत ज्ञानशास्त्र (epistemology), संशोधनपद्धती व प्रत्यक्षप्रमाणवाद (empiricism) यांच्या संदर्भात इतिहासलेखनशास्त्रातील पायाभूत मांडणीला आव्हान दिले जात नाही, तोपर्यंत जमातवाद या इतिहासलेखनशास्त्राचे एक फलितच राहील.

भारतीय इतिहासाची चिरंतन (endured) व खंडित (temporal) चौकट ही जेम्स मिललिखित 'द हिस्ट्री ऑफ ब्रिटिश इंडिया' या शीर्षकाच्या भारताच्या पहिल्या अधिकृत इतिहासाने निर्माण केली. या ग्रंथात त्याने भारतीय इतिहासाची कालविभागणी हिंदू सभ्यता, मुस्लीम सभ्यता आणि ब्रिटिश कालखंड अशी केली. राज्य-केंद्रितता व जमातवादी दृष्टिकोन हे या कालविभागणीचे आधार होते. पौर्वात्यवाद्यांनी / भारतीय विद्या-

अभ्यासकांनी (Indologists) युरोपियन इतिहासासाठी वापरलेले कालखंडविभागणीचे खंडित स्वरूप त्यांनी भारतीय इतिहासासाठी व सभ्यतेसाठी वापरले. यातूनच भारतीय इतिहासाची अशी मांडणी त्यांनी केली : वैदिक काळ हा सांस्कृतिक पायाउभारणीचा होता आणि गुप्त काळात साम्राज्यनिर्मितीमुळे भारतीय सभ्यतेने उत्कर्ष गाठला आणि त्यानंतर हुणांचे आक्रमण झाले. मध्ययुगीन काळात मुस्लिमांच्या आगमनाने अवनतीचा काळ सुरू झाला आणि ब्रिटिशांच्या आगमनाने आधुनिकतेला प्रारंभ झाला. भारतीय इतिहासाची निर्मिती युरोपियन इतिहासाच्या धाटणीने करताना, पौर्वात्यवादी इतिहासकारांनी या थोर, प्राचीन सभ्यतेचा सांस्कृतिक पाया ज्या काळात निर्माण झाला, भारतीय इतिहासातील त्या हिंदू / प्राचीन कालाची निर्मिती केली. भाषा, कायदे, संस्था आणि धार्मिक ग्रंथ यांच्या रूपात भारतीय सभ्यतेचे सारतत्त्व ज्या काळात निर्माण झाले,[१६] त्या काळाची अभिजात युग म्हणून पौर्वात्यवाद्यांनी संभावना केली.

हिंदू सभ्यता म्हणजेच आर्य सभ्यता असे समीकरण मांडून इतिहासलेखनात वांशिक व जमातवादी घटक आणि परिप्रेक्ष्याची पेरणी इतिहासकारांनी केली. हा स्वाभाविक परिप्रेक्ष्य व हे तर्कशास्त्र हे भारतीय इतिहासलेखनशास्त्रातील साम्राज्यवादी व राष्ट्रवादी मांडणीचे प्रमुख लक्षण बनले आणि विसाव्या शतकात रामशरण शर्मा आणि इतर मार्क्सवादी इतिहासकारांनी हस्तक्षेप करेपर्यंत भारतीय इतिहासलेखन याच प्रमुख चौकटीत होत राहिले. राष्ट्रवादी इतिहासकारांनी प्राचीन, मध्ययुगीन व आधुनिक अशी नामाभिधाने बदलली. त्यांनी इतिहासलेखनातून स्वत्वनिर्मितीचा प्रयत्न केला आणि त्यासाठी ते प्राचीन भूतकाळाकडे वळले. ते सुवर्णयुगात रममाण झाले - ज्या सुवर्णयुगात साहित्य आणि संस्कृती बहरली, अर्थव्यवस्था आणि समाज विकसित झाला, प्रांत एकत्र झाले आणि कायदा व सुव्यवस्था निर्माण झाली. राष्ट्रवादी आणि पौर्वात्यवादी यांमध्ये भारताच्या भूतकाळाबद्दल काही समान समजुती होत्या. जसे, अभिजात सुवर्णयुगाची कल्पना आणि त्यानंतर आलेल्या सभ्यतेच्या ऱ्हासाचे मिथक. त्या दोघांनीही १८व्या शतकाची "तमोयुग" म्हणून संभावना केली. बहुतांश राष्ट्रवादी इतिहासकारांनी वसाहतपूर्वकालीन इतिहास धार्मिक कोटिक्रमांतून उभा केला. प्राचीन काळाला त्यांनी हिंदू संबोधले आणि मध्ययुगीन काळाला मुस्लीम- जणूकाही एकमेव धार्मिक सार संपूर्ण युगाला आणि सबंध समाजाला व्यापून होते. "मुस्लीम जुलूमशाही" ही जमातवादी कल्पना त्यांनी अधोरेखित केली - ज्या कल्पनेने सर्व मुस्लीम हे दुष्ट म्हणून घडवले आणि उच्च असो व नीच स्थानावर, सर्वांकडे सत्ता होती, असे चित्र उभे केले.[१७] साम्राज्यवादी इतिहासलेखनशास्त्रातील एक महत्त्वपूर्ण शोध म्हणजे भारत हे एक राष्ट्र नव्हते, तर "एकमेकांशी लढणाऱ्या विभिन्न जाती आणि जमातींचे एक कडबोळे होते." या मांडणीचा राष्ट्रवादी इतिहासकारांनी प्रतिवाद केला आणि विविधतेमागील मूलभूत एकतेचा पुरस्कार

केला. प्राचीन भारतातील प्रादेशिक विस्तार आणि राज्यांचे एकत्रीकरण या प्रक्रियांचे अवडंबर माजवून एकच केंद्रस्थान असलेले राष्ट्र-राज्य होते, असा शोध त्यांनी लावला.

राष्ट्रवादी इतिहासकारांनी जरी नामाभिधाने बदलली, तरी कालविभागणीचे प्रमुख आधार तेच राहिले. "वासाहतिक काळात केल्या गेलेल्या भारतीय इतिहासाच्या या कालविभागणीने द्वी-राष्ट्र-सिद्धान्ताला खतपाणी घातले; या मांडणीत हिंदू आणि मुस्लीम या जमाती एकमेकांच्या प्रतिस्पर्धी म्हणून चित्रित केल्या गेल्या", असे मत रोमिला थापर यांनी व्यक्त केले आहे.[१८] कालविभागणीच्या या चौकटीमध्ये हिंदू हा एक प्रमुख काल्पनिक कोटिक्रम निर्माण झाला. संपूर्ण प्राचीन काळ हा हिंदू म्हणून शिक्कामोर्तब झाला. त्यामुळे एकजिनसी नसलेल्या धार्मिक गटांमधील आंतरिक मतभेद संपुष्टात आले. इस्लामपूर्व काळातील एतद्देशीय गट व चळवळी या हिंदू धर्माचाच एक भाग म्हणून दर्शविल्या गेल्या. अरब लेखकांनी दिलेल्या वर्णनानुसार, अल्-हिंद आणि तेथे राहणारे लोक म्हणजे सिंधू नदीच्या पलीकडचे लोक म्हणजेच हिंदू, या वर्णनाशी हे मिळतेजुळते होते.[१९] हिंदू ही जी मुळात भौगोलिक संज्ञा होती, तिचे पौर्वात्यवाद्यांमुळे हळूहळू एका धार्मिक व सांस्कृतिक संज्ञेत पर्यवसान झाले. पौर्वात्यवाद्यांनी (भारतीय विद्या-अभ्यासकांनी) प्रामुख्याने ब्राम्हणी साधनांच्या आधारे भारताचा भूतकाळ उभा केला. त्यांनी संकृत व ब्राम्हणी साधने ही विश्वासार्ह / अधिकृत (ur-text) म्हणून प्रस्थापित केली आणि ब्राह्मणी तत्त्वप्रणाली ही भारतीय / हिंदू परंपरेचा गाभा किंवा मुख्यप्रवाही परंपरा म्हणून अधोरेखित केली. पौर्वात्यवादी इतिहासकारांनी प्रारंभीच्या भारतीय समाजाकडे बघण्याची ब्राम्हणी दृष्टी प्रस्थापित केली आणि त्याद्वारे प्रारंभीच्या भारतीय समाजाकडे पाहण्याचा ब्राम्हणी दृष्टिकोन तयार केला. धार्मिक श्रद्धा आणि चालीरिती एकत्रित करून हिंदू धर्म नावाचा एक सुसंगत व विवेकी पंथ निर्माण करण्याच्या त्यांच्या प्रयत्नाला सेमिटिकीकरण (Semitization) असे म्हटले जाते.[२०]

आर्य वंशाचा सिद्धांत, हा वांशिक सिद्धांत एकोणिसाव्या शतकाच्या मध्यात युरोपात उदयाला आला आणि भारतातही लागू झाला. त्यानुसार भारतात आर्यांनी अनार्यांना जिंकले आणि आर्य संस्कृतीची स्थापना केली. आर्यांचे आक्रमण झाल्यानंतर भारतातील आर्यीकरणाच्या प्रक्रियेमुळे भारताचे सांस्कृतिक एकीकरण झाले. भारतीय इतिहासातील सांस्कृतिक एकीकरणामुळे उच्च जातींचे श्रेष्ठत्व निर्माण झाले आणि एकजिनसी ब्राह्मणी विचारप्रणालीमुळे व धर्मामुळे इतर सर्वांचे सीमान्तीकरण घडून आले. या ब्राह्मणी एकीकरणाच्या प्रक्रियेमुळे हिंदू विश्वविषयक दृष्टिकोन प्रसृत झाला. या प्रभुत्ववादी ब्राह्मणी चौकटीने हिंदू धर्माची रचना केली.

पौर्वात्यवादी इतिहासकारांच्या भारतीय इतिहासविषयक लेखनातून भारतीय इतिहासाची अशी चौकट निर्माण झाली, ज्यामध्ये जमातवाद खोलवर रुजलेला

होता.धार्मिक व सांस्कृतिक पैलूंना केंद्रस्थानी ठेऊन केलेली भारतीय इतिहासाची पुनर्रचना, ‘‘आदर्श समाजाचा शोध’’, ‘‘अभिजात काळ’’, भारतीय संस्कृतीचे आध्यात्मिक श्रेष्ठत्व या गोष्टींनी या लेखनातील जमातवादी आशयाला बौद्धिक समर्थन देऊ केले.

प्रारंभीच्या प्राचीन इतिहासाविषयीचे जमातवादी लेखन खंडितता (temporality), साधने आणि शास्त्रीय सिद्धांत यांविषयीच्या विशिष्ट ज्ञानशास्त्रीय (epistemological) गृहीतकांवर बेतलेले होते. दुर्दैवाने यांपैकी कोणत्याही गृहीतकांना राष्ट्रवादी इतिहासकारांनी / इतिहासलेखनाने आव्हान दिले नाही. भारतीय समाजातील आंतरिक सामाजिक व सांस्कृतिक गतिशीलता यांचे त्यांना योग्य आकलन झाले नाही. उदाहरणार्थ, प्राचीन भारतीय समाजात विविध धार्मिक गट, परंपरा, पंथ होत्या, असे दिसते. जसे, ब्राह्मणी (वैदिक ब्राह्मणी), श्रमण (बौद्ध, जैन आणि इतर) आणि इसवी सनाच्या पहिल्या शतकानंतर भागवतपंथ, शाक्त पंथ आणि ब्राह्मणी व श्रमण परंपरांपेक्षा पूर्णत: भिन्न असणारे, पौराणिक धर्मातून उत्क्रांत झालेले अनेक पंथ उदयाला आले. ते प्रामुख्याने स्थानिक होते, जात व जमात यांवर आधारलेले होते आणि त्यांमध्ये विलक्षण लवचिकता होती. ‘‘म्हणून, हिंदूधर्म हा कोण्या एकाच संस्थापकाने स्थापलेला, एक धर्मोपदेशक संस्था असलेला, विविध पंथांच्या उपशाखा असलेला आणि संस्थापकाच्या संदर्भात भूमिका घेणारा ऐतिहासिकदृष्ट्या उत्क्रांत झालेला धर्म असे त्याचे वर्णन करता येणार नाही.’’[२१] त्याचप्रमाणे, ऐतिहासिकदृष्ट्या हिंदू ही मूलभूतपणे एक भौगोलिक संज्ञा आहे. तिचा विस्तार जमातवादी मांडणीच्या उपयोगात आला आणि इतिहास पराभूत झाला.

ज्याठिकाणी जमातवादाला खतपाणी मिळाले, असे आणखी एक क्षेत्र म्हणजे मध्ययुगीन भारतीय इतिहास. दीर्घकाळ, मध्ययुगीन भारतीय इतिहासविषयक लेखनात, ‘‘राजा हा इतिहासकारांच्या जिव्हाळ्याचा विषय राहिला.’’[२२] मध्ययुगीन लेखकांनी वर्णन केलेल्या घटनांमध्येही याच विषयाबद्दलचे कुतूहल व्यक्त होते. मध्ययुगीन इतिहासाच्या इतिहासकारांनी मानवी विचारक्षमता, मानवी स्वभाव, कल यांच्या संदर्भात ऐतिहासिक कार्यकारणभाव (causation) मांडला. त्यांच्या मते, कोणत्याही घटनेच्या आढळाचे, त्या घटनेशी संबंधित असलेल्या माणसाच्या स्वभावामुळे ‘‘हेतुपुरस्सर वा हटवादीपणे घेतलेला निर्णय’’ हे मूलभूत कारण असते. झियाउद्दीन बरनी याने हे आकलन सिद्धांताच्या पातळीवर नेऊन ठेवले. राज्यकर्त्याची मर्जी व स्वभाव हा त्याने घेतलेली भूमिका विशद करण्यासाठी महत्त्वपूर्ण घटक आहे. जेव्हा व्यक्तीच्या अंगभूत गुणांमुळे इतिहास घडतो, असे मानले गेले, तेव्हा ती व्यक्ती मुस्लीम आहे, हे वास्तव तर इतिहासाचे मूल्यमापन करताना फारच महत्त्वपूर्ण ठरले. ‘‘त्यामुळे मध्ययुगीन भारताच्या इतिहासकाराने वर्तमानकाळातील इतिहास हा भारतातील मुस्लीम राजवटीचा इतिहास म्हणून त्याकडे पाहणे साहजिक होते.’’[२३]

वासाहतिक काळातील इतिहासलेखनाने ही द्विधावस्था दूर केली आणि मिलच्या कालखंडविभागणीमध्ये रुजलेले भारताच्या भूतकाळाचे एकरेषीय जमातवादी अभ्यास पुढे आले. इलिअट आणि डाऊसन यांच्या 'अ हिस्ट्री ऑफ इंडिया अ‍ॅझ टोल्ड बाय इटस् हिस्टोरिअन्स' या आठ खंडांत मध्ययुगीन भारतातील पर्शियन भाषेतील ऐतिहासिक ग्रंथांतील उतारे दिलेले होते आणि या ग्रंथांतून जमातवादी भावना तीव्रपणे व्यक्त झाल्या होत्या. या चौकटीचे इतिहासलेखनावर दूरगामी परिणाम झाले. मुस्लीम राजवटीपेक्षा ब्रिटिश राज्यातील हुकमत चांगली आहे, हे दाखविणे हा हेतू त्यांच्या बौद्धिक श्रमामागे होता. वासाहतिक इतिहासलेखन आणि भारतीय राष्ट्रवादी चळवळीच्या जमातवादी गटातून अभिव्यक्त झालेले भारतीय जमातवादी इतिहासलेखन यांतून जुलमी मुस्लीम सत्ता व शौर्यपूर्ण हिंदू विरोध हे प्रारूप निपजले. हिंदू जमातवादी इतिहासकारांनी, मध्ययुगीन काळ हा हिंदूंवरील परक्या मुस्लीम प्रभावाचा असून या काळात सक्तीची धर्मांतरे घडून आली आणि त्यांनी (मुस्लिमांनी) ग्रीक, शक आणि हूण यांप्रमाणे आपली अस्मिता भारतीय संस्कृतीत विलीन करण्यास नकार दिला, असे चित्र रंगविले.या इतिहासलेखनाचे आणखी एक साचेबंद चित्रण म्हणजे परस्परांतील मतभेदांमुळे किंवा त्यांच्यातील एकतेच्या अभावामुळे हिंदूंचा पराभव झाला. यांतून असे रचित निपजले की, उदारमतवादी भारतीय परंपरेने बाहेरील परंपरांना कायमच आपल्यात सामावून घेतले ; मात्र भारतीय मुख्यप्रवाही (हिंदू) जीवनात आपली वेगळी अस्मिता मिसळू देण्यास मुस्लिमांनी नकार दिला आणि भारतीय इतिहासाचा व परंपरेचा ओघ सक्तीने बदलण्याचा प्रयत्न केला. हेच इतिहासलेखनातील जमातवादी मांडणीला पायाभूत ठरले. याउलट मुस्लीम जमातवादी लेखनातून इस्लामिक अस्मिता जतन करणाऱ्या मुस्लीम सत्तांचे उदात्तीकरण केले गेले आणि इस्लामी कीर्तीचा कळसबिंदू म्हणून त्यांकडे बघितले गेले. "हिंदू आणि मुस्लीम (तसेच ब्रिटिश) या दोन्ही जमातवादी इतिहासलेखनाचे मूलभूत गृहीतक एकच राहिले : त्या सर्वांनी मध्ययुगीन भारतात हिंदू आणि मुस्लीम हे सदासर्वकाळ संघर्ष करीत होते, असे मांडले आणि त्यांची सगळी भिस्त राजकीय इतिहासातून, किंबहुना राजघराण्यांच्या इतिहासातून मिळणारे पुरावे यांवर होती."[२४]

मध्ययुगीन भारतीय इतिहासाच्या अभ्यासाला धर्मातीत करण्याचा राष्ट्रवादी इतिहासकारांचा प्रयत्न महत्त्वपूर्ण समजला जातो. मात्र तो जमातवादी इतिहासलेखनाला आव्हान देण्यात अपयशी ठरला. जर जमातवादी इतिहासलेखनाने हिंदू प्रजेवरील मुस्लिमांनी केलेला जुलूम सिद्ध करण्याचा प्रयत्न केला, तर राष्ट्रवादी इतिहासकारांनी मुस्लीम राज्यकर्त्यांमधील सहिष्णुतेची उदाहरणे अधोरेखित केली. जर जमातवादी इतिहासलेखनाने जमातीय संघर्ष व तंटे यांवर प्रकाश टाकला, तर राष्ट्रवादी इतिहासकारांनी त्यांच्यातील सहकार्याची उदाहरणे सांगितली. मात्र दोन्ही गटांच्या इतिहासकारांनी

राजकीय-प्रशासकीय इतिहासच उभा केला आणि त्यासाठी राजदरबारातील वृत्तान्तातील पुरावे प्रामुख्याने वापरले.

ज्यावेळी विश्लेषणाचे केंद्र राज्यकर्ते आणि त्यांची धोरणे राहिली, त्यावेळी त्यातून जमातवादी दृष्टिकोन व्यक्त होणे साहजिक होते. या चौकटीत, राष्ट्रवादी इतिहासकारांनी अकबराच्या धोरणांची व यशाची प्रशंसा करताना इतर मुस्लीम राज्ये जमातवादी होती, अशी मांडणी केली. गंमत म्हणजे अकबराच्या संदर्भात दोन्ही इतिहासलेखनांतील भाषा सारखीच आहे. राष्ट्रवादी इतिहासलेखनातही ऐतिहासिक विश्लेषणाचे कोटिक्रम मूलभूतपणे जमातावादीच राहिले.

४

या छोट्या लेखात भारतीय इतिहासातील जमातवादी मांडणीची चर्चा केली आहे. या विषयाचा आवाका मोठा आहे. लेखरूपाने उपलब्ध असलेल्या छोट्या अवकाशात, व्यावसायिकदृष्ट्या स्वीकारार्ह आणि अधिकृत (official) इतिहासाची आवृत्ती तयार करण्याच्या प्रक्रियेत इतिहासलेखनामध्ये जमातवादी रचना / चौकट कशी निर्माण झाली, या एका मर्यादित पैलूची मांडणी या लेखात केली आहे. पौर्वात्यवादी, राष्ट्रवादी व जमातवादी इतिहासलेखन कालखंड (periodization), तात्त्विक चौकट, भारतीय-विद्या या शाखेने देऊ केलेला शास्त्रीय पाया, विश्लेषणावर भर, साधन-शोध-प्रक्रिया (heuristic), संशोधनपद्धती आणि तिचे (साधनांचे) अनुभविक विश्व या घटकांनी सिद्ध झालेल्या इतिहासलेखनपद्धतीवर निपजले. या लेखात चर्चिल्याप्रमाणे जमातवाद हे या इतिहासलेखन-प्रक्रियेचे फलित होते; आणि हे इतिहासलेखन वसाहतपूर्व परिस्थिती व ब्रिटिश विषमतापूर्ण धोरणे यांतून भूमिका व तत्त्वप्रणाली वा जाणिवा यांना स्पष्ट रूप देण्यास काही अंशी कारणीभूत ठरले. हे लेखन राजकीय हेतूने लोक-संघटन करण्यासाठी उपयुक्त ठरले आणि निधर्मी हेतू साध्य करण्यासाठी धर्म हे खुद्द एक साधन बनले; आणि हाच आधुनिक भारतातील जमातवाद होय.

संदर्भ व टिपा

१. अधिक माहितीसाठी पाहा-

अ) E. J Hobsbawm, 'The Social Functions of the Past: Some Questions', *Past and Present*, No. 55 (May, 1972), pp. 3- 17, p. 3.

आ) E. H.Carr., *What is History*, Cambridge University Press, UK, 1961 (Revised Edition, Penguin, UK, 1990).

२. Surya Prakash Upadhyay, Rowena Robinson, 'Revisiting Communalism and Fundamentalism in India', *Economic and Political Weekly*, September 8, 2012 (Vol. XLVII No.36), pp. 35- 57.
३. Surya Prakash Upadhyay, Rowena Robinson, op. cit. p. 36.
४. Ibid.
५. Ibid., p. 35.
६. Herbans Mukhia, 'Communalism and Indian Politics', EPW, p. 1664.
७. See Bipan Chandra, *Communalism in Modern India*, HAR-ANAND publications, New Delhi, 1984, (Revised Edition, 2008).
८. Harbans Mukhia, 'Communalism: A Study in its Socio-Historical Perspective', *Social Scientist*, Vol. 1, No. 1 (Aug., 1972), pp. 45- 57, p. 53.
९. Ibid.
१०. Suranjan Das, 'Communal Violence in the twentieth Century Bengal: An Analytical Framework', *Social Scientist*, Vol. 18, No. 6/7 (Jan-July. 1990) pp. 21- 37, p. 22.
११. Romila Thapar, 'Communalism and the Historical Legacy: Some Facets', *Social Scientist*, Vol. 18, 6/7, (June- July, 1990), pp. 4- 20, pp. 17-18.
१२. C. A. Bayly, 'The Pre-history of 'Communalism' Religious Conflict in India, 1700- 1860, *Modern Asian Studies,* Vol. 19, No. 2 (1985), pp. 177- 203, p. 184.
१३. अशा पद्धतीच्या लढाया अठराव्या शतकात झाल्या.हिंदू व शीख जमीनदार व मुघल भू-धारक (कूळ) यांच्यातील संघर्षाला जमातीय वळण लागले. पाहा- C. A. Bayly, op. cit.
१४. Suranjan Das, op. cit., p. 22.
१५. Ibid.
१६. Neeladri Bhattacharya, 'The Problem', *Seminar*, February, 2003.
१७. Ibid.
१८. Romila Thapar, op. cit., p. 18.
१९. Ibid.
२०. For detailed argument see Suvira Jaiswal, 'Semitizing Hinduism: Changing Paradigms of Brahmanical Integration', *Social Scientist*, Vol. 19, No. 12 (Dec., 1991), pp. 20-32.
२१. Romila Thapar, op. cit., p. 10.
२२. Mukhia, 'Communalsim and the Writing of Indian Medieval Indian History: A Reappraisal', *Social scientist*, Vol. 11, No. 8 (Aug., 1983), pp. 58-65, p. 58.
२३. Ibid., p. 60.
२४. Ibid., p. 61.

संदर्भग्रंथसूची

१. Heehs, Peter, 'Indian Communalism, A Survey of Historical and Social Scientific Approaches', *Journal of South Asian Studies*, 20: 1, pp. 99- 113.

२. Pande, Gyanendra, *The Construction of Colonialism in Colonial North India*, OUP, New Delhi, 2012, (First Published 1990).

३. Prakash, Surya and Rowena Robinson, 'Revisiting Communalism and Fundamentalism', *Economic and Political Weekly*, September 8, 2012, vol. XLVII, No. 36.

४. *Seminar* (Magazine), 524, February, 2003.

५. Thapar Romila, Harbans Mukhia and Bipan Chandra (ed.), *Communalism and Writings of Indian History*, People's Publishing House, New Delhi, 1969.

लेखक परिचय

प्रा. जास्वंदी वांबूरकर : श्री. ना. दा. ठा. महिला विद्यापीठातील (मुंबई) इतिहास विभागात १९९९ पासून साहाय्यक प्राध्यापक म्हणून कार्यरत आहेत. स्त्रियांचा इतिहास/लिंगभाव इतिहास व आधुनिक महाराष्ट्र हे त्यांच्या अभ्यासाचे विषय आहेत. या विषयांवर विविध आंतरराष्ट्रीय व राष्ट्रीय चर्चासत्रांमध्ये शोधनिबंध सादर. विविध नियतकालिकांमध्ये व पुस्तकांमध्ये पंधराच्यावर शोधनिबंध प्रकाशित. बालभारतीसाठी इतिहास विषयाच्या पाठ्यपुस्तक लेखनात सहभाग.

डॉ. लहू गायकवाड : साहाय्यक प्राध्यापक, कला वाणिज्य महाविद्यालय, नारायणगाव. जुन्नरचा इतिहास (प्राचीन ते अर्वाचीन) या विषयावर पीएच.डी. पदवी प्राप्त. १४ वर्षे अध्यापनाचा अनुभव. इयत्ता सातवीचे इतिहासाचे पाठ्यपुस्तक तसेच त्यांची इतर दहा पुस्तके प्रकाशित.

डॉ. श्री. म. तथा राजा दीक्षित : प्राध्यापक व प्रमुख, आंतरप्रणाली अभ्यासकेंद्र (मानव्यविद्या व सामाजिक शास्त्रे) व समन्वयक, सेंटर फॉर सोशल सायन्सेस अँड ह्यूमॅनिटीज, पुणे विद्यापीठ, पुणे. पहिली ते पीएच.डी. अशा व्यापक कक्षेत अभ्यासक्रम निर्मिती, पाठ्यपुस्तक निर्मिती, मूल्यमापन, शिक्षक प्रशिक्षण व संशोधन-मार्गदर्शन यांबाबत त्यांनी दीर्घकाळ मौलिक कार्य केलेले आहे. अनेक संशोधनपर ग्रंथ (लेखक व संपादक), अनेक पाठ्यपुस्तके/शिक्षक-हस्तपुस्तिका, शोधनिबंध, कोशगत नोंदी, ग्रंथपरीक्षणे, लेख, कविता, कथा अशी साहित्यसपंदा त्यांच्या नावावर जमा आहे.

डॉ. मोहसिना मुकादम : सहयोगी प्राध्यापक, इतिहासविभाग प्रमुख, रामनारायण रुईया महाविद्यालय, मुंबई येथे कार्यरत. खाद्यसंस्कृतीचा इतिहास हा त्यांच्या संशोधनाचा विषय आहे. या विषयाशी संबंधित संशोधनासाठी त्यांना नामवंत संस्था, यू. जी. सी.कडून शिष्यवृत्ती प्राप्त. खाद्यसंस्कृतीच्या इतिहासाविषयी त्यांनी विविध वृत्तपत्रे- लोकसत्ता, लोकमत यांमध्ये लेखन तसेच कार्यक्रम सादर केले आहेत. तसेच दूरदर्शन व आकाशवाणीवरून कार्यक्रम सादर केले आहेत.

डॉ. लुईसा रॉड्रिग्ज : रामनारायण रुईया महविद्यालय, मुंबई येथे साहाय्यक प्राध्यापक म्हणून कार्यरत. पर्यावरणाचा इतिहास हा त्यांच्या संशोधनाचा व आवडीचा विषय आहे. विविध देशी व परदेशी संस्थांमधून संशोधनासाठी त्यांना शिष्यवृत्त्या मिळाल्या आहेत. विविध राष्ट्रीय व आंतरराष्ट्रीय नियतकालिकांतून व पुस्तकांतून वीसच्या वर शोधनिबंध प्रसिद्ध.

डॉ. श्रद्धा कुंभोजकर : एम.ए. (इतिहास), एम.ए. (संस्कृत), पीएच.डी. (इतिहास). पुणे विद्यापीठातील इतिहास विभागात साहाय्यक प्राध्यापक म्हणून कार्यरत. इतिहासलेखनशास्त्र, प्राचीन व आधुनिक भारताचा इतिहास आणि स्मृती या विषयांमध्ये रस. टिळक महाराष्ट्र विद्यापीठात १९९६ पासून अध्ययन व संशोधन. दोन पुस्तके, दहाच्या वर शोधनिबंध प्रकाशित, युरोप, ऑस्ट्रेलिया व भारतातील अनेक परिषदांत संशोधन सादर. विद्यापीठ अनुदान आयोग पुरस्कृत दोन संशोधनप्रकल्प पूर्ण. सध्या ब्रिटिश लायब्ररीमधील दुर्मीळ ग्रंथांवर आधारित संशोधन सुरू.

केदार देशमुख : युनिक अकॅडमीतील संशोधनकेंद्रात साहाय्यक प्राध्यापक म्हणून कार्यरत आहेत. साहाय्यक प्राध्यापक म्हणून समता व सामाजिक न्याय केंद्र, यशदा, पुणे येथे विविध संशोधन-प्रकल्पांवर योगदान. पुणे विद्यापीठातील राज्यशास्त्र व लोकप्रशासन विभागात मागील चार वर्षांत लिंगभाव व राजकारण, पुरुष व पुरुषत्वाचे राजकारण, महाराष्ट्रातील राजकारणाचा क्षेत्रीय अभ्यास, इ. विषयांवरील संशोधन प्रकल्पात काम केले.

डॉ. नारायण भोसले : मुंबई विद्यापीठाच्या इतिहास विभागात साहाय्यक प्राध्यापक म्हणून कार्यरत. जातवर्गस्त्रीदास्यान्ताच्या विचारांशी-चळवळींशी जैविकरित्या जोडलेले संशोधक आहेत. 'डॉ. आंबेडकर आणि अब्राह्मणी इतिहासमीमांसा', 'महाराष्ट्रातील स्त्रीविषयक सुधारणावादाचे सत्ताकारण' (१८४८-१९५६) व 'भटक्यांची पितृसत्ताक जातपंचायत : परंपरा आणि संघर्ष' ही उल्लेखनीय पुस्तके. एकूण दहा पुस्तके प्रसिद्ध.

डॉ. अनू सक्सेना : श्री. ना. दा. ठा. महिला विद्यापीठात राज्यशास्त्र विभागात विभागप्रमुख व साहाय्यक प्राध्यापक म्हणून २००६ पर्यंत कार्यरत होत्या. सध्या सिंगापूर येथे वास्तव्य. 'इकॉनॉमिक अँड पॉलिटिकल विकली' व इतर नामवंत नियतकालिकांतून निबंध प्रसिद्ध.

डॉ. चैत्रा रेडकर : श्री. ना. दा. ठा. महिला विद्यापीठातील (मुंबई) राज्यशास्त्र विभागात साहाय्यक प्राध्यापक म्हणून कार्यरत आहेत. आधुनिक भारतातील राजकीय विचार आणि भारतातील राजकारण, सामाजिक चळवळी हे विशेष अभ्यासाचे विषय. या विषयांवर मराठी आणि इंग्रजीमध्ये लेख प्रकाशित. जे. सी. कुमारप्पा यांचे गांधीवादाला योगदान या विषयात संशोधन. साने गुरुजींचे राजकीय विचार हा ग्रंथ प्रकाशित. एन.सी.ई.आर.टी.(दिल्ली), महाराष्ट्र एस.एस.सी. बोर्ड, बालभारती इत्यादीसाठी राज्यशास्त्र/नागरिकशास्त्र या विषयांच्या क्रमिक पाठ्यपुस्तक लेखनात सहभाग.

डॉ. पुतुल साठे : साहाय्यक प्राध्यापक, इंग्रजी विभाग, श्री. ना. दा. ठा. कला महाविद्यालय व एस. सी. बी. वाणिज्य व विज्ञान महाविद्यालय, चर्चगेट, मुंबई येथे कार्यरत. त्यांनी राष्ट्रीय व आंतरराष्ट्रीय स्तरावरील विविध परिषदांमध्ये शोधनिबंध सादर केले आहेत. १५ वर्षे अध्यापनाचा अनुभव. विद्यापीठ अनुदान आयोग पुरस्कृत एक संशोधन प्रकल्प पूर्ण.

प्रा. चित्तरंजन दास : साहाय्यक प्राध्यापक, स्पर्धा परीक्षा केंद्र, पुणे विद्यापीठ, पुणे. सामाजिक इतिहास आणि सांस्कृतिक इतिहास हे त्यांच्या संशोधनाचे क्षेत्र आहे. ते सध्या 'ओरिसातील मराठे १७५२-१८०३' या विषयावर संशोधन करीत आहेत. इतिहास व सामाजिक शास्त्रे यांचे तत्त्वज्ञान, सिद्धांत आणि संशोधनपद्धती या विषयांमध्ये त्यांना अतिशय रस आहे.

डॉ. अभिधा धुमटकर : साहाय्यक प्राध्यापक, इतिहास विभाग, साठे महाविद्यालय, मुंबई. राष्ट्रीय पातळीवरील अनेक नियतकालिकांमध्ये शोधनिबंध प्रसिद्ध. त्यांनी लिहिलेले बा. प्र. मोडक यांचे चरित्र प्रसिद्ध.

प्रा. चित्रा लेले : साहाय्यक प्राध्यापक, राज्यशास्त्र विभाग, श्री. ना. दा. ठा. कला महाविद्यालय व एस.सी.बी. वाणिज्य व विज्ञान महाविद्यालय, चर्चगेट, मुंबई. भारतातील राजकारण या विषयावरील २ अनुवादित पुस्तके प्रसिद्ध. ५ वर्षे अध्यापनाचा अनुभव. सध्या प्रेमा कंटक यांच्या साहित्यावर संशोधन सुरू.

www.ingramcontent.com/pod-product-compliance
Lightning Source LLC
Chambersburg PA
CBHW060549310726
48982CB00008B/1059/J

* 9 7 8 8 1 8 4 8 3 5 9 5 3 *